วิญญาณ
จิตใจ
และร่างกาย (เล่ม 2)

วิญญาณ
จิตใจ
และร่างกาย (เล่ม 2)

โดย
ดร.แจร็อก ลี

วิญญาณ จิตใจ และร่างกาย (เล่ม 2) โดย ดร. แจร็อก ลี
จัดพิมพ์โดย อูริมบุคส์ (ตัวแทน: ซองเคียน วิน)
235-3, คูโร-ดอง 3, คูโร-กุ, โซล เกาหลีใต้
www.urimbook.com

ข้ออ้างอิงพระคัมภีร์ที่ใช้ในหนังสือเล่มนี้นำมาจากพระคริสตธรรมคัมภีร์ไทยฉ
บับ 1971 และพระคัมภีร์ภาษาไทยฉบับ King James Version
จัดพิมพ์โดยสมาคมพระคริสตธรรมไทย

ISBN: 979-11-263-1337-2 03230

ได้รับอนุญาตให้แปลเป็นภาษาอังกฤษโดยดร.เอสเธอร์ เค. ชุง
ได้รับอนุญาตให้แปลเป็นภาษาไทยโดยดร.ดานิเอล แสงวิชัย

จัดพิมพ์ครั้งแรกเป็นภาษาเกาหลีโดยอูริมบุคส์ 2009

พิมพ์ครั้งที 1 เมือพฤศจิกายน 2012
ก่อนหน้านี้จัดพิมพ์เป็นภาษาเกาหลีโดยอูริมบุคส์ในปี 2010
บทบรรณาธิการโดยดร.เจียมซุน วิน
ออกแบบโดยแผนกบรรณาธิการของอูริมบุคส์
จัดพิมพ์โดยยีวอน พรินติงคอมพานี
ข้อมูลเพิม โปรดติดต่อ: urimbook@hotmail.com

คำนิยม

จากช่วงเวลาที่ผมต้อนรับเอาพระเยซูคริสต์และเริ่มอ่านพระคัม
ภีร์ผมได้เริ่มอธิษฐานเพื่อจะเข้าใจน้ำพระทัยของพระเจ้าอย่างลึกซึ้ง
พระเจ้าทรงตอบผมหลังจากเจ็ดปีของการอธิษฐานและการอดอาหา
รอย่างมากจนนับไม่ถ้วน หลังจากผมเปิดคริสตจักร พระเจ้าทรงอธิ
บายพระคัมภีร์ตอนที่เข้าใจยากให้กับผมผ่านการดลใจของพระวิญ
ญาณบริสุทธิ์ ซึ่งหนึ่งในคำอธิบายเหล่านั้นคือเนื้อหาโดยละเอียดเกี
ยวกับ "วิญญาณ จิตใจ และร่างกาย" เรื่องราวอันลึกลับนี้ช่วยเราให้เข้
าใจถึงแหล่งกำเนิดของมนุษย์และช่วยเราให้เข้าใจตัวเราเอง นี่เป็น
เรื่องราวที่ผมไม่สามารถหาฟังได้จากที่ไหนและเรื่องราวนี้คือความ
ชื่นชมยินดีอันยิ่งใหญ่ของผมที่อยู่เหนือคำบรรยาย

เมื่อผมเทศนาในเรื่อง "วิญญาณ จิตใจ และร่างกาย" จะมีคำพยา
นและการตอบสนองจำนวนมากทั้งจากในประเทศเกาหลีและจากต่
างประเทศ หลายคนพูดว่าเขารู้จักตนเอง เข้าใจว่าเขาเป็นสิ่งมีชีวิต
ประเภทใด และได้รับคำตอบเกี่ยวกับพระคัมภีร์ตอนที่เข้าใจยากหล
ายตอน รวมทั้งเข้าใจถึงวิธีการที่จะมีชีวิตที่แท้จริง คนเหล่านั้นบางค
นพูดว่าตอนนี้เขามีเป้าหมายที่จะเป็นบุคคลฝ่ายวิญญาณและมีส่วน
ร่วมในธรรมชาติ (สภาพ) ของพระเจ้าและเขาพยายามอย่างหนักที่

จะบรรลุเป้าหมายนั้น เหมือนดังที่ 2 เปโตร 1:4 บันทึกไว้ว่า "ด้วยเหตุเหล่านี้พระองค์จึงได้ทรงประทานพระสัญญาอันประเสริฐและใหญ่ยิ่งแก่เรา เพื่อว่าด้วยพระสัญญาเหล่านี้ ท่านทั้งหลายจะพ้นจากความเสื่อมโทรมที่มีอยู่ในโลกนี้เพราะตัณหา และจะได้รับส่วนในสภาพของพระองค์"

ตำราพิชัยสงครามของซุนวูกล่าวว่า "รู้เขารู้เรา รบร้อยครั้งชนะร้อยครั้ง" นั้นหมายความว่าถ้าท่านรู้จักตนเองและรู้จักศัตรูของท่าน ท่านจะไม่มีวันแพ้สงคราม คำสอนเรื่อง "วิญญาณ จิตใจ และร่างกาย" ให้ความกระจ่างในส่วนที่ล้ำลึกที่สุดของ "ตัวตน" ของเราและสอนเราเกี่ยวกับแหล่งกำเนิดของมนุษย์ เมื่อเราเรียนและเข้าใจคำสอนนี้อย่างถ่องแท้เราก็จะสามารถเข้าใจบุคคลทุกประเภท เราจะเรียนรู้จักวิธีการเอาชนะพลังแห่งความมืดซึ่งมีผลต่อเราเพื่อทำให้เราสามารถดำเนินชีวิตคริสเตียนที่มีชัยชนะเช่นกัน

หนังสือเรื่อง "วิญญาณ จิตใจ และร่างกาย" เล่ม 2 นี้จะอธิบายถึงแหล่งกำเนิดของพระเจ้าพระผู้สร้าง พื้นที่ฝ่ายวิญญาณอันกว้างใหญ่ไพศาล และพื้นที่แห่งความสว่างซึ่งเป็นที่พักอาศัยของวิญญาณจิตของเราโดยเฉพาะ หนังสือเล่มนี้มีภาพสีที่จะช่วยให้ท่านเข้าใจรูปลักษณ์ของพระเจ้าและของพื้นที่ เมื่อเราเข้าใจถึงความล้ำลึกของพื้นที่ต่าง ๆ และเป็นบุคคลฝ่ายวิญญาณอย่างสมบูรณ์แล้วเราก็สามารถก้าวข้ามความจำกัดของมนุษย์เพื่อใช้พื้นที่ของพระเจ้าและ

เราสามารถมองเห็นแม้กระทั่งรูปลักษณ์ของพระเจ้า เพราะเหตุนี้ พระเยซูจึงตรัสไว้ในยอห์น 14:12 ว่า "เราบอกความจริงแก่ท่านทั้งหลายว่า ผู้ที่เชื่อในเราจะกระทำกิจการซึ่งเราได้กระทำนั้นด้วย และเขาจะกระทำกิจการที่ยิ่งใหญ่กว่านั้นอีก เพราะว่าเราจะไปถึงพระบิดาของเรา"

ผมขอขอบคุณดร.เจียมซุน วิน ผู้อำนวยการแผนกบรรณาธิการและคนงานทุกท่านที่ได้อุทิศตนเองให้กับการจัดพิมพ์หนังสือเล่มนี้ ผมหวังว่าผู้อ่านทุกท่านจะมีคุณสมบัติเพื่อเข้าไปสู่พื้นที่แห่งความสว่างและมีประสบการณ์กับพื้นที่อันอัศจรรย์ของพระเจ้าผ่านทางหนังสือเล่มนี้

มีนาคม 2010
แจร็อก ลี

เริ่มต้นการเดินทางก้าวที่สองสู่แนวคิดเรื่อง "วิญญาณ จิตใจ และร่างกาย"

"แล้วขอให้องค์พระเจ้าแห่งสันติสุขทรงตั้งท่านเป็นคนบริสุทธิ์หมดจดแล้วข้าพเจ้าอธิษฐานต่อ
พระเจ้าให้ทรงรักษาทั้งวิญญาณ จิตใจ และร่างกายของท่านไว้ให้ปราศจากการติเตียน
จนถึงวันที่พระเยซูคริสต์องค์พระผู้เป็นเจ้าของเราเสด็จมา" (1 เธสะโลนิกา 5:23)

ปัจจุบัน พื้นที่หรือเครือข่ายคอมพิวเตอร์ได้เปิดกว้างให้กับทุกค
นที่สามารถเข้าถึงอินเตอร์เน็ต แต่ผู้คนใช้ประโยชน์จากพื้นที่หรือเ
ครือข่ายนี้ในระดับที่แตกต่างกันตามขนาดของความรู้เรื่องคอมพิว
เตอร์และทักษะด้านอินเตอร์เน็ตที่เขามีอยู่ ในทำนองเดียวกัน ยิ่งเรา
เข้าใจพื้นที่ของพระเจ้ามากขึ้นเท่าใดเราก็สามารถเข้าใจการอัศจรร
ย์ต่าง ๆ ในพระคัมภีร์และมีประสบการณ์กับการทำงานของพระเจ้า
ในชีวิตประจำวันของเรามากขึ้นเท่านั้น

พระคัมภีร์บอกเราถึงเหตุการณ์หลายอย่างที่ช่วยให้เราสามารถเ
ข้าใจเกี่ยวกับพื้นที่ของพระเจ้า เมื่อสเทเฟนถูกหินขว้างจนเสียชีวิต
เพราะความเชื่อของท่าน ประตูสวรรค์ได้เปิดออกและท่านมองเห็น
บุตรมนุษย์ยืนอยู่เบื้องขวาพระหัตถ์ของพระเจ้า (กิจการ 7:56) สิ่ง
นี้เป็นไปได้ก็เพราะว่าพระเจ้าทรงเปิดพื้นที่ของสวรรค์ชั้นที่สี่ เปโต
รถูกจำคุกในขณะที่ประกาศพระกิตติคุณ แต่ท่านได้รับการปลดปล่
อยด้วยความช่วยเหลือของทูตสวรรค์ อัครทูตเปาโลมีประสบการณ์
คล้ายคลึงกันเมื่อท่านถูกจำคุกที่เมืองฟีลิปปี พระเจ้าทรงเปิดพื้นที่ขอ
งสวรรค์ชั้นที่สามเพื่อส่งทูตสวรรค์ที่มีพลังอำนาจไปปลดโซ่ตรวนแ
ละเปิดประตูคุก

เมื่อเตรียมจิตใจให้อยู่ฝ่ายวิญญาณอย่างสมบูรณ์เราก็จะสามารถใช้พื้นที่ของพระเจ้าบนโลกนี้และ ไม่มีสิ่งใดที่เป็นไปไม่ได้ นอกจากนี้ เราจะชื่นชมกับชีวิตนิรันดร์และพระพรในนครเยรูซาเล็มใหม่ในอนาคตด้วยเช่นกัน ในอีกด้านหนึ่ง สำหรับผู้คนที่ยังไม่ได้เข้าสู่ฝ่ายวิญญาณอย่างสมบูรณ์ เขา/เธอจำเป็นต้องเติมเต็มขนาดแห่งความยุติธรรมให้สมบูรณ์เพื่อเขาจะสามารถใช้พื้นที่ของพระเจ้า หนังสือเล่มนี้เต็มไปด้วยเรื่องราวที่ตีแผ่ถึงพื้นที่อันไร้ขอบขอบเขตจำกัดของพระเจ้าอย่างกว้างขวาง

หนังสือเล่มนี้จะให้ประโยชน์กับผู้อ่านในด้านต่าง ๆ ต่อไปนี้:

1. หนังสือเล่มนี้จะช่วยผู้อ่านให้เข้าใจถึงความรักของพระเจ้าผู้ทรงแบ่งพื้นที่ มิติ รวมทั้งความสว่างและความมืดออกจากกันในการจัดเตรียมล่วงของพระองค์ในเรื่องการเตรียมมนุษย์เพื่อจะมีบุตรที่แท้จริง เมื่อเราต้อนรับเอาพระเยซูคริสต์และประพฤติตนด้วยความเชื่อ เราก็สามารถชื่นชมกับสิทธิของการเป็นบุตรแห่งความสว่างและเข้าไปสู่พื้นที่แห่งความสว่างอันงดงาม

2. หนังสือเล่มนี้จะช่วยให้ผู้อ่านรู้ว่าสวรรค์อยู่ในพื้นที่แห่งสว่าง สวรรค์ถูกแบ่งออกเป็นที่อยู่อาศัยหลายแห่งจากเมืองบรมสุขเกษมไปจนถึงนครเยรูซาเล็มใหม่ เราจะอาศัยอยู่ในสวรรค์ด้วยร่างกายแห่งสวรรค์ที่สมบูรณ์แบบ เราจะชื่นชมกับชีวิตนิรันดร์ในสวรรค์ซึ่งเต็มล้นไปด้วยความสุขและความชื่นชมยินดี นี่คือของขวัญที่พระเจ้าทรงมอบให้กับเรา

3. หนังสือเล่มนี้จะช่วยให้ผู้อ่านตระหนักว่าฤทธิ์อำนาจของพระเจ้าเท่านั้นที่สามารถทำให้เราเป็นบุตรที่แท้จริงของพระเจ้าซึ่งมีพระฉายาของพระองค์ ด้วยฤทธิ์อำนาจของพระเจ้าเราสามารถเข้าไปสู่พื้นที่แห่งความสว่างอันงดงามและมีประสบการณ์กับการทำงานอย่างอัศจรรย์ด้วยฤทธิ์อำนาจที่อยู่เหนือความจำกัดของมนุษย์บนโลกนี้

สารบัญ

คำนิยม

เริ่มต้นการเดินทางก้าวที่สองสู่แนวคิดเรื่อง "วิญญาณ จิตใจ แลร่างกาย"

พื้นที่อันกว้างใหญ่ไพศาลของมิติฝ่ายวิญญาณ

เกิดอะไรขึ้นในสวรรค์ก่อนการทรงสร้าง

พื้นที่แห่งความสว่างและพื้นที่แห่งความมืดเกิดขึ้นได้อย่างไร

"แล้วนี่เป็นข้อความที่เราได้ยินจากพระองค์ และประกาศแก่ท่านทั้งหลาย
คือว่าพระเจ้าทรงเป็นความสว่าง และไม่มีความมืดอยู่ในพระองค์เลย"
(1 ยอห์น 1:5)

"ต่อพระองค์ผู้ทรงฟ้าสวรรค์ ฟ้าสวรรค์ดึกดำบรรพ์ ดูเถิด พระองค์ทรงเปล่ง
พระสุรเสียงของพระองค์ คือพระสุรเสียงอันทรงมหิทธิฤทธิ์" (สดุดี 68:33)

บทที่ 1
ความมืดและความสว่าง

ความสว่างและความมืดไม่ได้มีอยู่ในโลกที่เรามองเห็นเท่านั้น แต่ในโลกฝ่ายวิญญาณก็มีพื้นที่แห่งความสว่างและพื้นที่แห่งความมืดด้วยเช่นกัน อะไรคือเหตุผลที่พระเจ้าทรงอนุญาตให้มีพื้นที่แห่งความมืดและใครคือผู้ครอบครองแห่งความมืด

พื้นที่ฝ่ายวิญญาณอันกว้างใหญ่ไพศาลและพระเจ้าองค์ดั้งเดิม

พระเจ้าทรงวางแผนการเตรียมมนุษย์

พระเจ้าองค์ดั้งเดิมทรงเป็นองค์ตรีเอกานุภาพ

พระเจ้าทรงสร้างทูตสวรรค์และพวกเครูบ

การกบฏที่ล้มเหลวของลูซีเฟอร์

การจัดเตรียมของพระเจ้าในการแบ่งความสว่างและความมืด

ในสมัยที่ท่านเป็นเด็กท่านเคยเผลอหลับไปในขณะที่กำลังนับจำนวนของดวงดาวในท้องฟ้าบ้างหรือไม่ ผมเชื่อว่าพวกท่านหลายคนเคยมีความทรงจำเช่นนั้น เราสามารถมองเห็นดวงดาวจำนวนมากด้วยตาของเรา แต่ยังมีดวงดาวอีกจำนวนนับไม่ถ้วนที่เรามองไม่เห็น จักรวาลนี้ใหญ่โตเพียงใด

แม้การพัฒนาของวิทยาศาสตร์จะก้าวหน้าไปอย่างมาก แต่มนุษย์ก็ยังไม่สามารถคำนวณขนาดที่ถูกต้องแม่นยำของจักรวาลได้ สาเหตุก็เพราะว่าจักรวาลเป็นพื้นที่อันกว้างใหญ่ไพศาลนั่นเอง ดาวเคราะห์หลายดวง (อย่างเช่นโลก) รวมตัวกันเป็นระบบสุริยะจักรวาล ระบบจักรวาลหลายระบบและดาวดวงอื่น ๆ ในท้องฟ้ารวมตัวกันเป็นกลุ่มดาวกาแล็กซี กลุ่มดาวกาแล็กซีจำนวนมากรวมตัวกันเป็นกลุ่มดาวกาแล็กซีอีกหลายกลุ่ม กลุ่มดาวกาแล็กซีหลายกลุ่มรวมตัวกันเป็นจักรวาลย่อย และจักรวาลย่อยหลาย ๆ จักรวาลเหล่านี้ประกอบกันเข้าเป็นจักรวาลอันกว้างใหญ่ไพศาล

ขนาดของระบบสุริยะจักรวาลที่เรามองเห็นในกลุ่มดาวกาแล็กซีของเรามีขนาดเล็กเท่ากับจุดเล็ก ๆ จุดหนึ่งเท่านั้น กลุ่มดาวกาแล็กซีนี้มีขนาดเท่ากับจุดเล็ก ๆ จุดหนึ่งเมื่อเทียบกับขนาดของจักรวาลทั้งหมด แม้แต่เครื่องมือทางวิทยาศาสตร์ที่สลับซับซ้อนที่สุดก็ไม่สามารถวัดจักรวาลที่เรามองเห็นนี้ได้ แต่เมื่อเทียบกับพื้นที่ฝ่ายวิญญาณ จักรวาลที่เรามองเห็นนี้ก็เป็นเพียงส่วนที่เล็กมากส่วนหนึ่งเท่านั้น

นอกเหนือจากจักรวาลที่เรามองเห็นแล้วยังมีพื้นที่ฝ่ายวิญญาณที่

แผ่ขยายออกไปอย่างไม่มีที่สิ้นสุดในอีกมิติหนึ่ง พระคัมภีร์กล่าวถึง "ฟ้าสวรรค์" จำนวนมาก

เฉลยธรรมบัญญัติ 10:14 กล่าวว่า "ดูเถิด ฟ้าสวรรค์และฟ้าสวรรค์อันสูงสุด และโลกกับบรรดาสิ่งสารพัดที่อยู่ในโลกเป็นของพระเยโฮวาห์พระเจ้าของท่าน" และเนหะมีย์ 9:6 กล่าวว่า "พระองค์คือพระเยโฮวาห์พระองค์องค์เดียว พระองค์ได้ทรงสร้างฟ้าสวรรค์ ฟ้าสวรรค์อันสูงสุดพร้อมกับบริวารทั้งสิ้นของฟ้าสวรรค์นั้น แผ่นดินโลกและบรรดาสิ่งที่อยู่ในนั้น ทะเลและบรรดาสิ่งที่อยู่ในนั้น และพระองค์ทรงรักษาสิ่งทั้งปวงเหล่านั้นไว้ และบริวารของฟ้าสวรรค์ได้นมัสการพระองค์"

ฟ้าสวรรค์ต่าง ๆ เหล่านี้เกิดขึ้นมาได้อย่างไรและเกิดอะไรขึ้นในฟ้าสวรรค์เหล่านี้ก่อนการทรงสร้างโลกนี้ ขอให้เรากลับไปยังช่วงเวลาก่อนการทรงสร้างโลกนี้ซึ่งเป็นช่วงเวลาก่อนที่จักรวาลและกลุ่มดาวกาแล็กซีที่เรารู้จักดำรงอยู่ จักรวาลในเวลานั้นไม่ใช่จักรวาลเดียวกันกับจักรวาลของเราในเวลานี้ จักรวาลในเวลานั้นเป็นเพียงพื้นที่ขนาดใหญ่พื้นที่เดียวโดยไม่มีการแยกแยะความแตกต่างระหว่างพื้นที่ฝ่ายวิญญาณและพื้นที่ฝ่ายร่างกาย

พื้นที่ฝ่ายวิญญาณอันกว้างใหญ่ไพศาลและพระเจ้าองค์ดั้งเดิม

พื้นที่ฝ่ายวิญญาณอันกว้างใหญ่ไพศาลในที่นี้หมายถึงจักรวาลดั้งเดิมทั้งหมด พื้นที่นี้เองที่พระเจ้าองค์ดั้งเดิมทรงสถิตอยู่ตั้งแต่ก่อนปฐมกาล คำว่า "พระเจ้าองค์ดั้งเดิม" ในที่นี้หมายถึงพระเจ้าผู้ทรงดำรงอยู่ในฐานะความสว่างและพระสุรเสียงก่อนการทรงสร้าง จักรวาลดั้งเดิมหมายถึงจักรวาลที่พระเจ้าองค์ดั้งเดิมทรงดำรงอยู่เพียงลำพัง

อะไรคือรูปลักษณ์ดั้งเดิมของพระเจ้า ลองจินตนาการถึงความสว่างอันงดงามที่ปรากฏอยู่เต็มจักรวาลอันกว้างใหญ่ไพศาลและแสงสว่างที่ขยายตัวและม้วนตัวไปเหมือนลูกคลื่น เหมือนที่ 1 ยอห์น 1:15 กล่าวไว้ว่า "พระเจ้าทรงเป็นความสว่าง" พระเจ้าทรงเหยียดพระองค์เองออกไปทั่วจักรวาลดั้งเดิมในรูปของความสว่างอันงดงาม

และรุ่งโรจน์

"แสงอรุโณทัย" ช่วยให้เราเข้าใจถึงรูปลักษณ์ดั้งเดิมนี้ของพระเจ้า แสงอรุโณทัยปรากฏให้เห็นอยู่ในท้องฟ้าใกล้กับแถบขั้วโลก ปกติแสงอรุโณทัยจะมีสีแดง สีน้ำเงิน สีเหลือง สีเขียวอ่อน หรือสีชมพูอันงดงาม มีผู้กล่าวว่าแสงอรุโณทัยนั้นงดงามมากจนผู้คนที่มองเห็นแสงเหล่านั้นจะไม่มีวันลืมเลือนความงดงามของแสงนี้ได้เลย

โรม 1:20 กล่าวว่า "ตั้งแต่เริ่มสร้างโลกมาแล้ว สภาพที่ไม่ปรากฏของพระองค์นั้น คือฤทธานุภาพอันนิรันดร์และเทวสภาพของพระเจ้า ก็ได้ปรากฏชัดในสรรพสิ่งที่พระองค์ได้ทรงสร้าง ฉะนั้นเขาทั้งหลายจึงไม่มีข้อแก้ตัวเลย" พระเจ้าทรงสร้างแสงสว่างชนิดต่าง ๆ (เช่น แสงอรุโณทัย) เพื่อเราจะสามารถเข้าใจถึงรูปลักษณ์ดั้งเดิมของพระเจ้าเมื่อเราสงสัยเกี่ยวกับพระเจ้าองค์ดั้งเดิม

พระเจ้าองค์ดั้งเดิมทรงมีพระสุรเสียงที่บริสุทธิ์สดใสในความสว่างที่ม้วนตัวไปเหมือนลูกคลื่น ท่านเคยได้ยินเสียงคล้ายเสียงกระซิบที่มาพร้อมกับสายลมเย็นอันแผ่วเบาบ้างหรือไม่ ท่านสามารถได้ยินเสียงของคลื่นอันแผ่วเบาในสายลมที่พัดมาจากทะเล พระสุรเสียงดังกังวานออกมาจากความสว่างดั้งเดิมคล้ายกับเสียงที่มาพร้อมกับสายลม เช่นเดียวกับกับเสียงที่ซ่อนอยู่ในสายลม พระสุรเสียงดั้งเดิมแพร่กระจายออกไปทั่วทั้งจักรวาลพร้อมกับความสว่างดั้งเดิมในขณะที่เสียงนั้นซ่อนตัวอยู่ในความสว่างดั้งเดิม

อย่างไรก็ตาม ถ้าท่านได้ยินพระสุรเสียงของพระเจ้าแม้เพียงครั้งเดียวท่านก็จะไม่มีวันหลงลืมพระสุรเสียงนั้น ผมได้ยินพระสุรเสียงนั้นสองสามครั้งและเป็นพระสุรเสียงที่มีอำนาจ สดใส และสะอาดบริสุทธิ์อย่างมาก นั่นหมายความว่าพระสุรเสียงนั้นสูงส่งและสะอาดสดใสมาก แท้ที่จริงพระสุรเสียงของพระเจ้าสะอาดสดใสและไพเราะแต่กระนั้นก็เป็นพระสุรเสียงที่มีอำนาจสูงส่งซึ่งดังก้องกังวานออกไปทั่วทั้งจักรวาล

ยอห์น 1:1 กล่าวว่า "ในเริมแรกนันพระวาทะทรงเป็นอยู่แล้ว และพระวาทะทรงอยู่กับพระเจ้า และพระวาทะทรงเป็นพระเจ้า" พระวาทะทีทรงเป็นอยู่ตังแต่ปฐมกาลนันคือพระสุรเสียงดังเดิมซึงดังก้องกังวานออกมาจากความสว่างดังเดิม พระคัมภีร์ข้อนีเรียกพระเจ้าว่า "พระวาทะ" อันส่วนประกอบสำคัญ (แทนทีจะเป็นรูปลักษณ์ของพระเจ้า) ซึงได้แก่ความสว่าง "พระวาทะ" คือเนือหาสาระและ "พระเจ้า" คือพระนามทีมอบให้กับเนือหาสาระนัน ดังนันส่วนประกอบสำคัญของพระเจ้าคือ "พระวาทะ" และพระองค์ทรงดำรงอยู่ในรูปลักษณ์ของความสว่างและพระสุรเสียงทีเต็มล้นอยู่ทัวไปในจักรวาล

พระเจ้าทรงวางแผนการเตรียมมนุษย์

ณ จุดหนึงของช่วงเวลาทีไม่จำกัด พระเจ้าผู้ทรงดำรงอยู่เพียงลำพังทรงวางแผนเกียวกับ "การเตรียมมนุษย์"

"จะเกิดอะไรขึนถ้าเราสร้างมนุษย์ทีสามารถรู้เกียวกับจักรวาลอันกว้างใหญ่ไพศาลนีและรู้จักพระทัยของเราและแบ่งปันความรักกับเรา จะเป็นอย่างไรบ้างนะถ้ามนุษย์ทีเราสร้างขึนมานันสามารถเข้าใจและรับเอาพระทัยและอารมณ์ความรู้สึกของเราทีเราแบ่งปันกับเขาได้และในทางกลับกันเขาสามารถมอบหัวใจของตนให้กับเรา มนุษย์ทีเราสร้างขึนคงทำให้เราเป็นสุขและปีติยินดีอย่างยิงทีเดียว"

พระเจ้าทรงต้องการสร้างมนุษย์ทีพระองค์จะสามารถสือสารและแบ่งปันทุกสิงในจักรวาลกับเขา โดยเฉพาะอย่างยิง พระเจ้าทรงต้องการสร้างมนุษย์ทีพระองค์จะสามารถแบ่งปันความรักของพระองค์กับเขาได้ พระองค์ทรงวางแผนในเรือง "การเตรียมมนุษย์" ด้วยความปรารถนาทีจะเริมภารกิจใหม่เพือให้ได้มาซึงบุตรทีแท้จริงของพระองค์

ท่านคิดว่าพระเจ้าทรงทำสิงใดเป็นอันดับแรกในแผนการของการเตรียมมนุษย์ ก่อนหน้านีพระเจ้าทรงดำรงอยู่ในฐานะความสว่างทีแผ่กระจายอยู่ทัวไปในจักรวาล แต่ในจุดสูงสุดของมิติฝ่ายวิญ

ญาณพระองค์ทรงรวมกันเป็นหนึ่งและมีสภาพของความสว่าง เมื่อพระองค์ทรงเชื่อมโยงกันเป็นความสว่างเดียวแล้วมิติต่าง ๆ ของ “ฟ้าสวรรค์” ก็ถูกสร้างขึ้น คำว่า “ฟ้าสวรรค์” ในที่นี้มีความหมายเดียวกันกับคำว่าพื้นที่ในจักรวาล ครั้งแรกจักรวาลมีอยู่เพียงจักรวาลเดียวซึ่งได้แก่จักรวาลดั้งเดิม แต่เมื่อพระเจ้าองค์ดั้งเดิมทรงรวมกันเป็นหนึ่งและทรงเชื่อมโยงกันเป็นความสว่างเดียวแล้วพื้นที่ต่าง ๆ ในจักรวาลก็ถูกสร้างขึ้น สาเหตุก็เพราะว่าความสว่างที่กระจัดกระจายอยู่ทั่วไปในจักรวาลได้รวมตัวเข้าด้วยกันและอัดแน่นกันอยู่ที่จุดสูงสุดของมิติฝ่ายวิญญาณและพื้นที่ต่าง ๆ ถูกสร้างขึ้นตามความสว่างเจิดจ้าของแสงสว่าง

ในอดีตความสว่างเจิดจ้าของแสงสว่างอยู่ในระดับเดียวกันในทุกที่ทุกแห่งในจักรวาลดั้งเดิม แต่เวลานี้จุดสูงสุดของมิติฝ่ายวิญญาณมีความสว่างเจิดจ้าที่สุด ยกตัวอย่าง ถ้าท่านนำดวงไฟ 1 หมื่นดวงไปวางไว้เสมอกันในห้องโถง พื้นที่ทุกแห่งในห้องโถงก็จะมีความสว่างเจิดจ้าในระดับเดียวกัน แต่จะเกิดอะไรขึ้นถ้าท่านนำดวงไฟหนึ่งดวง (ซึ่งมีความสว่างเจิดจ้าเท่ากับดวงไฟหนึ่งหมื่นดวง) ไปวางไว้ที่ใจกลางของห้องโถง ถ้าท่านเข้าใกล้ใจกลางของห้องโถงมากเท่าใดความสว่างเจิดจ้าก็มีมากขึ้นเท่านั้น ในทางตรงกันข้าม ถ้าท่านอยู่ห่างจากใจกลางของห้องโถงความสว่างเจิดจ้าก็จะลดลงไปตามระยะห่าง ในทำนองเดียวกัน เมื่อความสว่างดั้งเดิมรวมตัวกันเป็นความสว่างเดียว พื้นที่ต่าง ๆ จึงถูกสร้างขึ้นตามความแตกต่างกันของความสว่างเจิดจ้าในย่านอากาศ

ความสว่างดั้งเดิมเป็นความสว่างฝ่ายวิญญาณและเมื่อความสว่างเจิดจ้าของแสงเปลี่ยนแปลง ความหนาแน่นของธรรมชาติฝ่ายวิญญาณก็เปลี่ยนไปด้วยเช่นกัน เมื่อความสว่างดั้งเดิมรวมตัวกันเป็นความสว่างที่เข้มข้นหนึ่งเดียว ความสว่างเจิดจ้าของของแสงและความหนาแน่นของวิญญาณก็ลดลงเมื่อระยะห่างจากแหล่งของความสว่างมีเพิ่มมากขึ้น ดังนั้นจักรวาลดั้งเดิมที่เคยเป็นพื้นที่เดียวจึงถูกแบ่งออกเป็นสีจักรวาลตามความสว่างเจิดจ้าของแสงและความหนาแ

น่นของวิญญาณ พระเจ้าทรงเรียกจักรวาลทั้งสีนีว่าสวรรค์ชันทีหนึง สวรรค์ชันทีสอง สวรรค์ชันทีสาม และสวรรค์ชันทีสี

สถานทีซึงพระเจ้าองค์ดังเดิมได้ทรงรวมไว้เป็นความสว่างหนึงเดียวคือสถานทีพิเศษซึงเป็นของสวรรค์ชันทีสี ด้วยเหตุนี ความสว่างในสวรรค์ชันทีสีจึงมีความเจิดจ้ามากทีสุดและสถานทีแห่งนีก็มีความหนาแน่นของวิญญาณมากทีสุดเช่นกัน สวรรค์ชันทีสามมีความสว่างเจิดจ้าและความหนาแน่นของวิญญาณน้อยกว่าในสวรรค์ชันทีสี และสวรรค์ชันทีสองมีความสว่างเจิดจ้าและความหนาแน่นของวิญญาณน้อยกว่าสวรรค์ทีสาม มิติฝ่ายวิญญาณประกอบด้วยสวรรค์ชันทีสองถึงสวรรค์ชันทีสี สวรรค์ชันทีหนึงเป็นวัตถุจักรวาลทีมีรูปร่างซึงเราสามารถมองเห็นได้ด้วยตาของตนเอง ธรรมชาติของวิญญาณถูกนำออกไปเกือบทั้งหมดจากจักรวาลนีเมือพระเจ้าทรงรวบรวมความสว่างไว้เป็นความสว่างเดียว ดังนั้นจักรวาลนีจึงเต็มไปด้วยธรรมชาติของเนือหนังแทนทีจะเป็นธรรมชาติของวิญญาณ

ในพืนทีทางกายภาพ ถ้าท่านตัดพืนทีบางแห่งออกเป็นสีส่วน แต่ละพืนทีจะมีขนาดเล็กกว่าพืนทีดังเดิม แต่ในพืนทีฝ่ายวิญญาณไม่ได้เป็นเช่นนี สาเหตุก็เพราะว่าพืนทีฝ่ายวิญญาณไม่มีขอบเขตจำกัด เมือจักรวาลทีไร้ขอบเขตจำกัดถูกแบ่งออกเป็นสีส่วน ทั้งสีส่วนนันได้กลายเป็นจักรวาลอันกว้างใหญ่ไพศาลทั้งสีจักรวาล ด้วยเหตุนี แม้จักรวาลดังเดิมถูกแบ่งออกเป็นสวรรค์สีชัน สวรรค์แต่ละชันก็ไม่มีขอบเขตจำกัด ไม่เพียงแต่สวรรค์ชันทีสอง ชันทีสาม และชันทีสีเท่านนไม่มีขอบเขตจำกัด แม้แต่สวรรค์ชันทีหนึงซึงเป็นโลกฝ่ายเนือหนังก็ไม่มีขอบเขตจำกัดเช่นกัน

พระเจ้าทรงอนุญาตให้มีสวรรค์ชันต่าง ๆ ตามการใช้สอย อันดับแรก พระเจ้าทรงแยกสวรรค์ชันทีหนึงเอาไว้เพือกำหนดให้สวรรค์ชันนีเป็นเวทีสำหรับการเตรียมมนุษย์ สวรรค์ชันทีสองถูกเตรียมไว้เป็นพืนทีสำหรับเหล่าวิญญาณแห่งความมืดซึงจำเป็นต่อการเตรียมมนุษย์ แต่สถานทีแห่งนีก็ถูกเตรียมไว้สำหรับอาดัมซึงถูกสร้างให้เป็นวิญญาณผู้มีชีวิตเช่นกัน สวรรค์ชันทีสามถูกแยกไว้เพือสร้า

งอาณาจักรสวรรค์ซึ่งดวงวิญญาณที่เป็นเหมือนข้าวสาลีที่พระเจ้าท
รงได้มาผ่านการเตรียมมนุษย์จะเข้าไปอยู่ในสถานที่แห่งนี้ สุดท้าย
สวรรค์ชั้นที่สี่เป็นพื้นที่สำหรับพระเจ้าตรีเอกานุภาพ สถานที่แห่งนี้
เป็นมิติเดียวกันกับจักรวาลที่เคยเป็นพื้นที่ดั้งเดิมหนึ่งเดียว

ครั้งแรกเมื่อจักรวาลดั้งเดิมถูกแยกออกเป็นสวรรค์ทั้งสี่ชั้น สวร
รค์เหล่านั้นยังเป็นพื้นที่ว่างเปล่าอยู่ แต่ไม่ได้หมายความว่าสวรรค์เ
หล่านั้นเป็นพื้นที่ว่างเปล่าอย่างสิ้นเชิงเพราะยังมีดวงดาวจำนวนมา
กอยู่ในจักรวาลดั้งเดิม ในสวรรค์ชั้นที่หนึ่งซึ่งเป็นโลกของเรายังไม่
มีการสร้างระบบสุริยะจักรวาลและยังไม่มีการสร้างกลุ่มดาวกาแล็ก
ซีของเรา ในสวรรค์ชั้นที่สามอาณาจักรสวรรค์ยังไม่ได้ถูกสร้างขึ้น
สวรรค์ชั้นที่สามเป็นเพียงพื้นที่เหมาะสมสำหรับการสร้างอาณาจักร
สวรรค์ หลังจากการแยกพื้นที่เหล่านี้ พระเจ้าทรงเริ่มเติมพื้นที่เหล่า
นั้นด้วยภารกิจแห่งการทรงสร้างของพระองค์

พระเจ้าองค์ดั้งเดิมทรงเป็นองค์ตรีเอกานุภาพ

หลังจากรวมตัวกันเป็นความสว่างหนึ่งเดียวแล้ว อันดับแรกพระ
เจ้าทรงแยกพระองค์เองออกเป็นความสว่างทั้งสาม ในที่นี้เมื่อพูดว่า
"ความสว่างแยกออกเป็นความสว่างทั้งสาม" แนวคิดนี้ไม่ได้เป็นเห
มือนการเอาความสว่างมาแบ่งออกเป็นสามชิ้น หากแต่เป็นเหมือน
การมีความสว่างแบบเดียวกันเกิดออกมาจากภายในความสว่างดั้งเ
ดิมหนึ่งเดียวนั้น แม้ว่าความสว่างดั้งเดิมจะแยกตัวออกเป็นความสว่
างทั้งสาม แต่ความสว่างเหล่านี้ก็ไม่ได้แยกขาดหรือแตกต่างกัน หา
กแต่เป็นความสว่างเหมือนกันกับความสว่างดั้งเดิม

ความสว่างดั้งเดิมดำรงอยู่ในฐานะความสว่างเดียวและความ
สว่างอีกสองดวงได้ถูกสร้างขึ้นใหม่ หลังจากกลายเป็นความสว่
างทั้งสามแล้วความสว่างเหล่านั้นก็รับเอารูปทรง (หรือสัณฐาน)
ฝ่ายวิญญาณที่มีลักษณะเหมือนกับรูปทรงของมนุษย์ ความส
ว่างทั้งสามดำรงอยู่ในฐานะพระเจ้าพระบิดา พระเจ้าพระบุตร
และพระเจ้าพระวิญญาณบริสุทธิ์ หลังจากพระเจ้าองค์ดั้งเดิมทรง

จำแนกออกเป็นพระเจ้าตรีเอกานุภาพ องค์ตรีเอกาแต่ละองค์ทรง
รับเอาพระกายฝ่ายวิญญาณของตนซึ่งแตกต่างจากกันและกันบ้า
งเล็กน้อย แต่วิญญาณที่อยู่ในพระกายฝ่ายวิญญาณทั้งสามนั้นมา
จากพระเจ้าองค์ดั้งเดิมองค์เดียวกัน ดังนั้นเราอาจพูดได้ว่าทั้งสาม
พระภาคที่เป็นหนึ่งเดียวกันนั้นทรงมีจิตใจ ความคิด ฤทธิ์อำนาจ
และสติปัญญาแบบเดียวกัน

เพราะเหตุนี้เราจึงเรียกพระเจ้าพระบิดา พระเจ้าพระบุตร แล
ะพระเจ้าพระวิญญาณบริสุทธิ์ว่าตรีเอกานุภาพ พระเจ้าตรีเอก
านุภาพทรงสร้างสิ่งต่าง ๆ ที่จำเป็นสำหรับพื้นที่ซึ่งพระเจ้าทรง
สถิตขึ้นก่อน เมื่อครั้งที่พระเจ้าทรงดำรงอยู่โดยลำพังในฐานะ
ความสว่างและพระสุรเสียงที่แผ่ซ่านอยู่ภายในความสว่างนั้น
พระองค์ไม่ทรงต้องการที่สถิต แต่เพราะเวลานี้พระองค์ทรงมีสัณฐา
นพระองค์จึงต้องการที่สถิต
เมื่อพระเจ้าตรีเอกานุภาพทรงพำนักอยู่ในสวรรค์ชั้นที่สี่พระองค์
อาจทรงสวมหรือไม่สวมสัณฐานนั้น พระองค์ทรงสามารถเปลี่ยนสั
ณฐานของพระองค์ตามที่พระองค์ทรงต้องการในสวรรค์ชั้นที่สี่ และ
เนื่องจากบางครั้งพระองค์ทรงสวมสัณฐานพระองค์จึงต้องมีที่สถิตใ
นสถานที่แห่งนั้น พระเจ้าทรงมีสัณฐานอยู่เสมอในสวรรค์ชั้นที่สาม
ซึ่งเหมาะกับอาณาจักรสวรรค์เช่นกัน ดังนั้นพระองค์จึงทรงสร้างที่ส
ถิตสำหรับพระองค์เองในสถานที่แห่งนั้น พระเจ้าทรงเริ่มต้นสร้างสิ
่งมีชีวิตฝ่ายวิญญาณผู้ซึ่งจะปรนนิบัติพระองค์เช่นกัน

พระเจ้าทรงสร้างทูตสวรรค์และพวกเครูบ

สิ่งมีชีวิตฝ่ายวิญญาณที่พระเจ้าทรงสร้างขึ้นมีอยู่สองประเภท
ได้แก่ "ทูตสวรรค์" และ "พวกเครูบ" ทูตสวรรค์มีรูปร่างเกือบเหมือ
นกับรูปร่างของมนุษย์ยกเว้นตรงที่ว่าทูตสวรรค์มีปีก (วิวรณ์ 14:6)
มนุษย์ถูกสร้างขึ้นตามพระฉายาของพระเจ้าและทูตสวรรค์ก็ถูกสร้า
งขึ้นตามพระฉายาของพระเจ้าเช่นกัน (มาระโก 16:5) เพียงแต่ว่า

ทูตสวรรค์มีเฉพาะพระฉายาภายนอกของพระเจ้าเท่านั้นในขณะที่มนุษย์มีทั้งพระฉายาภายนอกและพระทัยของพระเจ้า

ทูตสวรรค์มีขนาดใหญ่หรือเล็กแค่ไหน ทูตสวรรค์จำนวนมากมีขนาดคล้ายคลึงกับมนุษย์ อย่างไรก็ตาม ยังมีทูตสวรรค์จำนวนมากที่มีขนาดเล็กและขนาดใหญ่เช่นกัน ทูตสวรรค์มีรูปร่างและลักษณะตามบทบาทหน้าที่ของตน

ยกตัวอย่าง ถ้าเป็นทูตสวรรค์ที่ต้องทำหน้าที่เป็นนายพลของกองทัพ ทูตสวรรค์ที่เหมาะสมต้องเป็นเพศชายที่มีรูปร่างกำยำล่ำสัน สำหรับการเต้นรำและร้องเพลง ทูตสวรรค์ที่เหมาะสมต้องเป็นเพศหญิงที่อ่อนโยน เป็นต้น แน่นอน สิ่งนี้ไม่ได้หมายความว่าทูตสวรรค์เพศชายที่มีรูปร่างกำยำล่ำสันจะไม่เต้นรำ ในโลกนี้มีนักเต้นรำเพศชายและทำหน้าที่ของตนฉันใด ในสวรรค์ก็มีทูตสวรรค์ที่มีลักษณะเหมือนเพศชายเต้นรำและทำหน้าที่ของตนด้วยฉันนั้น แต่การที่ทูตสวรรค์เหล่านี้ดำรงในลักษณะหรือรูปร่างหน้าตาของเพศหญิงหรือเพศชาย ไม่ได้หมายความว่าทูตสวรรค์มีเพศ แต่หมายความว่ารูปร่างหน้าตาและพฤติกรรมของทูตสวรรค์มีลักษณะเหมือนผู้ชายหรือผู้หญิง

ทูตสวรรค์ปรนนิบัติพระเจ้าและทำหน้าที่ของตนตามคำสั่งของพระเจ้า หน้าที่ของทูตสวรรค์มีอยู่หลายอย่างและทูตสวรรค์ก็มีจำนวนนับไม่ได้

และทูตสวรรค์ทั้งปวงที่ยืนรอบพระที่นั่ง รอบผู้อาวุโส และรอบสัตว์ทั้งสี่นั้น ก้มลงกราบหน้าพระที่นั่ง และนมัสการพระเจ้า (วิวรณ์ 7:11)

และข้าพเจ้าได้เห็นทูตสวรรค์ที่มีฤทธิ์มากอีกองค์หนึ่งลงมาจากสวรรค์ มีเมฆคลุมตัวท่าน และมีรุ้งบนศีรษะท่าน และหน้าท่านเหมือนดวงอาทิตย์ และเท้าท่านเหมือนเสาไฟ (วิวรณ์ 10:1)

ทูตสวรรค์ทั้งปวงเป็นแต่เพียงวิญญาณผู้ปรนนิบัติ ที่พระองค์ทรงส่งไปช่วยเหลือบรรดาผู้ที่จะได้รับความรอดเป็นมรดกมิใช่หรือ

(ฮีบรู 1:14)

ในบรรดาทูตสวรรค์เหล่านี (ในขณะทีมีทูตสวรรค์ซึงได้รับมอบ หมายหน้าทีพิเศษในมิติฝ่ายวิญญาณ) มีทูตหลายองค์ทีปรนนิบัติบุ ตรของพระเจ้าบนโลกนี ทูตสวรรค์ทีได้รับมอบหมายให้ดูแลผู้เชือแ ต่ละคนจะมีจำนวนทีแตกต่างกันตามขนาดของการชำระให้บริสุทธิ ของบุคคลทีอยู่ฝ่ายวิญญาณหรือฝ่ายวิญญาณอย่างสมบูรณ์ ลำดับขั นในหมู่ทูตสวรรค์ถูกกำหนดและรักษาไว้อย่างเข้มงวดตามลำดับขั นฝ่ายวิญญาณของผู้บังคับบัญชาของตน นอกจากนัน ยังมีทูตสวรร ค์ทีได้รับมอบหมายให้ดูแลบุคคลแต่ละคนเช่นกันไม่ว่าเขาจะเป็นผู้ เชือหรือไม่ก็ตาม ทูตสวรรค์หลายองค์ทำหน้าทีบันทึกคำพูดและกา รกระทำทุกอย่างของบุคคลแต่ละคนทีอาศัยอยู่ในโลกนี

ในขณะทีทูตสวรรค์มีรูปโฉมของมนุษย์ พวกเครูบมีรูปร่างเห มือนรูปร่างของสัตว์หลากหลายชนิด พวกเครูบทีมีหน้าทีในการคุ้ มกันพระเจ้าจะมีรูปทรงของสัตว์ชนิดต่าง ๆ เช่น สิงโต นกอินทรี และวัว เป็นต้น สดุดี 18:10 กล่าวว่า "พระองค์ทรงเครูบตนหนึง แล้วทรงเหาะไป พระองค์ทรงเหาะไปโดยปีกของลมอย่างรวดเร็ว" มังกร (ซึงผู้คนคิดว่าเป็นสัตว์ในจินตนาการ) ทีจริงเคยเป็นหนึงในพวกเครูบ มังกรทีพระเจ้าทรงสร้างขึนครังแ รกงดงามและน่ารักมากและเป็นเหมือนสัตว์เลียงสำหรับพระเจ้า มังกรเคยมีขน มือ และเท้าทีนุ่มนวลและมีสีสันทีงดงามหลากหลายเ หนือคำบรรยาย มังกรเคยเป็นหัวหน้าของพวกเครูบและมีสิทธิอำน าจและพลังอำนาจมาก มังกรเคยมีผู้ส่งข่าวจำนวนมากอยู่ภายใต้กา รควบคุมของตน

ในท่ามกลางพวกเครูบจะมี "สัตว์ทังสี" อยู่ด้วยเช่นกัน สัตว์เหล่า นีมีลักษณะเหมือนกองโลหะแข็งสีทึบ สัตว์ทังสีจะนำภัยพิบัติและกา รลงโทษมาสู่มนุษย์โลกตามคำสังของพระเจ้า สัตว์เหล่านีสำแดงให้ เห็นถึงศักดิ์ศรีและสิทธิอำนาจของพระเจ้า สัตว์ทังสีมีศีรษะเดียวแต่ มีสีหน้าซึงเป็นหน้าของมนุษย์ สิงโต ลูกวัว และนกอินทรี การปรากฏตัวของสัตว์ทังสีดูเป็นเหมือนกับการปรากฏตัวของคนสีคนทียืนห

นหลังให้กับด้านในและหันหน้าออกไปด้านนอก ในพื้นที่ส่วนกลาง
ของสัตว์ทั้งสี่มีเปลวไฟพลุ่งขึ้นลงอยู่ตลอดเวลา สัตว์ทั้งสี่มีดวงตาเต็
มอยู่ทั่วร่างกายและสัตว์เหล่านี้เฝ้าดูทุกสิ่งทุกอย่าง

เมื่อพระเจ้าทรงสร้างทูตสวรรค์และพวกเครูบพระองค์ไม่ได้มอ
บเสรีภาพในการตัดสินใจให้กับสิ่งมีชีวิตเหล่านี้เหมือนกับที่ทรงมอ
บให้กับมนุษย์ สิ่งมีชีวิตเหล่านี้เพียงแต่เชื่อฟังคำสั่งของพระเจ้าตาม
ลำดับขั้น แม้กระทั่งวันนี้พระเจ้าทรงครอบครองจักรวาลทั้งหมดผ่า
นทูตสวรรค์และพวกเครูบเหล่านี้

มิติฝ่ายวิญญาณมีการจัดการและวางระบบเป็นอย่างดี

พระคัมภีร์กล่าวถึงพลโยธาแห่งสวรรค์และเทพบดีด้วยเช่นกัน
ลูกา 2:13 กล่าวว่า "ทันใดนั้น มีชาวสวรรค์ (พลโยธาแห่งสวรรค์)
หมู่หนึ่งมาอยู่กับทูตสวรรค์องค์นั้นร่วมสรรเสริญพระเจ้าว่า"
พลโยธาแห่งสวรรค์ (พระคัมภีร์บางฉบับแปลว่า "ชาวสวรรค์")
คือกองทัพแห่งสวรรค์

นอกจากนั้น 1 เธสะโลนิกา 4:16 กล่าวว่า "ด้วยว่าอง
ค์พระผู้เป็นเจ้าเองจะเสด็จมาจากสวรรค์ ด้วยเสียงกู่ก้อง
ด้วยสำเนียงของเทพบดี และด้วยเสียงแตรของพระเจ้า และคนทั้งป
วงที่ตายแล้วในพระคริสต์จะเป็นขึ้นมาก่อน" ข้อเท็จจริงของการมีเ
หล่าเทพบดีบอกให้เรารู้ว่าในโลกของทูตสวรรค์นั้นมีลำดับขั้น
เทพบดีสำรวจตรวจสอบทุกด้านโดยทำหน้าที่เป็นเหมือนมือ เท้า
หู และตาของพระเจ้า เทพบดียังรับคำสั่งจากพระเจ้าและรายงานโด
ยตรงต่อพระองค์เช่นกัน ภายใต้เทพบดี (ซึ่งเป็นเหมือนรัฐมนตรี) ยั
งมีทูตสวรรค์จำนวนนับไม่ถ้วนที่ให้การสนับสนุนเทพบดีเหล่านั้น
เทพบดีเหล่านี้ไม่ได้กำกับดูแลทูตสวรรค์ทุกองค์ที่อยู่ภายใต้ตน เท
พบดีเหล่านี้มีหัวหน้าทูตสวรรค์องค์อื่นเป็นผู้จัดการทูตสวรรค์หน่
วยต่าง ๆ ในระบบนี้ เมื่อมีการออกคำสั่ง คำสั่งนั้นจะถูกสั่งออกไ
ปโดยตรงและรายงานทุกอย่างไม่มีข้อผิดพลาดเลยแม้แต่นิดเดียว

แม้จะมีหลายขั้นตอน แต่กระบวนการนี้จะได้รับการดำเนินการใน
ทันทีทันใด

พระเจ้าทรงสามารถครอบครองและสำรวจมนุษย์ทุกคนบนโลก
นี้ในขณะที่ประทับอยู่บนพระที่นั่งของพระองค์ได้โดยผ่านการทำห
น้าที่ของพวกทูตสวรรค์ แน่นอน พระเจ้าทรงยิ่งใหญ่สูงสุดและพระ
องค์ทรงสามารถสำรวจสิ่งสารพัดด้วยพระองค์เอง แต่กระนั้น เหล่
าทูตสวรรค์ก็รายงานสิ่งที่ตนเห็นและตรวจสอบต่อพระเจ้าโดยตรง
ด้วยวิธีนี้ ทูตสวรรค์จะไม่เป็นเพียงแค่ผู้รายงานเท่านั้นแต่ทูตสวรร
ค์เหล่านี้จะเป็นพยานให้กับรายงานของตนเช่นกัน สิ่งนี้ช่วยให้เราม
องเห็นภาพของความยุติธรรมในการพิพากษาของพระเจ้าชัดเจนยิ
่งขึ้นเมื่อพระองค์ทรงพิพากษาบางสิ่งบางอย่าง

ยกตัวอย่าง เราสามารถพูดถึงการลงโทษที่พระเจ้าทรงกระทำต่อ
เมืองโสโดมและโกโมราห์ ปฐมกาล 19:1 กล่าวว่า "ทูตสวรรค์สอง
องค์มาถึงเมืองโสโดมในเวลาเย็น" พระเจ้าทรงส่งทูตสวรรค์ของพร
ะองค์สององค์มาสำรวจอีกครั้งหนึ่งก่อนที่พระองค์ทรงลงโทษเมือง
โสโดมและโกโมราห์ ผู้คนที่นั่นแสดงความกระด้างกระเดื่องต่อพร
ะเจ้า กล่าวคือ คนเหล่านั้นพยายามที่จะทำร้ายทูตสวรรค์ทั้งสององค์
ในที่สุดพระเจ้าทรงลงโทษเมืองโสโดมและโกโมราห์ด้วยไฟ

เทพบดีซึ่งเป็นที่รู้จักมากที่สุดคือกาเบรียลและมิคาเอล กาเบรียล
เป็นผู้ส่งข่าวการปรากฏตัวขึ้นเพื่อนำการสำแดงหรือพระดำรัสพิเศ
ษของพระเจ้ามาให้กับมนุษย์ ท่านเป็นเทพบดีที่มีรูปร่างใหญ่โตและ
ฐานันดรศักดิ์และสวมเสื้อคลุมที่มีแขนเสื้อขนาดใหญ่ซึ่งสามารถบร
รจุการสำแดงของพระเจ้า กาเบรียลสวมเสื้อคลุมที่มีลวดลายเหมือน
ตราสัญลักษณ์ของพระราชา เหมือนกับตราสัญลักษณ์ของรัฐมนตรี
ที่ประกาศถึงคำบัญชาของกษัตริย์

เทพบดีมิคาเอลเป็นเหมือนผู้บัญชาการของกองทัพและที่มีฐานัน
ดรศักดิ์ในดวงตาของท่าน ท่านสวมใส่ชุดนักรบและเข็มขัดรอบเอว
ของท่านสามารถเก็บอาวุธหลายชนิดเอาไว้ข้างในได้ การมีอาวุธใน
มิติฝ่ายวิญญาณหมายความว่าพระเจ้าทรงมอบสิทธิอำนาจให้กับท่า

นเพื่อให้ต่อสู้ในสงครามฝ่ายวิญญาณ อาวุธเชิงสัญลักษณ์จะถูกนำอ
อกมาใช้ตามความดุเดือดของการสู้รบ

นอกจากนั้นยังมีเทพบดีที่มีรูปร่างขนาดใหญ่อีกสอง์องค์เช่นกัน
เทพบดีทั้งสองนี้มีรูปโฉมของเพศหญิงพร้อมกับมีพลังอำนาจและสิ
ทธิอำนาจสูงส่งมาก เทพบดีทั้งสองนี้ไม่ค่อยยิ้มแย้มนัก ถ้าเทพบดีทั้
งสองปรากฏตัวขึ้นการทำงานอย่างยิ่งใหญ่ของพระเจ้าก็จะเกิดขึ้นต
ามเช่นกัน เทพบดีทั้งสองมีรูปร่างสูงใหญ่มาก ถ้าเทพบดีทั้งสององค์
นี้ยืนอยู่ในตึกที่มีเพดานสูง ๆ ท่านจะสามารถมองเห็นเพียงขอบเสื้อ
คลุมของเทพบดีเหล่านี้ เราไม่สามารถวัดได้ว่าเทพบดีทั้งสองนี้สูงเ
พียงใดเพราะมิติฝ่ายวิญญาณมีแนวคิดเรื่องการวัดขนาดแตกต่างจ
ากโลกกายภาพอย่างสิ้นเชิง

เทพบดีทั้งสามที่เป็นของพระเจ้าโดยตรง

นอกเหนือจากทูตสวรรค์จำนวนมากแล้วพระเจ้าได้ทรงสร้างทูต
สวรรค์บางองค์ให้อยู่ภายใต้การควบคุมของพระองค์โดยตรงซึ่งทูต
เหล่านี้จะปรนนิบัติพระองค์เป็นการส่วนตัว เทพบดีเหล่านี้มีอยู่สาม
องค์ซึ่งรวมถึงลูซิเฟอร์ เทพบดีเหล่านี้มีตำแหน่งและฐานันดรศักดิ์เ
หมือนเทพบดีองค์อื่น ๆ แต่เทพบดีเหล่านี้มีสิทธิอำนาจที่พิเศษมาก
โดยทั่วไปสิ่งมีชีวิตฝ่ายวิญญาณไม่ได้รับเสรีภาพในการตัดสิน
ใจ สิ่งมีชีวิตเหล่านี้สามารถเชื่อฟังโดยไม่มีเงื่อนไขเพียงอย่างเดียว
แต่สำหรับเทพบดีทั้งสามองค์ที่เป็นของพระเจ้าโดยตรงนั้นพระเจ้า
ทรงมอบความเป็นมนุษย์และเสรีภาพในการตัดสินใจให้กับเขาโดย
ถือเป็นข้อยกเว้นซึ่งมนุษย์เท่านั้นที่สามารถมีสิ่งเหล่านี้ พระเจ้าทรง
สร้างเทพบดีเหล่านี้ให้มีความเป็นมนุษย์และเพื่อให้แบ่งปันความรั
กกับพระองค์แม้ว่าเทพบดีเหล่านี้ไม่สามารถเป็นเหมือนบุตรของพ
ระเจ้าที่พระองค์ได้มาจากการเตรียมมนุษย์ พระเจ้าทรงอนุญาตให้
เทพบดีเหล่านี้ปรนนิบัติพระองค์ด้วยจิตใจของตนและแบ่งปันความ
รู้สึก ความชื่นชมยินดี และความสุขกับพระองค์ด้วยเสรีภาพในการ
ตัดสินใจของตน

เทพบดีทั้งสามองค์นี้มีรูปร่างหน้าตาของเพศหญิงและมีจิตใจที่อ่อนละมุน สุภาพอ่อนน้อม และดีงาม ถ้อยคำที่ออกมาจากปากของเทพบดีเหล่านี้อุดมไปด้วยกลิ่นหอมชื่นใจและมีพฤติกรรมที่สละสลวยน่ามอง แต่เทพบดีแต่ละองค์มีข้อแตกต่างกันเล็กน้อยในเรื่องของบุคลิกคุณลักษณะ ลูซิเฟอร์มีคุณลักษณะที่โดดเด่นกว่าเทพบดีอีกสององค์ ลูซิเฟอร์รับผิดชอบด้านดนตรีและทำให้พระเจ้าทรงโปรดปรานด้วยด้วยน้ำเสียงอันไพเราะและเครื่องดนตรี พระเจ้าทรงปีติยินดีกับการสรรเสริญของเธอและรักเธออย่างมาก

ครั้งหนึ่งพระเจ้าทรงสำแดงให้ผมเห็นลูซิเฟอร์ เธอสวมชุดขนาดใหญ่และแวววาวที่ประดับประดาด้วยของมีค่ามากมาย เส้นผมที่ยาวสลวยของเธอได้รับการตกแต่งด้วยเพชรนิลจินดาซึ่งกลมกลืนกับเส้นผมสีทองของเธอ เธอเล่นเครื่องดนตรีที่โดดเด่นมากชิ้นหนึ่ง เสียงกระทบกันของเครื่องประดับที่มีค่าบนเส้นผมของเธอและเสียงเพลงสรรเสริญผสมกลมกลืนเข้าด้วยกันและส่งเสียงดังออกไปเหมือนเสียงลมพัด เสียงนั้นขึ้นไปถึงพระเจ้าและเป็นเสียงที่ไพเราะอย่างยิ่ง
แต่เมื่อเธอเป็นผู้ที่พระเจ้าทรงรักยิ่งและชื่นชมกับพลังอำนาจอันยิ่งใหญ่มาเป็นเวลานาน ความหยิ่งผยองก็เริ่มก่อตัวขึ้นในจิตใจของเธอ เมื่อเธอเห็นสิ่งสารพัดที่พระเจ้าทรงกระทำและสิทธิอำนาจอันยิ่งใหญ่ของพระองค์ในการครอบครองเหนือมิติฝ่ายวิญญาณทั้งมวลเธอเกิดความอิจฉา ความหยิ่งผยองขยายตัวเพิ่มมากขึ้นในจิตใจของเธอจนเธอคิดว่าเธอสามารถทำได้ดีกว่าพระเจ้า ในที่สุด เธอได้วางแผนที่จะยกชูตนเองให้สูงส่งกว่าพระเจ้าและเริ่มรวบรวมกำลังพลของตน

ลูซิเฟอร์เธอมีพลังอำนาจมากจนครั้งแรกเธอสามารถรวบรวมทูตสวรรค์จำนวนมากที่อยู่ภายในอำนาจของเธอมาเข้าข้างเธอ นอกจากทูตสวรรค์จำนวนนับไม่ถ้วนแล้วเธอยังได้ล่อลวงมังกรและพวกเครูบอีกหลายตนให้มาอยู่ภายใต้การควบคุมของเธอเช่นกัน เธอล่อลวงทูตเหล่านั้นด้วยการเสแสร้งว่าเธอกำลังทำภารกิจลับของพระเจ้า

การกบฏที่ล้มเหลวของลูซีเฟอร์

พระเจ้าทรงทราบความคิดของลูซีเฟอร์และทรงให้โอกาสเธอห
นหลังกลับ พระองค์ทรงอนุญาตให้เธอรู้ถึงผลลัพธ์ของการกบฏใน
ความพยายามที่จะทำให้เธอมองเห็นความเป็นจริงอย่างตรงไปตรง
มา แต่เพราะความหยิ่งผยองได้ฝังรากลึกในจิตใจของเธอแล้วและเ
ธอไม่ยอมหันกลับ ลูซีเฟอร์กบฏต่อพระเจ้าและพ่ายแพ้ เธอถูกขับอ
อกจากสวรรค์พร้อมกับสิ่งมีชีวิตฝ่ายวิญญาณที่ติดตามเธอและถูกขั
งไว้ในเหวลึกหรือเป็นที่รู้จักในชื่อของ "หลุมลึกที่ไม่มีก้นหลุม"
อิสยาห์ 14:12-15 อธิบายถึงการกบฏและความพ่ายแพ้ของลูซีเ
ฟอร์และผลลัพธ์สุดท้ายไว้ดังต่อไปนี้

โอ ลูซีเฟอร์เอ๋ย โอรสแห่งรุ่งอรุณ
เจ้าร่วงลงมาจากฟ้าสวรรค์แล้วซี เจ้าถูกตัดลงมายังพื้น
ดินอย่างไรหนอ เจ้าผู้กระทำให้บรรดาประชาชาติตกต่
ำน่ะ เจ้ารำพึงในใจของเจ้าว่า ʻข้าจะขึ้นไปยังฟ้าสวรรค์
ข้าจะตั้งพระที่นั่งของข้า ณ เหนือดวงดาวทั้งหลายของพระเจ้า
ข้าจะนั่งบนขุนเขาชุมนุมสถาน ณ ด้านทิศเหนือ
ข้าจะขึ้นไปเหนือความสูงของเมฆ ข้าจะกระทำตัวของข้าเหมือนอง
ค์ผู้สูงสุดʻ แต่เจ้าจะถูกนำลงมาสู่นรก ยังที่ลึกของปากแดน

พระคัมภีร์บันทึกเกี่ยวกับทูตสวรรค์ที่ติดตามลูซีเฟอร์ไว้ด้วยเช่น
กัน 2 เปโตร 2:4 กล่าวว่า "เพราะว่า ถ้าพระเจ้าไม่ได้ทรงยกเว้นพ
วกทูตสวรรค์ที่ได้ทำบาปนั้น แต่ได้ทรงผลักเขาลงไปสู่นรก และได้
มัดเขาไว้ด้วยเครื่องจองจำแห่งความมืด คุมไว้จนกว่าจะถึงเวลาทร
งพิพากษา" ยูดาส 1:6 กล่าวเช่นกันว่า "และเหล่าทูตสวรรค์ที่ไม่ได้
รักษาเทวสภาพของตน แต่ได้ละทิ้งถิ่นฐานของตนนั้น พระองค์ก็ไ
ด้ทรงจองจำไว้ด้วยโซ่ตรวนอันเป็นนิรันดร์ ขังไว้ในที่มืดจนกว่าจะ
ถึงการพิพากษาในวันสำคัญยิ่งนั้น"
ปฐมกาล 1:2 พูดถึงสิ่งที่เกิดขึ้นในมิติฝ่ายวิญญาณก่อนการทรง
สร้างโลกนี้เช่นกัน ข้อนี้กล่าวว่า "แผ่นดินโลกนั้นก็ปราศจากรูปร่าง

และว่างเปล่าอยู่ ความมืดอยู่เหนือผิวน้ำ และพระวิญญาณของพระเจ้าปกอยู่เหนือผิวน้ำนั้น"

ข้อนี้มีทั้งความหมายฝ่ายวิญญาณและความหมายทางกายภาพ ข้อนี้กล่าวเป็นนัยเกี่ยวกับสิ่งที่เกิดขึ้นในมิติฝ่ายวิญญาณรวมทั้งสิ่งที่กำลังเกิดขึ้นในโลกกายภาพ

ในฝ่ายวิญญาณ การพูดว่า "แผ่นดินโลกนั้นก็ปราศจากรูปร่าง" แสดงให้เห็นว่าระเบียบแบบแผนฝ่ายวิญญาณถูกรบกวนอยู่ช่วงหนึ่งเนื่องจากการกบฏของลูซิเฟอร์ "แผ่นดินโลก" เป็นสัญลักษณ์ว่า "โลกแห่งความมืดถูกควบคุมโดยลูซิเฟอร์" เนื่องจากลูซิเฟอร์และสิ่งมีชีวิตฝ่ายวิญญาณที่ติดตามเขาละเมิดระเบียบแบบแผนที่พระเจ้าทรงตั้งไว้ พระคัมภีร์จึงกล่าวว่าแผ่นดินโลกปราศจากรูปร่าง ข้อนี้กล่าวต่อไปว่าแผ่นดินโลก "ว่างเปล่าอยู่" สิ่งนี้แสดงให้เห็นถึงพระทัยของพระเจ้าหลังจากที่พระองค์ถูกทรยศจากลูซิเฟอร์ซึ่งเป็นผู้ที่พระองค์เคยรักอย่างมาก

แต่ในไม่ช้าการกบฏก็ถูกปราบปรามและเหล่าวิญญาณชั่วก็ถูกคุมขังไว้ในส่วนที่ลึกที่สุดของนรกซึ่งได้แก่เหวลึก สภาพนี้ถูกอธิบายไว้ในวลีที่ว่า "ความมืดอยู่เหนือผิวน้ำ" พระเจ้าทรงนำความสงบสุขและระเบียบแบบแผนกลับมาใหม่ด้วยการคุมขังพลังอำนาจแห่งความมืดไว้ในเหวลึกและสิ่งนี้ถูกอธิบายไว้ในวลีที่ว่า "พระวิญญาณของพระเจ้าปกอยู่เหนือผิวน้ำนั้น"

พระเจ้าทรงสร้างแผ่นดินโลกไว้ในสวรรค์ชั้นที่หนึ่ง

เมื่อแผ่นดินโลกถูกสร้างขึ้นครั้งแรก สภาพของแผ่นดินโลกไม่เหมือนอย่างที่เป็นอยู่ในเวลานี้ แผ่นดินโลกในเวลานั้นมีเหตุการณ์แผ่นดินไหว มีการระเบิดของภูเขาไฟ และมีการเคลื่อนตัวของแกนโลกและเปลือกโลก ในชั้นบรรยากาศก็มีเหตุการณ์หลายอย่างเกิดขึ้นเช่นกัน

ดังนั้น สภาพที่แปรปรวนของแผ่นดินโลกจึงถูกอธิบายไว้ในวลีที่ว่า "แผ่นดินโลกนั้นก็ปราศจากรูปร่างและว่างเปล่าอ

ยู่” ข้อนี้กล่าวต่อไปว่า “ความมืดอยู่เหนือผิวน้ำ” วลีนี้หมายควา
มว่าเมื่อแผ่นดินโลกถูกสร้างขึ้นครั้งแรกนั้นยังไม่มีดวงอาทิตย์
ไม่มีดวงจันทร์ หรือดวงดาวใน

กาแล็กซีของเรา ดังนั้นแผ่นดินโลกจึงถูกปกคลุมด้วยความมืด
เมื่อพระเจ้าทรงเติมเต็มแผ่นดินโลกด้วยสิ่งต่าง ๆ ที่จำเป็นพระองค์
ทรงใช้ความพยายามอย่างดีที่สุดของพระองค์ ดังเช่นบิดาคนหนึ่งที่
สร้างและเติมบ้านเรือนไว้สำหรับครอบครัวของตนด้วยการเอาใจใ
ส่ดูแลของตน พระเจ้าทรงโอบอุ้มแผ่นดินโลกทั้งหมดเอาไว้และทร
งทำให้ภารกิจแห่งการทรงสร้างของพระองค์สำเร็จ

ขั้นตอนนี้ถูกอธิบายไว้ในข้อความที่ว่า “พระวิญญาณของพระเจ้
าปกอยู่เหนือผิวน้ำนั้น” ในเวลานี้พระเจ้าทรงเสด็จลงมายังโลกนี้ พร
ะองค์ทรงสำรวจดูว่าแผ่นดินโลกต้องการสิ่งใดและพระองค์จะทรงส
ร้างสิ่งเหล่านั้นอย่างไรด้วยการเสด็จออกไปทั่วแผ่นดินโลก พระคัม
ภีร์กล่าวว่าพระวิญญาณของพระเจ้าปกอยู่เหนือ “ผิวน้ำ” ข้อนี้บอกใ
ห้เราทราบว่าโลกในเวลานั้นถูกปกคลุมไว้ด้วยน้ำทั้งหมด ดังเช่นตัว
อ่อนของทารกที่เติบโตอยู่ในน้ำคร่ำภายในมดลูก แผ่นดินโลกถูกป
กคลุมไว้ด้วยน้ำมาเป็นเวลานานจนกระทั่งก่อนการทรงสร้างหกวันเ
กิดขึ้นในโลก

ถ้าเช่นนั้นน้ำที่ปกคลุมโลกนี้มาจากไหน น้ำนี้เป็นแห่งชีวิตที่ไหล
ออกมาจากพระที่นั่งของพระเจ้า พระเจ้าทรงสร้างน้ำแห่งชีวิตเมื่อพ
ระองค์ทรงสร้างมิติฝ่ายวิญญาณอันกว้างใหญ่ไพศาลและทรงนำน้ำ
นี้เข้ามาในโลก เหตุผลที่พระเจ้าทรงปกคลุมโลกนี้ด้วยน้ำแห่งชีวิตก็
เพื่อทำให้เกิดสภาพแวดล้อมที่ดีสำหรับสิ่งมีชีวิตทั้งปวงซึ่งรวมถึงม
นุษย์ที่จะอาศัยอยู่ในโลกนี้ในอนาคต

เราไม่สามารถพบดาวเคราะห์ดวงไหนที่เต็มไปด้วยน้ำเหมือนแ
ผ่นดินโลกในระบบสุริยะจักรวาล ที่จริงเรายังไม่พบในที่แห่งใดเลย
ว่ามีดาวเคราะห์ดวงไหนที่มีน้ำเพียงพอที่จะหล่อเลี้ยงชีวิต สาเหตุก็เ
พราะว่าพระเจ้าทรงนำน้ำแห่งชีวิตนี้เข้ามาในแผ่นดินโลกเพียงแห่ง
เดียวและพระองค์ทรงสร้างสภาพแวดล้อมขั้นพื้นฐานเพื่อให้สิ่งมีชีวิ

ตทั้งปวงดำรงชีวิตของตนต่อไปได้

เมื่อพระเจ้าทรงปกคลุมแผ่นดินโลกไว้ด้วยน้ำแห่งชีวิตพระองค์ทรงต้องการให้มนุษย์ทุกคนมีชีวิตนิรันดร์ในพระเจ้า พระองค์ทรงต้องการให้มนุษย์ที่อาศัยอยู่บนแผ่นดินโลกกลายเป็นบุตรที่แท้จริงของพระองค์ซึ่งมีจิตใจที่สะอาดบริสุทธิ์เหมือนน้ำแห่งชีวิต

การจัดเตรียมของพระเจ้าในการแบ่งความสว่างและความมืด

ในที่สุด พระเจ้าทรงเริ่มต้นการทรงสร้างวันแรก ปฐมกาล 1:3-4 กล่าวว่า "พระเจ้าตรัสว่า 'จงให้มีความสว่าง' แล้วความสว่างก็เกิดขึ้น พระเจ้าทรงเห็นว่าความสว่างนั้นดี และพระเจ้าทรงแยกความสว่างนั้นออกจากความมืด" พระเจ้าตรัสกว่า "จงให้มีความสว่าง" ความสว่างในข้อนี้คือความสว่างฝ่ายวิญญาณและเป็นความสว่างที่ไหลออกมาจากพระที่นั่งของพระเจ้า ความสว่างนี้มีฤทธิ์อำนาจและพระลักษณะของพระเจ้า พระเจ้าทรงปกคลุมแผ่นดินโลกไว้ด้วยความสว่างนี้และทรงวางรากฐานของแผ่นดินโลกเพื่อว่าแผ่นดินโลกจะไม่ปราศจากรูปร่างและว่างเปล่า แต่แผ่นดินโลกจะถูกขับเคลื่อนไปอย่างมีระเบียบแบบแผนและเป็นระบบ

จากนั้นปฐมกาล 1:4-5 กล่าวว่า "พระเจ้าทรงเห็นว่าความสว่างนั้นดี และพระเจ้าทรงแยกความสว่างนั้นออกจากความมืด พระเจ้าทรงเรียกความสว่างนั้นว่าวัน และพระองค์ทรงเรียกความมืดนั้นว่าคืน มีเวลาเย็นและเวลาเช้าเป็นวันที่หนึ่ง" ด้วยการสั่งให้มีความสว่างเกิดขึ้น ระเบียบและกฎเกณฑ์พื้นฐานของธรรมชาติก็ถูกกำหนดไว้บนแผ่นดินโลกและเพราะฉะนั้นแม้ในยามที่ยังไม่มีดวงอาทิตย์หรือดวงจันทร์ แผ่นดินโลกก็ยังเคลื่อนที่ต่อไปเสมือนหนึ่งว่ามีดวงอาทิตย์และดวงจันทร์ กล่าวคือ กลางวันและกลางคืนบนแผ่นดินโลกไม่ได้ถูกกำหนดโดยดวงอาทิตย์และดวงจันทร์ พระเจ้าได้ทรงสถาปนาระเบียบและกฎเกณฑ์เกี่ยวกับกลางวันและกลางคืนไว้แล้วและดวงอาทิตย์และดวงจันทร์ถูกสร้างขึ้นภายหลังเพื่อให้ครองกลางและกลา

งคืน

แต่การแยกกลางวันและกลางคืนออกจากกันมีความหมายฝ่ายวิญญาณที่สำคัญมากกว่าที่จะเป็นความหมายด้านกายภาพ สิ่งนี้หมายความว่าในวันแรกของการทรงสร้างพระเจ้าได้ทรงปล่อยลูซิเฟอร์และทูตสวรรค์ที่กบฏออกจากเหวลึกและมิติของวิญญาณชั่วได้ถูกสร้างขึ้น พระเจ้าทรงทราบว่าความสว่างฝ่ายวิญญาณและความมืดเป็นสิ่งที่จำเป็นต่อการเตรียมมนุษย์เหมือนกับที่ทุกสิ่งทุกอย่างบนโลกนี้ดำเนินไปด้วยการหมุนรอบของกลางวันและกลางคืน พระองค์ทรงวางแผนทุกสิ่งทุกอย่างไว้ตั้งแต่ก่อนปฐมกาลและเมื่อเวลามาถึงพระองค์ทรงมอบสิทธิอำนาจให้กับลูซิเฟอร์ (ที่ทรยศต่อพระองค์) เพื่อทำให้เขาเป็นผู้ครอบครองแห่งความมืด

แต่สิ่งนี้ไม่ได้หมายความว่าพระองค์ทรงมอบสิทธิอำนาจแบบเดียวกันกับสิทธิอำนาจของพระเจ้าผู้ทรงเป็นผู้ครอบครองและเจ้าของจักรวาลอันกว้างใหญ่ไพศาล พระองค์ทรงอนุญาตให้มีสิ่งมีชีวิตฝ่ายวิญญาณรวมทั้งระเบียบแบบแผนและระบบของโลกแห่งวิญญาณชั่วโดยเฉพาะเพื่อจุดประสงค์ของการเตรียมมนุษย์เพื่อให้การเตรียมมนุษย์ดำเนินไปอย่างเป็นธรรมและอยู่ในหลักของความยุติธรรมที่จริงลูซิเฟอร์ (ผู้ครอบครองความมืด) เคยเป็นของความสว่าง แต่เธอหันหลังให้กับความสว่างและเสื่อมถอยไป เธอยังอยู่ใต้ฤทธิ์อำนาจและสิทธิอำนาจสูงสุดของพระเจ้า

พระเจ้าทรงอนุญาตให้มีพื้นที่แห่งความมืดในสวรรค์ชั้นที่สอง

ปฐมกาล 1:6-8 กล่าวว่า "พระเจ้าตรัสว่า 'จงให้มีพื้นอากาศในระหว่างน้ำ และจงให้พื้นอากาศนั้นแยกน้ำออกจากน้ำ' พระเจ้าทรงสร้างพื้นอากาศ และทรงแยกน้ำซึ่งอยู่ใต้พื้นอากาศจากน้ำซึ่งอยู่เหนือพื้นอากาศ ก็เป็นดังนั้น พระเจ้าทรงเรียกพื้นอากาศว่าฟ้า มีเวลาเย็นและเวลาเช้าเป็นวันที่สอง"

ด้วยน้ำแห่งชีวิตที่ไหลออกมาจากพระที่นั่งของพระเจ้า

พระองค์ทรงทำให้แผ่นดินโลกมั่นคง ซึ่งโลกใบนี้จะกลายเป็นเวทีของการเตรียมมนุษย์ จากนั้นพระองค์ทรงสร้างพื้นอากาศ พื้นอากาศที่อยู่บนแผ่นดินโลกหมายถึงพื้นฟ้าอากาศที่ถูกสร้างขึ้น จากนั้นพระเจ้าทรงแยกน้ำที่ปกคลุมโลกออกเป็นน้ำซึ่งอยู่ใต้พื้นอากาศและน้ำซึ่งอยู่เหนือพื้นอากาศ

น้ำซึ่งอยู่ใต้พื้นอากาศคือน้ำที่เหลืออยู่บนแผ่นดินโลก ในวันที่สามของการทรงสร้างน้ำทั้งหมดก็รวมเข้ามาอยู่ในที่เดียวกันเพื่อทำให้เกิดมหาสมุทรและกลายเป็นแหล่งกำเนิดของแม่น้ำและทะเลสาบบนแผ่นดินโลก น้ำซึ่งอยู่เหนือพื้นอากาศถูกใช้สำหรับปรากฏการณ์ทางด้านอุตุนิยมวิทยา (เช่น การก่อตัวของเมฆและการกลั่นตัวของไอน้ำในอากาศ เป็นต้น) แต่จุดประสงค์หลักของการใช้น้ำนี้ก็เพื่อสวนเอเดน

เมื่อพระคัมภีร์กล่าวว่า "พื้นอากาศ" สิ่งนี้ไม่ได้หมายถึงเฉพาะท้องฟ้าที่เรามองเห็นเท่านั้น ปฐมกาลบทที่ 1 กล่าวว่าพระเจ้าทรงเห็นว่าทุกสิ่งที่พระองค์ทรงสร้างขึ้นในหกวันนั้นเป็นสิ่งที่ "ดี" นั่นคือยกเว้นสำหรับการทรงสร้างในวันที่สองในวันที่สองพระเจ้าไม่ได้ตรัสว่า "ดี" เหตุผลก็เพราะว่าในวันที่สองพระเจ้าทรงอนุญาตให้มีการสร้างพื้นที่แห่งความมืดขึ้นในสวรรค์ชั้นที่สองสำหรับเหล่าวิญญาณชั่วเพราะวิญญาณชั่วเหล่านั้นได้รับ "อำนาจในย่านอากาศ" และต่อมาถูกใช้เป็นเครื่องมือในขั้นตอนของการเตรียมมนุษย์

เอเฟซัส 2:2 กล่าวว่า "ครั้งเมื่อก่อนท่านเคยดำเนินตามวิถีของโลกนี้ตามเจ้าแห่งอำนาจในย่านอากาศ คือวิญญาณที่ครอบครองอยู่ในบุตรแห่งการไม่เชื่อฟัง" ข้อนี้บอกเราว่าพื้นที่แห่งความมืดซึ่งเป็นที่อยู่อาศัยของเหล่าวิญญาณชั่วคือ "ย่านอากาศ" นี้เป็นพื้นที่ซึ่งอยู่ติดกับสวนเอเดนทางทิศตะวันออก พื้นที่แห่งนี้จะเป็นที่อยู่อาศัยของเหล่าวิญญาณชั่วไปจนกว่าการเตรียมมนุษย์จะเสร็จสิ้นลง

แน่นอน สวนเอเดนตั้งอยู่ในสวรรค์ชั้นที่สองด้วยเช่นกันและจะเป็นพื้นที่สำหรับการจัดงานเลี้ยงสมรสเจ็ดปีซึ่งจะจัดขึ้นหลังจากกา

รเตรียมมนุษย์เสร็จสิ้นลง แต่เนื่องจากมีการสร้างพื้นที่แห่งความมี
ดซึ่งเป็นที่อยู่อาศัยของเหล่าวิญญาณชั่ว พระเจ้าจึงไม่ได้ตรัสว่า "ดี"
ในวันที่สอง

โลกของเหล่าวิญญาณชั่ว

ก่อนที่เธอจะกลายมาเป็นผู้ครอบครองความมืดนั้น ลูซิเฟอร์เคย
เห็นและเรียนรู้หลายสิ่งหลายอย่างจากการที่ได้อยู่ใกล้ชิดกับพระเจ้า
พระบิดา เธอเห็นว่าพระเจ้าทรงครอบครองเหนือพื้นที่ฝ่ายวิญญาณ
อันกว้างใหญ่ไพศาลผ่านทูตสวรรค์และพวกเครูบอย่างไรและเมื่อเ
ธอสร้างโลกของวิญญาณชั่วขึ้นมาแล้ว ลูซิเฟอร์ก็ลอกเลียนวิธีการข
องพระเจ้า เธอตั้งสายการบังคับบัญชาขึ้นมาสองสายเพื่อออกคำสั่ง
และครอบครองโลกแห่งความมืด สายการบังคับบัญชาหนึ่งเป็นของ
มังกรและทูตสวรรค์ที่เป็นสมุนของมันและอีกสายหนึ่งเป็นของซาต
านและผีมาร

อันดับแรก ลูซิเฟอร์มอบอำนาจในการปฏิบัติงานให้กับ
มังกรซึ่งทำหน้าที่คล้ายกับนายพลแห่งกองทัพและบริหารจั
ดการทูตสวรรค์ที่อยู่ภายใต้การบังคับบัญชาของตนเพื่อสนั
บสนุนภารกิจของทูตเหล่านั้น มังกรทั้งสี่ที่มี "อำนาจในย่านอากาศ"
จะควบคุมผู้คนแห่งความมืดเพื่อรับการกราบไหว้บูชาจากคนเหล่า
นั้น มังกรจะแทรกซึมเข้าไปในสถานที่แห่งการกราบไหว้รูปเคารพ
ซึ่งส่งผลทำให้ผู้คนกราบไหว้บูชาตน
ลูซิเฟอร์ควบคุมทุกสิ่ง "อยู่หลังฉาก" ในที่ทำการผ่านทางซาตาน
ซาตานควบคุมความคิดแห่งความเท็จของมนุษย์โดยมีความคิดและ
จิตใจเหมือนกันกับลูซิเฟอร์ ซาตานไม่มีรูปร่างที่ชัดเจนและมักปรา
กฏตัวอยู่ในรูปของควันดำ เพราะเหตุนี้ ผู้คนที่รับเอาการงานของซ
าตานจะมีบางสิ่งบางอย่างเหมือนกับเมฆสีดำอยู่บนใบหน้าของเขา
สำหรับบางคน ควันดำจะปกคลุมทั้งร่างกายของเขาตั้งแต่หัวจรดเ
ท้า

และการยุยงให้ผู้คนทำตามความคิดแห่งความเท็จไปเป็นการงานของผีมาร ทูตสวรรค์ที่ถูกขับออกจากสวรรค์บางตนถูกปล่อยออกมาและทำตัวเป็นผีมาร ผีมารจะทำสิ่งที่ตรงกันข้ามกับทูตสวรรค์ด้วยการสวมชุดสีดำ

เมื่อคนหนึ่งทำสิ่งชั่วร้ายตามที่ผีมารยุยงให้เขาทำ ยิ่งเขามอบหัวใจให้กับสิ่งที่ชั่วร้ายนั้นมากเท่าใด ในที่สุดผีมารก็จะเอาชนะเขามากขึ้นเท่านั้น ผีมารเป็นวิญญาณชั่ว แต่วิญญาณชั่วเหล่านี้ไม่ใช่สิ่งมีชีวิตฝ่ายวิญญาณที่พระเจ้าทรงสร้างขึ้นเหมือนพวกทูตสวรรค์ ครั้งหนึ่งผีมารเคยเป็นมนุษย์ที่อาศัยอยู่ในโลกนี้ บางคนที่เสียชีวิตไปโดยไม่ได้รับความรอดจะหวนกลับมายังโลกนี้ในกรณีพิเศษและทำตัวเป็นเครื่องมือของวิญญาณชั่ว

โลกของวิญญาณชั่วถูกสร้างขึ้นโดยมีลูซีเฟอร์เป็นหัวหน้าของเหล่าวิญญาณชั่วและวิญญาณชั่วเหล่านี้ก่อกวนการงานของพระเจ้า วิญญาณชั่วพยายามทุกวิถีทางเพียงเพื่อจะชักนำวิญญาณอย่างน้อยอีกดวงหนึ่งให้เข้าไปสู่หนทางแห่งนรก เหตุผลที่พระเจ้าทรงมอบพลังอำนาจแห่งความมืดให้กับลูซีเฟอร์และเหล่าวิญญาณชั่วก็เพื่อจะมีบุตรที่แท้จริงผ่านการเตรียมมนุษย์ บุตรที่แท้จริงได้แก่ผู้คนที่มีชีวิตอยู่ในความสว่างและความจริงพร้อมกับมีลักษณะเหมือนพระเจ้า คนเหล่านี้เชื่อในพระเจ้า พระเยซูคริสต์พระผู้ช่วยให้รอดพร้อมกับรักและเชื่อฟังพระเจ้าด้วยความสมัครใจ

โลกของวิญญาณชั่วสามารถเปรียบเหมือนปุ๋ยที่ชาวนาใส่ลงไปในทุ่งนา ปุ๋ยเคมีเป็นสารที่ทำให้เกิดปฏิกิริยาทางเคมีซึ่งมีพิษร้ายและเป็นอันตรายต่อมนุษย์ถ้ามันเข้าไปในร่างกายของเขา แต่ถ้าปุ๋ยเคมีนี้ถูกนำไปใช้กับพืชผล ปุ๋ยนี้จะช่วยให้พืชเกิดดอกออกผลเป็นอย่างดี ในทำนองเดียวกัน เรารู้จักความแตกต่างอย่างชัดเจนว่าความมืดสกปรกเพียงใดและความสว่างมีค่าแค่ไหนโดยผ่านการทำงานของลูซีเฟอร์และเหล่าวิญญาณชั่วที่ต่อสู้กับพระเจ้าและชักนำบุตรของพระเจ้าให้ทำบาป จากนั้นเราเริ่มใฝ่ฝันถึงความสว่างมากขึ้นและปรารถนาที่จะเป็นบุตรของความสว่าง ผลก็คือลูซีเฟอร์

และเหล่าวิญญาณชั่วกำลังช่วยเหลือพระเจ้าในการเตรียมมนุษย์ของพระองค์

พระเจ้าทรงให้ทางเลือกกับมนุษย์ผ่านทางเสรีภาพในการตัดสินใจเพื่อเขาจะสามารถเลือกระหว่างความสว่างและความมืดด้วยตนเอง พระเจ้าสถิตอยู่ในความสว่างและเป็นเรื่องธรรมชาติสำหรับผู้คนที่รักพระเจ้าจะต้องการอยู่ในความสว่างและใกล้ชิดกับพระเจ้ามากขึ้น พระเจ้าทรงมีบุตรที่แท้จริงผ่านกระบวนการนี้ กระบวนการนี้คือการเตรียมมนุษย์ พระเจ้าทรงเป็นความสว่างที่แท้จริงและผู้คนที่หันหลังให้กับความมืดและเข้าไปสู่ความสว่างจะมีลักษณะเหมือนพระเจ้า คนเหล่านี้คือคนที่ถูกเรียกว่าบุตรที่แท้จริงของพระเจ้า เขาจะอยู่กับองค์พระผู้เป็นเจ้าตลอดไปในพื้นที่แห่งความสว่าง เขาจะชื่นชมกับความสุขและสง่าราศีจากพระเจ้าตลอดนิรันดร์

พื้นที่ของความสว่างและความมืดดำรงอยู่ร่วมกันในสวรรค์ชั้นที่สอง

พระเจ้าทรงเป็นผู้ครอบครองพื้นที่แห่งความสว่าง พื้นที่แห่งความสว่างประกอบไปด้วยสวรรค์ชั้นที่สอง สวรรค์ชั้นที่สามซึ่งเป็นที่ตั้งของอาณาจักรสวรรค์ และสวรรค์ชั้นที่สี่ซึ่งเป็นพื้นที่ดั้งเดิมของพระเจ้า

ในสวรรค์ชั้นที่สอง พื้นที่แห่งความสว่างและพื้นที่แห่งความมืดดำรงอยู่ร่วมกัน เหมือนที่อธิบายไว้ในเบื้องต้นว่าพระเจ้าทรงแยกความสว่างและความมืดออกจากกันในวันแรกของการทรงสร้าง ลูซิเฟอร์และเหล่าวิญญาณชั่วได้รับการปลดปล่อยในวันที่หนึ่งและเข้ามาอาศัยอยู่ในพื้นที่แห่งความมืดในสวรรค์ชั้นที่สองจากวันที่สองของการทรงสร้างเป็นต้นมา พระเจ้าทรงอนุญาตให้สิ่งมีชีวิตเหล่านี้อาศัยอยู่ในพื้นที่แห่งความมืดในสวรรค์ชั้นที่สองในช่วงระหว่างการเตรียมมนุษย์

ในพื้นที่แห่งความสว่างในสวรรค์ชั้นที่สองมีพื้นที่ประเภทใดบ้าง หนึ่งในพื้นที่เหล่านั้นคือสถานที่สำหรับการจัดงาน

เลี้ยงสมรสเจ็ดปีที่องค์พระผู้เป็นเจ้าทรงจัดเตรียมไว้ ดวงวิญญาณที่รอดแล้ว (ซึ่งเป็นผลของการเตรียมมนุษย์) จะเข้าร่วมในงานเลี้ยงนี้ในอนาคต 1 เธสะโลนิกา 4:17 กล่าวว่า "หลังจากนั้นเราทั้งหลายซึ่งยังเป็นอยู่และเหลืออยู่ จะถูกรับขึ้นไปในเมฆพร้อมกับคนเหล่านั้น เพื่อจะได้พบองค์พระผู้เป็นเจ้าในฟ้าอากาศ อย่างนั้นแหละเราก็จะอยู่กับองค์พระผู้เป็นเจ้าเป็นนิตย์" คำว่า "ฟ้าอากาศ" ในข้อนี้เป็นพื้นที่แห่งนี้ที่อยู่ในพื้นที่แห่งความสว่างในสวรรค์ชั้นที่สอง

สถานที่อีกแห่งหนึ่งในพื้นที่แห่งความสว่างคือสวนเอเดน หลายคนคิดว่าสวนเอเดนอยู่บนโลกนี้ ดังนั้นบางคนจึงเสาะหาอิสราเอลและส่วนอื่น ๆ ของตะวันออกกลาง แต่จนถึงวันนี้ไม่มีใครเคยค้นพบร่องรอยของสวนเอเดนเลย สาเหตุก็เพราะว่าสวนเอเดนไม่ได้ถูกสร้างไว้บนโลกนี้แต่ถูกสร้างไว้ในสวรรค์ชั้นที่สองซึ่งเป็นมิติฝ่ายวิญญาณ

พระเจ้าทรงสร้างอาดัม (มนุษย์คนแรก) ครั้งแรกบนโลกนี้และต่อมาทรงนำเขาเข้าไปอยู่ในสวนเอเดน สาเหตุก็เพราะว่าอาดัมถูกสร้างขึ้นจากผงคลีดิน แต่อาดัมไม่ใช่สิ่งมีชีวิตฝ่ายร่างกาย ปฐมกาล 2:7 กล่าวว่า "พระเยโฮวาห์พระเจ้าทรงปั้นมนุษย์ด้วยผงคลีดิน ทรงระบายลมปราณแห่งชีวิตเข้าทางจมูกของเขา และมนุษย์จึงเกิดเป็นจิตวิญญาณมีชีวิตอยู่" อาดัมจึงเกิดเป็นผู้มีชีวิตซึ่งได้แก่วิญญาณที่มีชีวิตเนื่องจากลมปราณแห่งชีวิตของพระเจ้า พื้นที่ทางกายภาพไม่เหมาะสมกับอาดัมคนนี้ที่เป็นวิญญาณที่มีชีวิต แต่เขาเหมาะสมกับสวนเอเดนซึ่งเป็นพื้นที่ฝ่ายวิญญาณที่ตั้งอยู่ในสวรรค์ชั้นที่สอง

สวนเอเดนเป็นโลกฝ่ายวิญญาณ แต่สถานที่แห่งนี้แตกต่างจากอาณาจักรสวรรค์ในสวรรค์ชั้นที่สาม เอเดนเป็นโลกฝ่ายวิญญาณ แต่ถ้าผู้คนจากที่นั่นลงมาในโลกนี้เราสามารถมองเห็นและสัมผัสตัวเขาได้ สภาพแวดล้อมของสวนเอเดนคล้ายคลึงกับสภาพแวดล้อมของโลก แต่พืชพันธุ์และสัตว์ที่นั่นไม่มีวันตายหรือเสื่อมสูญเพราะที่นั่นเป็นมิติฝ่ายวิญญาณ ที่นั่นสะอาดบริสุทธิ์และสภาพแวดล้อมตามธรร

มชาติได้รับการรักษาไว้เป็นอย่างดี ความกว้างใหญ่ไพศาลของสถ
านที่แห่งนั้นอยู่เหนือจินตนาการ เพราะอาดัมเป็นวิญญาณที่มีชีวิต
นอกเหนือจากแผ่นดินโลกแล้ว พระเจ้าจึงทรงสร้างสวนเอเดนแห่ง
นี้ขึ้นในสวรรค์ชั้นที่สองสำหรับเขา

สวรรค์ชั้นที่สามและสวรรค์ชั้นที่สี่

สวรรค์ชั้นที่สามคือที่ตั้งของอาณาจักรสวรรค์ สถานที่แห่งนี้เป็
นที่ประดิษฐานของพระที่นั่งของพระเจ้าและเป็นพื้นที่ซึ่งบุตรของ
พระเจ้าที่รอดโดยพระเยซูคริสต์จะอาศัยอยู่ชั่วนิรันดร์ อัครทูตเปา
โลถูกนำขึ้นไปยังสวรรค์ชั้นที่สามและมองเห็นเมืองบรมสุขเกษม
นอกจากนั้น ในวิวรณ์บทที่ 21 อัครทูตยอห์นอธิบายเกี่ยวกับนคร
เยรูซาเล็มใหม่โดยละเอียด เราสามารถเห็นว่าอาณาจักรสวรรค์ไม่ไ
ด้เป็นเหมือนพื้นที่เปิดพื้นที่เดียว แต่อาณาจักรสวรรค์มีพื้นที่ต่าง ๆ
อยู่อีกมากมาย

พื้นที่แรกได้แก่เมืองบรมสุขเกษม (ซึ่งอัครทูตเปาโลมองเห็น) คื
ออยู่อาศัยสำหรับผู้เชื่อที่มีความเชื่อซึ่งทำให้เขารอดอย่างหวุดหวิด
(ลูกา 23:42-43) ผู้คนที่มีความเชื่อมากกว่าคนเหล่านี้จะเข้าไปสู่อ
าณาจักรที่หนึ่งของสวรรค์และผู้คนที่มีความเชื่อมากกว่านั้นจะเข้าไ
ปสู่อาณาจักรที่สองของสวรรค์

ผู้คนที่กำจัดความชั่วทุกรูปแบบทิ้งไปและได้รับการชำระให้บริสุ
ทธิ์จะเข้าไปอาณาจักรที่สามของสวรรค์ ผู้คนที่ไม่เพียงแต่กำจัดควา
มชั่วทั้งสิ้นทิ้งไปแต่ยังมีความเชื่อที่พระเจ้าพอพระทัย (ซึ่งได้แก่ผู้ค
นที่เข้าสู่ฝ่ายวิญญาณอย่างสมบูรณ์) จะเข้าไปสู่นครเยรูซาเล็มใหม่ซึ่
งที่ประดิษฐานของพระที่นั่งของพระเจ้า ในท่ามกลางสถานที่ต่าง ๆ
ของสวรรค์ชั้นที่สาม นครเยรูซาเล็มใหม่สว่างเจิดจ้ามากที่สุด ความ
สว่างเจิดจ้าจะลดลงเมื่อท่านถอยห่างออกไปจากนครเยรูซาเล็มใหม่
เมืองบรมสุขเกษมมีความสว่างเจิดจ้าน้อยที่สุด แต่สวรรค์ชั้นที่หนึ่ง
ซึ่งเราอาศัยอยู่นี้เทียบไม่ได้เลยกับเมืองบรมสุขเกษม เมืองบรมสุข
เกษมยังคงรุ่งเรืองและงดงามยิ่งกว่าสวนเอเดนในสวรรค์ชั้นที่สองด้

วยซ้ำไป

สวรรค์ชั้นที่สี่เป็นพื้นที่ซึ่งพระเจ้าทรงดำรงอยู่แต่เพียงลำพังใน
ปฐมกาล พื้นที่แห่งนี้เป็นพื้นที่สำหรับพระเจ้าตรีเอกานุภาพแต่เพีย
งพระองค์เดียว สถานที่ซึ่งพระเจ้าองค์ดั้งเดิมทรงรวมกันเป็นความ
สว่างหนึ่งเดียวอยู่ในสวรรค์ชั้นที่สี่ พื้นที่แห่งนี้อยู่ในมิติเดียวกันกับ
มิติของจักรวาลดั้งเดิม การหมุนเวียนของเวลาในสวรรค์ชั้นที่หนึ่ง
ชั้นที่สอง และชั้นที่สามนั้นแตกต่างกันไปตามลำดับ แต่ในสวรรค์ชั้
นที่สี่แทบไม่มีการหมุนเวียนของเวลาอยู่เลยและที่นั่นไม่มีข้อจำกัด
ที่ผูกมัดด้วยเวลา นอกจากนั้น พระเจ้าทรงสามารถทำทุกสิ่งทุกอย่าง
ที่พระองค์ทรงปรารถนาในที่แห่งนั้นและสิ่งนี้หมายความว่าที่นั่นไม่
มีข้อจำกัดของพื้นที่เช่นกัน

ไม่มีใครสามารถเข้าไปในพื้นที่แห่งนี้ได้ด้วยการไตร่ตรองของ
ตนเองเว้นแต่พระเจ้าตรีเอกานุภาพ มีเพียงเทพบดีสองสามองค์แล
ะบุคคลพิเศษที่อาศัยอยู่ในนครเยรูซาเล็มใหม่เท่านั้นที่สามารถเข้าไ
ปในพื้นที่นี้ด้วยการทรงอนุญาตของพระเจ้า ไม่มีใครสามารถเข้าใ
กล้พื้นที่แห่งนี้ได้โดยไม่ได้รับอนุญาตจากพระเจ้า ถ้ามีผู้หนึ่งผู้ใดบั
งอาจเข้าไปในพื้นที่แห่งนี้โดยไม่ได้รับอนุญาตจากพระเจ้า วิญญา
ณของเขาจะจางหายและอันตรธานไปเหมือนควัน

มาจนถึงจุดนี้เราได้พิจารณาถึงพื้นที่ฝ่ายวิญญาณอันกว้างใหญ่ไ
พศาล พระเจ้าทรงแบ่งพื้นที่ดั้งเดิมหนึ่งเดียวออกเป็นสวรรค์ชั้นที่ห
นึ่ง สวรรค์ชั้นที่สอง สวรรค์ชั้นที่สาม และสวรรค์ชั้นที่สี่ซึ่งเป็นส่วน
หนึ่งของแผนการของพระองค์ในการได้มาซึ่งบุตรที่แท้จริง พื้นที่ข
องสวรรค์มีหลายระดับฉันใด พื้นที่ของแผ่นดินโลกก็มีหลายระดับ
ด้วยฉันนั้น ระดับต่าง ๆ เหล่านี้ได้แก่อุโมงค์ชั้นบน อุโมงค์ชั้นล่าง
นรก และเหวลึก

อุโมงค์ชั้นบนและอุโมงค์ชั้นล่าง

พระเจ้าตรัสถึงสถานที่ซึ่งเป็นของพระเจ้าว่า "สวรรค์" และตรัสถึ
งสถานที่ซึ่งเป็นของผีมารซาตานว่า "โลก" แต่มีสถานที่ยกเว้นอยู่ที่

หนึ่งและที่นั่นได้แก่อุโมงค์ชั้นบน

ผู้คนที่รอดแล้วจะไปอาศัยอยู่ในอุโมงค์ชั้นบนเป็นเวลาสาม วันก่อนที่เขาจะเข้าไปสู่สถานที่รอคอยในเมืองบรมสุขเกษม อุโมงค์ชั้นบนเป็นของ "แผ่นดินโลก" แทนที่จะเป็นของ "สวรรค์" ในมิติฝ่ายวิญญาณ แต่สิ่งนี้ไม่ได้หมายความว่าอุโมงค์ชั้นบนเป็นของความมืด อุโมงค์ชั้นบนเป็นพื้นที่แห่งความสว่างที่เป็นของพระเจ้าและผีมารซาตานไม่สามารถเข้าไปในสถานที่แห่งนี้ได้ อุโมงค์ชั้นบนแตกต่างจากอุโมงค์ชั้นล่างชัดเจนซึ่งอุโมงค์ชั้นล่างอยู่ภายใต้การควบคุมของฤทธิ์อำนาจของความมืด อุโมงค์ชั้นบนเป็นพื้นที่แห่งความจริงและความสว่าง

แต่สาเหตุที่กล่าวว่าอุโมงค์ชั้นบนเป็นของ "แผ่นดินโลก" ก็เพราะสถานที่แห่งนี้ไม่ได้ดีกว่าสวนเอเดนที่อยู่ในสวรรค์ชั้นที่สาม เพราะเหตุนี้เมื่อพระคัมภีร์กล่าวถึงผู้คนที่รอดแล้วเข้าไปสู่อุโมงค์ชั้นบน พระคัมภีร์จะใช้คำว่าคนเหล่านั้น "ลงไป" ไม่ใช่ "ขึ้นไป"

ปฐมกาล 37:35 กล่าวว่า "ฝ่ายบุตรชายหญิงทั้งหมดก็พากันมาปลอบโยนบิดา แต่ท่านไม่ยอมรับการปลอบโยนกล่าวว่า 'เราจะโศกเศร้าถึงลูกเราจนกว่าเราจะตามลงไปยังหลุมฝังศพ' บิดาของเขาร้องไห้คิดถึงเขาดังนี้" คำว่า "หลุมฝังศพ" (บางฉบับใช้คำว่า "แดนคนตาย") ในข้อนี้ไม่ได้หมายถึงอุโมงค์ชั้นล่างซึ่งเป็นที่อยู่ของคนที่ไม่รอด หากแต่เป็นอุโมงค์ชั้นบนซึ่งเป็นที่อยู่สำหรับคนที่รอดแล้ว

นอกจากนั้น 1 ซามูเอล 28:12-13 กล่าวว่า "และเมื่อหญิงคนนั้นเห็นซามูเอล จึงร้องเสียงดังและหญิงนั้นกราบทูลซาอูลว่า 'ไฉนพระองค์จึงทรงล่อลวงหม่อมฉัน พระองค์คือซาอูล' กษัตริย์ตรัสแก่นางว่า 'อย่ากลัวเลยเจ้าได้เห็นอะไร' และหญิงนั้นกราบทูลซาอูลว่า 'หม่อมฉันเห็นเทพยเจ้าองค์หนึ่งเสด็จขึ้นมาจากแผ่นดิน'" นี่เป็นภาพเหตุการณ์ที่หญิงคนทรงตกใจกลัวที่เขามองเห็นซามูเอลที่เสียชีวิตไปแล้ว ซามูเอลอยู่ในอุโมงค์ชั้นบนและเพราะเหตุนี้ข้อนี้จึงกล่าวว่าท่านขึ้นมาจากแผ่น

ดิน

แน่นอน สิ่งนี้ไม่ใช่ว่าหญิงคนทรงเรียกวิญญาณของซามูเอลอย่า
งแท้จริง คนทรงหรือหมอผีไม่มีพลังอำนาจที่จะสื่อสารกับพระเจ้าห
รือเรียกวิญญาณของคนตาย คนเหล่านี้เพียงแค่สามารถติดต่อกับพื้
นที่แห่งความมืดและเรียกภูตผีได้

แต่นี่ถือเป็นโอกาสพิเศษ พระเจ้าทรงนำซามูเอลที่อยู่ในอุโมงค์
ชั้นบนออกมาเป็นพิเศษเพื่อให้คนเหล่านั้นรู้จักน้ำพระทัยของพระเ
จ้า ซาอูลถูกพระเจ้าทอดทิ้งแล้วเนื่องมาจากความไม่เชื่อฟังของท่าน
แต่พระเจ้าทรงมอบพระคุณพิเศษให้กับท่านเพราะท่านยังเป็นกษัต
ริย์ของอิสราเอลอยู่และพระเจ้าทรงจดจำว่าซามูเอลอธิษฐานเผื่อซา
อูลด้วยการร้องไห้คร่ำครวญเพื่อให้ท่านหันกลับจากทางที่ชั่วร้ายแล
ะการไม่เชื่อฟังของตนเมื่อครั้งที่ซามูเอลมีชีวิตอยู่

สาเหตุที่ซามูเอลอยู่ในอุโมงค์ชั้นบนก็เพราะว่าเหตุการณ์นี้เกิดขึ
นก่อนที่พระเยซูทรงถูกตรึงบนกางเขน หลังจากที่พระเยซูสิ้นพระ
ชนม์บนกางเขนและเป็นขึ้นมาจากความตายแล้วเท่านั้นที่พระองค์
ทรงพาดวงวิญญาณในอุโมงค์ชั้นบนไปยังสถานที่รอคอยในเมืองบ
รมสุขเกษม ก่อนการเป็นขึ้นมาของพระเยซู ดวงวิญญาณที่รอดแล้
วอาศัยอยู่ในอุโมงค์ชั้นบนกับอับราฮัมผู้เป็นบิดาแห่งความเชื่อซึ่งรั
บผิดชอบสถานที่แห่งนั้น เพราะเหตุนี้พระคัมภีร์จึงกล่าวว่าดวงวิญ
ญาณที่รอดแล้วจะไปอยู่ที่ "อกของอับราฮัม" ลูกา 16:22 กล่าวว่า
"อยู่มาคนขอทานนั้นตายและเหล่าทูตสวรรค์ได้นำเขาไปไว้ที่อกขอ
งอับราฮัม ฝ่ายเศรษฐีนั้นก็ตายด้วย และเขาก็ฝังไว้"

พระคัมภีร์ไม่ได้แยกความแตกต่างระหว่างอุโมงค์ชั้นบนและอุ
โมงค์ชั้นล่างอย่างชัดเจนและกล่าวเพียงว่าผู้คนลงไปสู่หลุมฝังศพหรี
อเป็นที่รู้จักในชื่อของแดนผู้ตาย แต่ในคำอุปมาเรื่องเศรษฐีกับลาซา
รัสพระเยซูตรัสถึงสถานที่ต่าง ๆ ซึ่งถูกเตรียมไว้สำหรับผู้คนที่รอดแ
ละไม่รอด ลาซารัสรอดและเข้าไปอยู่ในอ้อมอกของอับราฮัมซึ่งได้แ

ก่อุโมงค์ชั้นบนที่แตกต่างจากอุโมงค์ชั้นล่างอันเป็นที่อยู่ของเศรษฐี ระหว่างสถานที่ทั้งสองแห่งนี้มีหุบเหวขนาดใหญ่ขวางกั้นอยู่และทั้งสองฝ่ายไม่สามารถเดินทางไปเยี่ยมกันและกันได้ เมื่อเราอธิบายถึงมิติฝ่ายวิญญาณในแง่ของสวรรค์และโลกเราพูดว่าอุโมงค์ชั้นบนเป็นของแผ่นดินโลก แต่สถานที่แห่งนี้เป็นพื้นที่แห่งความสว่างซึ่งเป็นของพระเจ้า

นรกมีบึงไฟและบึงกำมะถัน

นอกเหนือจากอุโมงค์ชั้นล่างแล้วพื้นที่แห่งความมืดยังมีบึงไฟและบึงกำมะถันอยู่ในนั้นด้วย เมื่อคนที่ไม่รอดเสียชีวิตลง เขาจะทนทุกข์อยู่ในอุโมงค์ชั้นล่างและจากจะลงไปสู่บึงไฟหรือบึงกำมะถันหลังจากการพิพากษาครั้งใหญ่ การพิพากษาดำเนินการตามหนังสือแห่งชีวิตโดยไม่มีข้อผิดพลาดซึ่งมีรายชื่อของผู้คนที่รอดและหนังสือเล่มอื่นที่บันทึกเกี่ยวกับความประพฤติของแต่ละคนเอาไว้

วิวรณ์ 20:12-15 กล่าวถึงวิธีการพิพากษาไว้ดังนี้:
ข้าพเจ้าได้เห็นบรรดาผู้ที่ตายแล้ว ทั้งผู้ใหญ่และผู้น้อยยืนอยู่จำเพาะพระพักตร์พระเจ้า และหนังสือต่าง ๆ ก็เปิดออก หนังสืออีกม้วนหนึ่งก็เปิดออกด้วย คือหนังสือแห่งชีวิต และผู้ที่ตายไปแล้วก็ถูกพิพากษาตามข้อความที่จารึกไว้ในหนังสือเหล่านั้นตามที่เขาได้กระทำ ทะเลก็ส่งคืนคนทั้งหลายที่ตายในทะเล ความตายและนรกก็ส่งคืนคนทั้งหลายที่อยู่ในที่เหล่านั้น และคนทั้งหลายก็ถูกพิพากษาตามการกระทำของตนหมดทุกคน แล้วความตายและนรกก็ถูกผลักทิ้งลงไปในบึงไฟ นี่แหละเป็นความตายครั้งที่สองและผู้ใดที่ไม่มีชื่อจดไว้ในหนังสือแห่งชีวิต ผู้นั้นก็ถูกทิ้งลงไปในบึงไฟ

"ผู้ที่ตายแล้ว" ในที่นี้หมายถึงผู้คนที่ไม่ได้ต้อนรับเอาพระเยซูคริสต์หรือผู้คนที่มีความเชื่อที่ตายแล้ว คนเหล่านี้จะยืนอยู่ต่อหน้าพระที่นั่งของพระเจ้าเพื่อรับการพิพากษาและหนังสืออื่น ๆ

ก็จะถูกเปิดออกด้วยเช่นกัน นอกเหนือจากหนังสือแห่งชีวิตที่บันทึก
รายชื่อของผู้คนที่รอดเอาไว้แล้วยังมีหนังสืออื่น ๆ ที่บันทึกการกระ
ทำของผู้ตายแต่ละคนที่ไม่รอดเอาไว้ หนังสือเหล่านี้ไม่ได้บันทึกเพี
ยงแต่การกระทำของทุกคนเท่านั้น แต่ยังบันทึกความคิดของเขาแล
ะสิ่งที่เขาเก็บงำเอาไว้ในจิตใจและความคิดของตนตั้งแต่เกิดจนตาย
ด้วยเช่นกัน ผู้คนที่ไม่รอดจะถูกพิพากษาตามความบาปมากมายขอ
งเขาที่บันทึกไว้ในหนังสือเล่มต่าง ๆ และรับการลงโทษชั่วนิรันดร์

"ทะเล" หมายถึงเวทีของการเตรียมมนุษย์ซึ่งได้แก่โลกนี้
ด้วยเหตุนี้ การกล่าวว่า "ทะเลก็ส่งคืนคนทั้งหลายที่ตาย" จึงบอกให้เ
รารู้ว่าคนเหล่านี้เคยถูกเตรียมอยู่บนโลกนี้ นอกจากนั้น สิ่งนี้ยังหมา
ยความว่าโลกจะส่งคืนคนตายฝ่ายร่างกายของโลกเพื่อการพิพากษา
เช่นกัน เมื่อผู้คนเสียชีวิตโดยไม่ได้รับความรอด วิญญาณของเขาจ
ะถูกคุมขังไว้ในอุโมงค์ชั้นล่างในขณะที่ร่างกายของเขาจะกลับเป็น
ผงคลีดินบนโลกนี้ แต่ในการพิพากษาครั้งสุดท้าย ดวงวิญญาณที่อยู่
ในอุโมงค์ชั้นล่างจะสวมใส่ร่างกายที่เหมาะสมสำหรับการพิพากษา

พระคัมภีร์กล่าวเช่นกันว่า "ความตายและนรกก็ส่งคืนคนทั้งหลา
ยที่อยู่ในที่เหล่านั้น" สิ่งนี้หมายความว่าผู้คนที่อยู่ในอุโมงค์ชั้นล่างแ
ละถูกกำหนดไว้สำหรับความตายนิรันดร์เนื่องจากบาปของตนจะยื
นอยู่ต่อพระพักตร์พระเจ้าเพื่อถูกพิพากษา คนเหล่านี้จะได้รับการล
งโทษด้วยรูปแบบต่าง ๆ ในอุโมงค์ชั้นล่าง (เช่น การถูกแมลงหรือสั
ตว์กัดกินหรือการถูกทรมานจากยมทูตแห่งนรก เป็นต้น) ไปจนกว่
าการพิพากษาใหญ่บนพระที่นั่งสีขาวจะเกิดขึ้น
หลังจากการพิพากษาครั้งใหญ่ คนเหล่านี้จะลงไปสู่บึงไฟหรือ
บึงกำมะถัน (วิวรณ์ 21:8) ความทุกข์ทรมานที่ได้รับในบึงไฟนี้
รุนแรงกว่าความทุกข์ทรมานที่เขาได้รับในอุโมงค์ชั้นล่างแบบเ
ทียบกันไม่ได้เลย คนเหล่านี้จะทนทุกข์ทรมานและถูกคลอกด้วยเ
กลือและด้วยไฟนรกซึ่งในที่นั้น "ตัวหนอนของพวกเขาก็ไม่ตาย
และไฟก็ไม่ดับเลย" (มาระโก 9:47-49) บึงกำมะถันคือที่อยู่ของผู้ค

นที่ทำบาปร้ายแรง เช่น การหมิ่นประมาทพระวิญญาณบริสุทธิ์และการขัดขวางการทำงานของพระวิญญาณบริสุทธิ์ เป็นต้น บึงกำมะถันร้อนกว่าบึงไฟถึงเจ็ดเท่า

เหวลึก

ส่วนที่ลึกที่สุดของพื้นที่แห่งความมืดคือเหวลึกซึ่งเหล่าวิญญาณชั่วจะเข้าไปอยู่ในที่แห่งนั้น หลังจากองค์พระผู้เป็นเจ้าเสด็จกลับมาในฟ้าอากาศ บุตรของพระเจ้าที่ได้รับความรอดจะจัดงานเลี้ยงสมรสเจ็ดปีในฟ้าอากาศ ในช่วงเวลาเดียวกันนี้บนแผ่นดินโลกจะมีความทุกข์เวทนาครั้งใหญ่เกิดขึ้น เหล่าวิญญาณชั่วที่อยู่ในย่านอากาศจะถูกขับลงมายังโลกนี้และขึ้นมีอำนาจ โลกจะถูกทำลายด้วยสงครามโลกครั้งที่สามและโศกนาฏกรรมซึ่งเป็นเหมือนนรกบนดินจะอุบัติขึ้นมากมาย หลังจากความทุกข์เวทนาครั้งใหญ่เจ็ดปีจบสิ้นลง เหล่าวิญญาณชั่วจะถูกขังไว้ในเหวลึกและอาณาจักรพันปีจะเริ่มต้นบนโลกนี้

บุตรของพระเจ้าที่เสร็จสิ้นจากการจัดงานเลี้ยงสมรสเจ็ดปีในฟ้าอากาศจะลงมายังโลกนี้พร้อมกับองค์พระผู้เป็นเจ้าและครอบครองร่วมกับพระองค์เป็นเวลาหนึ่งพันปี (วิวรณ์ 20:4) เมื่อถึงเวลานั้นแผ่นดินโลก (ซึ่งได้รับความเสียหายจากความทุกข์เวทนาครั้งใหญ่เจ็ดปี) จะได้รับการฟื้นฟูสภาพขึ้นมาใหม่เพื่อให้มีสภาพแวดล้อมที่งดงาม เมื่ออาณาจักรพันปีใกล้สิ้นสุดลงเหล่าวิญญาณชั่วจะได้รับการปลดปล่อยอีกในชั่วระยะเวลาหนึ่งด้วยการจัดเตรียมล่วงหน้าของพระเจ้า แต่วิญญาณชั่วเหล่านี้จะถูกคุมขังไว้ในเหวลึกอีกครั้งหนึ่งหลังจากการพิพากษาครั้งใหญ่บนพระที่นั่งสีขาว

ลูซิเฟอร์และเหล่ายมทูตของเขาจะควบคุมอุโมงค์ชั้นล่างเอาไว้ไปจนถึงก่อนช่วงเวลาแห่งการพิพากษาครั้งใหญ่บนพระที่นั่งสีขาว แต่หลังจากการพิพากษา พระเจ้าจะทรงควบคุมดูแลอุโมงค์ชั้นล่างและนรกด้วยฤทธิ์อำนาจของพระองค์แต่เพียงผู้เดียว เหล่าวิญญาณ

ชั่วจะถูกทิ้งลงไปในเหวลึกที่มืดมิดและเยือกเย็นเหมือนกับทิ้งขยะ วิ
ญญาณชั่วเหล่านี้จะถูกคุมขังในสภาพที่มันไม่สามารถเคลื่อนไหวไ
ด้เลยเสมือนหนึ่งว่ามันถูกทับไว้ด้วยหินก้อนใหญ่ ทูตสวรรค์ที่ก่อกบ
ฏจะถูกตัดปีกทิ้งและถูกโยนลงไปในเหวลึก สิ่งนี้จะเป็นสัญลักษณ์ข
องคำแช่งสาปและความอับอาย

การถูกโยนลงไปอาจฟังดูไม่สยดสยองเท่ากับความทุกข์ทรม
านและการลงโทษในนรก แต่ความจริงไม่ได้เป็นเช่นนั้น เมื่อท่า
นเดินลงไปในน้ำลึกมากขึ้นเท่าใดแรงกดดันก็จะมีมากขึ้นเท่านั้น
ในทำนองเดียวกัน เมื่อท่านลงเดินลงไปในส่วนลึกมากขึ้นเท่าใดขอ
งนรกแรงบีบของเนื้อหนังก็จะมีเพิ่มมากขึ้นเท่านั้น เหวลึกเป็นส่วน
ที่ลึกที่สุดของนรกและพลังงานฝ่ายเนื้อหนังทั้งสิ้นจะถูกเคี่ยวให้ลดน้
อยลงมากขึ้นในที่แห่งนั้น การลงไปสู่เหวลึกถือเป็นการลงโทษที่น่า
สะพรึงกลัวและทุกข์ทรมานมากกว่าการถูกทรมานจากพวกยมทูตแ
ห่งนรกในอุโมงค์ชั้นล่างหรือทุกข์ทรมานมากกว่าความทุกข์ที่มนุษ
ย์ได้รับในบึงไฟหรือบึงกำมะถันหลายเท่า

ลองวาดภาพตัวท่านเองถูกคุมขังไว้ไม่ให้ขยับเขยื้อนตัวได้ในท่
อคอนกรีตหนาแน่นขนาดใหญ่ ท่านมีสติแต่ท่านไม่สามารถหายใจ
หรือกระพริบตาได้ ท่านเป็นเหมือนซากพืชซากสัตว์ที่มีชีวิตอยู่ กา
รอยู่สภาพเหมือนซากพืชซากสัตว์ท่านต้องรับเอาความทุกข์ทรมาน
รูปแบบต่าง ๆ ท่านถูกบีบค้นด้วยความรู้สึกสิ้นหวังและแรงกดดันที่
กดทับท่านเอาไว้จนท่านรู้สึกเหมือนกับว่าตัวของท่านจะระเบิดออก
มา
ก่อนที่ลูซิเฟอร์ทำผิดเขาเคยเป็นผู้ที่พระเจ้าทรงรักมาก แต่เขา
กลับพบกับการถูกแช่งสาปชั่วนิรันดร์จากการที่เขาต่อสู้กับพระเจ้า
พระเจ้าไม่ได้ทรงลงโทษลูซิเฟอร์ทันทีที่เขาทำผิด ลูซิเฟอร์เป็นเพียง
สิ่งทรงสร้างที่พระเจ้าสามารถทำลายได้ในทันที แต่พระองค์ไม่ได้ท
ำเช่นนั้นและพระองค์ทรงมีเหตุผลที่ไม่ทำเช่นนั้น

เหตุผลก็คือการที่เราสามารถกลายเป็นบุตรที่แท้จริงของพระเจ้า
ได้ก็เพราะการดำรงอยู่ของลูซิเฟอร์ซึ่งเป็นผู้ครอบครองแห่งความมี
ดในช่วงของการที่เราเข้าสู่การเตรียมมนุษย์นั่นเอง เราสามารถเปลี
ยนเป็นบุตรของความสว่างที่มีลักษณะเหมือนพระเจ้าด้วยการตื่นตั
วและอธิษฐานอยู่เสมอในขณะที่ผีมารซาตานกำลังวนเวียนอยู่รอบ
ข้างเราเหมือนสิงโตคำรามเพื่อแสวงหาคนที่มันจะกัดกินได้ พระเจ้
าทรงต้องการแบ่งปันความสุขนิรันดร์กับบุตรแห่งความสว่างของพ
ระองค์ในนครเยรูซาเล็มใหม่ซึ่งเป็นพื้นที่แห่งความสว่าง เราต้องมี
คุณสมบัติใดบ้างเพื่อจะเข้าไปสู่พื้นที่แห่งความสว่างนี

คุณสมบัติเพื่อเข้าสู่พื้นที่แห่งความสว่าง

ความสว่างและความมืดอยู่ร่วมกันไม่ได้ เพื่อจะเข้าไปสู่พื้นที่แห่งความสว่างเราต้องแก้ปัญหาเรื่องความมืดก่อน ยิ่งเรามีสามัคคีธรรมกับพระเจ้าผู้ทรงเป็นความสว่างและมีพระทัยของพระเยซูคริสต์มากเท่าใด เราก็สามารถเข้าไปสู่พื้นที่แห่งความสว่างที่เจิดจ้ามากขึ้นเท่านั้น

พระเจ้าทรงปรารถนาที่จะมีบุตรแห่งความสว่าง

ทำความดีด้วยพระทัยของพระวิญญาณ

เกิดผลแห่งความชอบธรรมด้วยความเชื่อ

เกิดผลแห่งความสัตย์จริงด้วยการประพฤติ

ผลของความสว่างนำเราไปสู่พื้นที่แห่งความสว่าง

มนุษย์ต้องเข้าไปสู่พื้นที่แห่งความสว่างหรือไม่ก็เข้าไปสู่พื้นที่แห่งความมืดหลังจากชีวิตในโลกนี้ของเขาสิ้นสุดลง เนื่องจากวิญญาณของมนุษย์ไม่มีวันดับสูญ ดังนั้นเขาจะต้องขึ้นไปสู่สวรรค์หรือไม่ก็ลงไปสู่นรก

ในเรื่องนี้ฮีบรู 9:27 กล่าวไว้ว่า "มีข้อกำหนดสำหรับมนุษย์ไว้แล้วว่าจะต้องตายหนหนึ่ง และหลังจากนั้นก็จะมีการพิพากษาฉันใด" และยอห์น 5:29 กล่าวเช่นกันว่า "...คนทั้งหลายที่ได้ประพฤติดีก็ฟื้นขึ้นสู่ชีวิต และคนทั้งหลายที่ได้ประพฤติชั่วก็จะฟื้นขึ้นสู่การพิพากษา" ชีวิตบนโลกนี้ไม่ใช่จุดจบของทุกสิ่ง แต่ยังมีชีวิตที่จะมาถึงซึ่งเป็นชีวิตนิรันดร์ เมื่อชีวิตฝ่ายร่างกายของเราสิ้นสุดลงเรามีเพียงสองทางเลือกเท่านั้น นั่นคือ เราจะไปสู่สวรรค์หรือไม่ก็ไปสู่นรก

พระเจ้าแห่งความรักทรงต้องการให้ทุกคนได้รับความรอดและชื่นชมกับความสุขในพื้นที่แห่งความสว่าง 1 เปโตร 2:9 กล่าวว่า "แต่ท่านทั้งหลายเป็นชาติที่พระองค์ทรงเลือกไว้แล้ว เป็นพวกปุโรหิตหลวง เป็นประชาชาติบริสุทธิ์ เป็นชนชาติของพระองค์โดยเฉพาะ เพื่อท่านทั้งหลายจะได้สำแดงพระบารมีของพระองค์ ผู้ได้ทรงเรียกท่านทั้งหลายให้ออกมาจากความมืด เข้าไปสู่ความสว่างอันมหัศจรรย์ของพระองค์"

ขอให้เราตรวจสอบดูว่าเราจะสามารถเข้าไปสู่พื้นที่แห่งความสว่างอันอัศจรรย์ของพระองค์ในฐานะปุโรหิตหลวงหรือไม่

พระเจ้าทรงปรารถนาที่จะมีบุตรแห่งความสว่าง

อัครทูตเปาโลกล่าวถึงพระเจ้าไว้ว่า "พระองค์ผู้เดียวทรงอมตะ และทรงสถิตในความสว่างที่ซึ่งไม่มีคนใดจะเข้าไปถึง ผู้ซึ่งมนุษย์ไม่เคยเห็น และจะเห็นไม่ได้ พระเกียรติและฤทธานุภาพจงมีแด่พระองค์นั้นสืบ ๆ ไปเป็นนิตย์ เอเมน" (1 ทิโมธี 6:16) สิ่งนี้หมายความว่าพระเจ้าทรงสถิตอยู่ในความสว่างและพระองค์ทรงเป็นนิรันดร์และสมบูรณ์ 1 ยอห์น 1:5 กล่าวว่า "แล้วนี่เป็นข้อความที่เราได้ยินจากพระองค์ และประกาศแก่ท่านทั้งหลาย คือว่าพระเจ้าทรงเป็นความสว่าง และไม่มีความมืดอยู่ในพระองค์เลย"

ยากอบ 1:17 กล่าวเช่นกันว่า "...ในพระบิดาไม่มีการแปรปรวน หรือไม่มีเงาอันเนื่องจากการเปลี่ยนแปลง" พระเจ้าทรงเป็นความสว่างและพระองค์ไม่มีแม้กระทั่งเงาอันเนื่องมาจากการเปลี่ยนแปลง เพราะเหตุนี้พระคัมภีร์จึงบอกเราไว้ในหลายที่หลายแห่งว่าเราต้องเป็นคนแห่งความสว่างที่มีลักษณะเหมือนพระเจ้าด้วยเช่นกัน

1 เธสะโลนิกา 5:5 กล่าวว่า "ท่านทั้งหลายเป็นบุตรของความสว่าง และเป็นบุตรของกลางวัน เราทั้งหลายไม่ได้เป็นของกลางคืน หรือของความมืด" และเอเฟซัส 5:8-9 กล่าวว่า "เพราะว่าเมื่อก่อนท่านเป็นความมืด แต่บัดนี้ท่านเป็นความสว่างแล้วในองค์พระผู้เป็นเจ้า จงดำเนินชีวิตอย่างลูกของความสว่าง (ด้วยว่าผลของพระวิญญาณคือ ความดีทุกอย่างและความชอบธรรมทั้งมวลและความจริงทั้งสิ้น)" มัทธิว 5:14-16 กล่าวเช่นกันว่า "ท่านทั้งหลายเป็นความสว่างของโลก นครซึ่งอยู่บนภูเขาจะปิดบังไว้ไม่ได้ ไม่มีผู้ใดจุดเทียนแล้วนำไปวางไว้ในถัง แต่ย่อมตั้งไว้บนเชิงเทียน จะได้ส่องสว่างแก่ทุกคนที่อยู่ในเรือนนั้น จงให้ความสว่างของท่านส่องไปต่อหน้าคนทั้งปวงอย่างนั้น เพื่อว่าเขาได้เห็นความดีที่ท่านทำ และจะได้สรรเสริญพระบิดาของท่านผู้ท

รงอยู่ในสวรรค์"

ความสว่างกับความมืดอยู่ร่วมกันไม่ได้ เพื่อจะเข้าไปสู่พื้นที่แห่ง
ความสว่างเราต้องแก้ปัญหาเรื่องความมืดก่อน

ความมืดอะไรบ้างที่เราต้องกำจัดทิ้งไปเพื่อจะกลายเป็นบุตรแห่ง
ความสว่าง พูดง่าย ๆ ก็คือความมืดหมายถึงทุกสิ่งทุกอย่างที่เป็นของ
ความบาป สิ่งเหล่านี้คือความต้องการฝ่ายเนื้อหนังและการงานฝ่า
ยเนื้อหนังซึ่งผมได้อธิบายไว้โดยละเอียดในหนังสือ "วิญญาณ จิตใจ
และร่างกาย" (เล่ม 1)

การงานของเนื้อหนังคือความบาปที่ปรากฏออกมาเป็นกา
รกระทำและความต้องการฝ่ายเนื้อหนังคือความบาปที่กระท
ำอยู่ในความคิดและจิตใจ ยกตัวอย่าง ความชั่วช้า ความโลภ
ความชั่วร้าย และความอิจฉาล้วนเป็นความอธรรมตามที่ป
รากฏอยู่ในโรมบทที่ 1 นอกจากนั้น ตามที่กาลาเทียบทที่ 5
กล่าวไว้ว่าการเล่นชู้ การล่วงประเวณี การโสโครก การลามก
การนับถือรูปเคารพ การนับถือพ่อมดหมอผี การเป็นศัตรูกัน
การวิวาทกัน การอิจฉาริษยากัน การโกรธกัน การทุ่มเถียงกัน
การใฝ่สูง การแตกก๊กกัน การอิจฉากัน การฆาตกรรม การเมาเหล้า
และการเล่นเป็นพาลเกเรล้วนเป็น "การงานของเนื้อหนัง" ทั้งสิ้น

นอกจากนั้นยังมีอีกหลายสิ่งที่อาจดูเหมือนว่าไม่ใช่ความมืดสำห
รับเราแต่สิ่งเหล่านี้เป็นความชั่วในสายพระเนตรของพระเจ้า ความ
มืดไม่สามารถอยู่ต่อหน้าความสว่างได้ฉันใด ความบาปและความชั่
วที่เป็นของความมืดก็ไม่สามารถทนอยู่ได้ด้วยฉันนั้นเมื่อความสว่า
งและความจริงสาดส่องเข้ามา ด้วยพระคำของพระเจ้าที่เป็นความส
ว่างเราจะสามารถรู้จักความมืดที่เราไม่รู้จักมาก่อนด้วยตนเอง

ยกตัวอย่าง พระเยซูทรงอธิบายว่าอีกไม่นานพระองค์จะทรงสิ้น
พระชนม์ในกรุงเยรูซาเล็มและเปโตรพยายามที่ยับยั้งพระองค์เอาไ
ว้เพราะความรักที่เขามีต่อพระองค์ จากนั้นพระเยซูทรงตำหนิเขาว่า
"อ้ายซาตาน จงถอยไปข้างหลังเรา" (มัทธิว 16:23)

เปโตรคิดว่าการยับยั้งพระเยซูคือเป็นหน้าที่ของเขา แต่สิ่งนั้นกลับเป็นความมืดในสายพระเนตรของพระเจ้า พระเจ้าทรงมีน้ำพระทัยให้พระเยซูถูกตรึงและทำให้หนทางแห่งความรอดสำเร็จ ด้วยคำตำหนินั้นทำให้เปโตรกลายเป็นอัครทูตที่ถ่อมใจซึ่งทำให้คนตายเป็นขึ้นใหม่และนำผู้คนหลายพันคนมาสู่การกลับใจในวันเดียวหลังจากที่ท่านได้รับพระวิญญาณบริสุทธิ์

ตามที่ผมอธิบายไปแล้วว่าการที่บุคคลหนึ่งจะเข้าไปสู่พื้นที่แห่งความสว่างได้นั้นเขาต้องออกมาจากโลกแห่งความมืดและปฏิบัติตนในฐานะบุตรแห่งความสว่าง ขอให้เราพิจารณาอย่างเจาะจงมากขึ้นว่าเราต้องทำสิ่งใดบ้าง

บรรลุถึงความชอบธรรมของพระเจ้าด้วยความเชื่อ

เพื่อให้เราเข้าสู่พื้นที่แห่งความสว่าง อันดับแรกเราต้องกลับใจจากบาปแห่งการไม่เชื่อในพระเจ้าของเราก่อนและจากนั้นเราต้องต้อนรับเอาพระเยซูคริสต์ ใครก็ตามที่ได้รับการยกโทษบาปด้วยการเชื่อในพระเยซูคริสต์ก็จะมีคุณสมบัติเข้าไปสู่พื้นที่แห่งความสว่าง โรม 3:22 กล่าวว่า "คือความชอบธรรมของพระเจ้าซึ่งทรงประทานโดยความเชื่อในพระเยซูคริสต์สำหรับทุกคนและแก่ทุกคนที่เชื่อ เพราะว่าคนทั้งหลายไม่ต่างกัน"

นอกจากนั้น ยอห์น 14:6 กล่าวว่า "พระเยซูตรัสกับเขาว่า 'เราเป็นทางนั้น เป็นความจริง และเป็นชีวิต ไม่มีผู้ใดมาถึงพระบิดาได้นอกจากมาทางเรา'" โรม 10:9 กล่าวว่า "คือว่าถ้าท่านจะรับด้วยปากของท่านว่า พระเยซูทรงเป็นองค์พระผู้เป็นเจ้า และเชื่อในจิตใจของท่านว่าพระเจ้าได้ทรงชุบพระองค์ให้เป็นขึ้นมาจากความตาย ท่านจะรอด"

ถ้าเรายอมรับด้วยปากของเราว่าพระเยซูทรงเป็นองค์พระผู้เป็นเจ้าและเชื่อในจิตใจของเราว่าพระเจ้าได้ทรงทำให้พระองค์เป็นขึ้นม

าจากความตาย สิ่งนี้หมายความว่าเราเชื่อในการจัดเตรียมล่วงหน้าของพระเจ้าเรื่องกางเขนและฤทธิ์อำนาจแห่งการเป็นขึ้นมาจากความตาย กล่าวคือ เราเชื่อว่าพระเยซูทรงสิ้นพระชนม์บนกางเขนแทนเราผู้ที่เป็นคนบาปซึ่งถูกกำหนดไว้ให้ได้รับโทษนิรันดร์เนื่องจากบาปและเชื่อว่าพระองค์ทรงหลั่งพระโลหิตประเสริฐของพระองค์เพื่อไถ่เราให้พ้นจากบาปทั้งสิ้นของเรา

ถ้าเราเชื่อในความจริงข้อนี้อย่างแท้จริงเราก็จะสารภาพความผิดบาปทั้งสิ้นของเราและตัดสินใจดำเนินชีวิตอยู่ในความสว่างด้วยการขอบพระคุณองค์พระผู้เป็นเจ้าผู้ทรงทนทุกข์ทรมานเพื่อเรา พระเจ้าทรงชำระล้างความผิดบาปของผู้คนเช่นนี้ด้วยพระโลหิตประเสริฐของ

องค์พระผู้เป็นเจ้าและประทานพระวิญญาณบริสุทธิ์เป็นของขวัญให้กับเขา พระเจ้าทรงยอมรับว่าเขาเป็นบุตรของพระองค์และทรงบันทึกชื่อของเขาไว้ในหนังสือแห่งชีวิต (วิวรณ์ 20:15; 21:27) นี่คือวิธีการที่ทำให้เราสามารถชื่นชมกับชีวิตนิรันดร์ในสวรรค์ซึ่งเป็นพื้นที่แห่งความสว่างเมื่อเรายอมรับว่าเราไม่ได้ดำเนินชีวิตด้วยพระคำของพระเจ้า หันเสียจากความบาป และเดินอยู่ในความสว่าง

มีสามัคคีธรรมกับพระเจ้าผู้ทรงเป็นความสว่าง

1 ยอห์น 1:6-7 กล่าวว่า "ถ้าเราจะว่าเราร่วมสามัคคีธรรมกับพระองค์ และยังดำเนินอยู่ในความมืด เราก็พูดมุสา และไม่ได้ดำเนินชีวิตตามความจริง แต่ถ้าเราดำเนินอยู่ในความสว่าง เหมือนอย่างพระองค์ทรงสถิตในความสว่าง เราก็ร่วมสามัคคีธรรมซึ่งกันและกัน และพระโลหิตของพระเยซูคริสต์พระบุตรของพระองค์ ก็ชำระเราทั้งหลายให้ปราศจากบาปทั้งสิ้น" เมื่อเราต้อนรับเอาพระเยซูคริสต์และได้รับของประทานแห่งพระวิญญาณบริสุทธิ์แล้วเราต้องเรียนรู้และประพฤติตามพระคำของพระเจ้าซึ่งเป็นความจริงเพื่อพระเจ้าจะทรงถือว่าเราเป็นบุตร

ที่มีสามัคคีธรรมกับพระองค์

1 ยอห์น 2:3 กล่าวว่า "เราจะมั่นใจได้ว่าเรารู้จักพระองค์โดยข้อนี้ คือถ้าเรารักษาพระบัญญัติของพระองค์" และ 1 ยอห์น 3:23 กล่าวว่า "และนี่เป็นพระบัญญัติของพระองค์ คือให้เราทั้งหลายเชื่อในพระนามของพระเยซูคริสต์พระบุตรของพระองค์ และให้เรารักซึ่งกันและกัน ตามที่พระองค์ได้ทรงบัญญัติไว้แก่เราแล้ว"

เราต้องกำจัดทั้งความบาปที่อยู่ในการกระทำและความบาปที่อยู่ในจิตใจของเราทิ้งไปด้วยการเชื่อฟังพระคำของพระเจ้าที่บอกเราว่าเราไม่ควรทำอะไรและเราควรกำจัดสิ่งใดทิ้งไป นอกจากนั้นเราต้องประพฤติตามพระคำของพระเจ้าที่บอกให้เราชื่นชมยินดี ขอบพระคุณ รัก ถ่อมตัวลง รับใช้คนอื่น และรักษาพระบัญญัติของพระองค์อย่างขยันหมั่นเพียร นี่เป็นวิธีการที่จะทำให้เราสามารถเพาะบ่มพระทัยขององค์พระผู้เป็นเจ้าไว้ในเราด้วยพระคุณและพระกำลังจากพระเจ้าและด้วยความช่วยเหลือของพระวิญญาณบริสุทธิ์

ที่อยู่อาศัยของเราในสวรรค์จะแตกต่างกันออกไปตามขนาดของการชำระให้บริสุทธิ์ของเราและตามขนาดของความสว่างที่เราส่องออกไปเมื่อเราเป็นคนดีฝ่ายวิญญาณโดยการมีสามัคคีธรรมกับพระเจ้าผู้ทรงเป็นความสว่าง ด้วยเหตุนี้ แม้เราได้รับความรอดและมีคุณสมบัติที่จะเข้าไปสู่พื้นที่แห่งความสว่างแล้วก็ตาม แต่เราก็ต้องช่วงชิงแผ่นดินสวรรค์เอาไว้จนกว่าเราจะบรรลุไปสู่เป้าหมายสูงสุดของเราซึ่งได้แก่นครเยรูซาเล็มใหม่

มีหน่วยวัดบางอย่างที่เราสามารถใช้เพื่อตรวจสอบดูว่าเราเป็นบุตรแห่งความสว่างมากน้อยเพียงใด หน่วยวัดเหล่านี้ได้แก่ความรักฝ่ายวิญญาณที่อยู่ใน 1 โครินธ์บทที่ 13 ผลของพระวิญญาณบริสุทธิ์ทั้งเก้าชนิดในกาลาเทียบทที่ 5 ลักษณะของผู้เป็นสุขในมัทธิวบทที่ 5 และผลของความสว่างในเอเฟซัสบทที่ 5 ตอนนี้ขอให้เราเจาะลึกลงไปในคุณสมบัติต่าง ๆ ที่จะทำให้เราเข้าไปสู่พื้นที่แห่งควา

มสว่างโดยมุ่งเน้นไปที่ผลของความสว่าง

ทำความดีด้วยพระทัยของพระวิญญาณ

เอเฟซัส 5:9 กล่าวว่า "ด้วยว่าผลของพระวิญญาณคือความดีทุกอย่าง และความชอบธรรมทั้งมวลและความจริงทั้งสิ้น"

ความดีคือการมีจิตใจงดงามที่ปราศจากความชั่วร้าย แต่จะมีเพียงคุณลักษณะของความดีเท่านั้น ท่านทำดีกับผู้คนที่ขัดสน ท่านไม่ทำร้ายคนอื่น และท่านเชื่อฟังพระคำของพระเจ้าและทุ่มเทอย่างสุดกำลังที่จะทำงานที่ท่านได้รับมอบหมายเพราะท่านรู้จักพระเจ้าพระผู้สร้างเหมือนที่เรารู้จักบุญคุณของพ่อแม่ของเรา

ในโลกนี้ ผู้คนจะพูดว่าท่านเป็นคนดีถ้าท่านไม่ตอบโต้ความชั่วด้วยความชั่ว แต่ทนกับสิ่งนั้น แต่ถ้าท่านยังคงมีความลำบากใจหรือความเกลียดชังอยู่ในใจของท่าน ท่านจะเป็นคนดีที่แท้จริงได้อย่างไร ความดีของมนุษย์และความดีของพระเจ้าแตกต่างกันมาก ความดีระดับแรกที่พระเจ้าทรงยอมรับคือการไม่ตอบแทนความชั่วด้วยความชั่วและ ไม่มีความรู้สึกลำบากใจใดอยู่เลย

นี่เป็นกรณีของโยเซฟสามีของนางมารี มัทธิว 1:19 กล่าวว่า "แต่โยเซฟสามีของเธอเป็นคนชอบธรรม ไม่พอใจที่จะแพร่งพรายความเป็นไปของเธอ หมายจะถอนหมั้นเสียลับ ๆ" โยเซฟคงรู้สึกทรมานใจมากเมื่อเขาพบว่ามารีคู่หมั้นของเขาตั้งครรภ์โดยที่เธอไม่ได้หลับนอนกับเขา ปกติคนทั่วไปคงทุกข์ใจอย่างมากหรือไม่ก็คงโต้เถียงกับเธอ แต่โยเซฟไม่มีความชั่วในจิตใจของตนและเขาเพียงแค่ต้องการที่จะจากเธอไปอย่างเงียบ ๆ

ความดีระดับที่สองคือการไม่มีความรู้สึกลำบากใจและการเอาชนะใจคนอื่นด้วยการพูดดีและทำดีเมื่อมีคนทำสิ่งชั่วร้ายต่อเรา ผีมารซาตานไม่สามารถทำสิ่งใดกับคนที่บรรลุถึงความดีในระดับนี้ได้

แม้ไม่มีความผิดใด แต่ดาวิดก็ถูกไล่ล่าจากกษัตริย์ซาอูลอยู่เป็น

เวลานานเมื่อวันหนึ่งดาวิดมีโอกาสที่จะสังหารซาอูล ดาวิดออกไปต่อสู้และได้รับชัยชนะเพื่อประเทศของท่านหลายครั้ง แต่แทนที่ซาอูลจะขอบคุณดาวิดท่านกลับอิจฉาดาวิดแทน ท่านไล่ล่าดาวิดด้วยกองทัพของตนและพยายามฆ่าดาวิด

วันหนึ่งซาอูลเข้าไปในถ้ำแห่งหนึ่งที่ดาวิดซ่อนตัวอยู่ ดาวิดสามารถสังหารซาอูลได้ในเวลาแต่ท่านเพียงแค่ตัดชายฉลองพระองค์ของซาอูล ต่อมาเมื่อซาอูลออกจากถ้ำนั้นไปแล้วดาวิดร้องทูลต่อซาอูลว่า "ยิ่งกว่านั้นเสด็จพ่อของข้าพระองค์ขอได้ดูชายฉลองพระองค์ในมือของข้าพระองค์ โดยเหตุที่ว่าข้าพระองค์ได้ตัดชายฉลองพระองค์ออก และมิได้ประหารพระองค์เสีย ขอพระองค์ทรงทราบและทรงเห็นเถิดว่า ในมือของข้าพระองค์ไม่มีความชั่วร้ายหรือการละเมิด ข้าพระองค์มิได้กระทำบาปต่อพระองค์ แม้ว่าพระองค์จะล่าชีวิตของข้าพระองค์เพื่อจะเอาชีวิตข้าพระองค์" (1 ซามูเอล 24:11)

ดาวิดร้องทูลต่อซาอูลผู้ที่กำลังไล่ล่าเพื่อสังหารท่านว่า "เสด็จพ่อของข้าพระองค์" และถ่อมตัวท่านลงอย่างแท้จริง ดาวิดต้องการที่จะเล้าโลมพระทัยของซาอูลโดยทูลซาอูลว่าท่านเป็นเหมือนสุนัขและตัวหมัดและท่านไม่มีเจตนาที่จะสังหารซาอูล ซาอูลเป็นคนชั่วร้าย แต่เมื่อพระองค์ได้ยินคำทูลที่ออกมาจากความดีเช่นนั้นซาอูลรู้สึกซาบซึ้งใจและร้องไห้ 1 ซามูเอล 24:16-17 กล่าวว่า "อยู่มาเมื่อดาวิดทูลคำเหล่านี้ต่อซาอูลแล้ว ซาอูลตรัสว่า 'ดาวิดบุตรของข้าเอ๋ย นั่นเป็นเสียงของเจ้าหรือ' ซาอูลก็ทรงส่งเสียงกันแสง พระองค์ตรัสกับดาวิดว่า 'เจ้าชอบธรรมยิ่งกว่าข้า เพราะเจ้าตอบแทนข้าด้วยความดี ในเมื่อข้าได้ตอบแทนเจ้าด้วยความร้าย'"

ซาอูลเกิดความประทับใจและเดินทางกลับบ้าน ถ้าเราไม่ตอบแทนความชั่วด้วยความชั่ว แต่ตอบแทนด้วยความดี ผีมารซาตานจะไม่สามารถทำงานของมันและคนชั่วร้ายก็จะเกิดความประทับใจแน่นอน ซาอูลเป็นคนชั่วร้ายมากจนต่อมาภายหลังความชั่วของท่า

นได้ปรากฏออกมาอีกครั้งหนึ่ง แต่อย่างน้อยในช่วงเวลานั้นความมี
ดได้ออกไปจากซาอูลด้วยความสว่างแห่งความดีของดาวิดและท่าน
ได้หันกลับ

แต่ยังมีความดีในระดับที่สูงกว่าการเอาชนะใจของคนอื่น นั่นคือ
อการรักแม้กระทั่งศัตรูและการสละชีวิตของเราเพื่อผู้คนที่ทำชั่วกับเ
รา นี่เป็นความดีของพระเจ้าผู้ทรงประทานพระบุตรองค์เดียวของพ
ระองค์และเป็นความดีของพระเยซูคริสต์ พระองค์ทรงเป็นพระบุตร
ของพระเจ้าผู้บริสุทธิ์ แต่กระนั้นพระองค์ก็ทรงสละพระชนม์ชีพขอ
งพระองค์เพื่อมวลมนุษย์

เราสามารถสัมผัสถึงความดีในระดับนี้ผ่านทางโมเสสและเป
าโลเช่นกัน เมื่อพระเจ้ากำลังจะทำลายคนอิสราเอลเนื่องจากบา
ปของเขา โมเสสอธิษฐานวิงวอนให้พระเจ้าช่วยคนเหล่านั้นให้ร
อดแม้สิ่งนั้นหมายความว่าชื่อของท่านจะถูกลบออกจากหนังสือ
แห่งชีวิต (อพยพ 32:32) อัครทูตเปาโลกล่าวว่า "เพราะว่าข้าพ
เจ้าปรารถนาจะให้ข้าพเจ้าเองถูกสาปให้ตัดขาดจากพระคริสต์
เพราะเห็นแก่พี่น้องของข้าพเจ้า คือญาติของข้าพเจ้าตามเนื้อหนัง"
(โรม 9:3)

สเทเฟนถูกฆ่าเพราะความเชื่อด้วยการถูกหินขว้างในขณะที่กำลั
งประกาศพระกิตติคุณ ท่านไม่มีความเคียดแค้นแม้ท่านจะถูกหินข
ว้างโดยไม่มีความผิด แต่ตรงกันข้าม ท่านกลับวิงวอนกับองค์พระผู้
เป็นเจ้าด้วยเสียงอันดังว่า "พระองค์เจ้าข้า ขอโปรดอย่าทรงถือโทษ
ขาเพราะบาปนี้" (กิจการ 7:60)

ปัจจุบันผู้คนคิดว่าท่านจะเสียเปรียบและถูกมองว่าเป็นคนโง่ถ้าท่
านเป็นคนซื่อตรงหรือใจดีกับคนอื่น แต่พระเจ้าทรงเป็นความดีและ
พระองค์จะทรงปกป้องเราด้วยสายพระเนตรดุจที่ลุกโชน ด้วยกำแพ
งไฟของพระวิญญาณบริสุทธิ์ ด้วยเหล่าจอมโยธาแห่งสวรรค์ และด้
วยทูตสวรรค์เมื่อเราเดินตามความดี ฉะนั้นการทดลองและความยา
กลำบากจะหนีเราไปและแม้สิ่งเหล่านี้จะกลับมาอีก เราก็จะผ่านการ

ทดลองและความยากลำบากไปได้ด้วยความดี สิ่งนี้จะนำพระพรและ
ความมั่งคั่งที่ยิ่งใหญ่กว่ามาสู่เราในทุกสิ่ง

แน่นอน บางครั้งเราต้องเสียสละตนเองและใช้ความพยายามของ
เราเพื่อจะทำตามความดี แต่คนดีไม่ถือว่าสิ่งเหล่านั้นเป็นเรื่องยาก แต่เขากลับพบว่าการทำความดีเป็นสิ่งที่น่าชื่นชมยินดี กำลังฝ่าย
วิญญาณคือการไม่มีบาปและความสว่างฝ่ายวิญญาณของเราจะเข้ม
ข้นยิ่งขึ้นตามขนาดของการละทิ้งความชั่วและการเพาะบ่มความดีข
องเรา เมื่อเราเข้าไปสู่ความดีในระดับที่พระเจ้าทรงยอมรับแล้ว คน
ชั่วก็ไม่กล้าแตะต้องเราเนื่องจากความสว่างของเราและเราจะสามา
รถทำลายแผนการของผีมารซาตาน (1 ยอห์น 5:18)

เกิดผลแห่งความชอบธรรมด้วยความเชื่อ

ผลของความสว่างอย่างที่สอง ได้แก่ความชอบธรรม โดยทั่วไปค
วามชอบธรรมคือการทำงานเพื่อมูลเหตุที่ถูกต้องด้วยชีวิตของตนเอ
งโดยไม่แสวงหาประโยชน์ส่วนตน แต่ความชอบธรรมในความจริง
คือการละทิ้งความบาป การรักษาพระบัญญัติในพระคัมภีร์ และแส
วงหาแผ่นดินของพระเจ้าและความชอบธรรมของพระองค์ตามน้ำ
พระทัยของพระองค์

ดาเนียลเป็นเชื้อพระวงศ์ของเผ่ายูดาห์
ท่านถูกจับตัวไปเป็นเชลยในปีกคศ. 650 เมื่ออาณาจักรยูดาห์ทางภ
าคใต้ถูกรุกรานจากกษัตริย์เนบูคัดเนสซาร์แห่งบาบิโลน เมื่อบาบิโล
นกำลังเกณฑ์ผู้ชายที่มีความสามารถจากเผ่าพันธุ์อื่น ๆ ดาเนียลถูกเ
ลือกพร้อมกับสหายทั้งสามคนของท่านและท่านทำงานเป็นเจ้าหน้า
ที่ตำแหน่งสูงของบาบิโลนอยู่เป็นเวลานาน แม้ท่านจะเป็นเชลยแต่ท่
านก็มีตำแหน่งสูงในบาบิโลนและ ได้รับการยอมรับว่าเป็นผู้เผยพระ
วจนะที่แท้จริงของพระเจ้า สาเหตุก็เพราะว่าท่านพึ่งพิงพระเจ้าอย่าง
สิ้นเชิงและรักษาความเชื่อของท่านเอาไว้

ครั้งแรกเมื่อท่านเข้าเฝ้ากษัตริย์แห่งบาบิโลนท่านเป็นชายหนุ่มค
นหนึ่ง ท่านต้องเข้ารับการฝึกฝนเป็นเวลาสามปีและต้องยอมรับเอา
อาหารสูงจากกษัตริย์ แต่ดาเนียลกลัวว่าอาหารเหล่านั้นอาจรวมถึงอ
าหารที่น่ารังเกียจซึ่งพระเจ้าทรงห้ามเอาไว้และท่านไม่ต้องการที่จะ
รับประทานอาหารนั้น ในฐานะเชลยคนหนึ่งท่านไม่มีทางเลือกอย่า
งแท้จริง แต่ท่านก็ยังรังเกียจและปฏิเสธสิ่งที่พระเจ้าทรงรังเกียจ

เพื่อรักษาความเชื่อของตนในพระเจ้าและเพื่อจะไม่ทำให้ตนเอง
เป็นมลทิน ท่านจึงขอร้องหัวหน้าขันทีเพื่ออนุญาตให้ท่านและสหาย
ทั้งสามคนของท่านรับประทานผักเพียงอย่างเดียวแทนที่จะรับอาหา
รสูงของกษัตริย์ ท่านเสนอว่าท่านขอรับประทานผักและน้ำเพียงอย่
างเดียวเป็นเวลาสิบวันเพื่อเป็นการทดสอบ เมื่อหัวหน้าขันทีเทียบด
าเนียลกับชายหนุ่มคนอื่น ๆ หลังจากสิบวันท่านพบว่าดาเนียลและส
หายทั้งสามของท่านมีรูปร่างหน้าตาดีและอ้วนท้วนสมบูรณ์กว่าบรร
ดาคนหนุ่มที่รับประทานอาหารสูงของกษัตริย์

พระเจ้าทรงมองเห็นความเชื่อของคนเหล่านั้นและประ
ทานพระพรอย่างอัศจรรย์ให้กับเขา ดาเนียล 1:17 กล่าวว่า
"ฝ่ายอนุชนทั้งสี่คนนี้ พระเจ้าทรงประทานสรรพวิทยา และความชำ
นาญในเรื่องวิชาทั้งปวงและปัญญา และดาเนียลเข้าใจในนิมิตและค
วามฝันทุกประการ" ข้อ 20 กล่าวว่า "ในบรรดาเรื่องราวอันเกี่ยวกั
บปัญญาและความเข้าใจ ซึ่งกษัตริย์ตรัสถามเขาทั้งหลาย ทรงเห็นว่
าเขาทั้งหลายดีกว่าพวกโหร และพวกหมอดู ซึ่งอยู่ในอาณาจักรทั้งสิ้
นของพระองค์สิบเท่า"
บาบิโลนถูกทำลายโดยคนมีเดียและคนเปอร์เซียในปีกคศ. 539
ในช่วงการปกครองของกษัตริย์เบลเทชัสซาร์ราชโอรสของกษัตริ
ย์เนบูคัดเนสซาร์ อาณาจักรเปอร์เซียขึ้นมาเป็นประเทศใหม่แทนที
บาบิโลน กษัตริย์ดาริอัสแห่งเปอร์เซียต้องการที่จะแต่งตั้งดาเนียลใ

ห้เป็นรัฐมนตรีปกครองทั้งประเทศเพราะดาเนียลมีวิญญาณพิเศษ ดาเนียลเป็นเชลยคนหนึ่ง แต่แม้ว่าจะมีการเปลี่ยนแปลงในประเทศ และกษัตริย์ผู้ครอบครอง แต่ดาเนียลก็ยังเป็นที่โปรดปรานมากที่สุด

รัฐมนตรีและผู้นำคนอื่น ๆ อิจฉาดาเนียลและพยายามมองหาแ นวทางที่จะกล่าวหาท่าน (ดาเนียล 6:4-5) แต่คนเหล่านั้นหาความผิ ดของท่านไม่เจอและเขาเสนอให้กษัตริย์ออกพระราชกฤษฎีกา ด้ว ยการเสแสร้งว่าตนเป็นผู้สนับสนุนกษัตริย์ คนเหล่านั้นกราบทูลว่าห ากเขาพบผู้หนึ่งผู้ใดอธิษฐานต่อพระอื่นหรือมนุษย์คนอื่นนอกจากก ษัตริย์ภายในเวลาสามสิบวันเขาจะจับคนนั้นโยนลงไปในถ้ำสิงห์ นี้ ป็นหลุมพรางที่คนเหล่านั้นทำขึ้นเพื่อวางกับดักดาเนียลเพราะเขารู้ว่ าท่านอธิษฐานเปิดหน้าต่างหันหน้าไปทางเยรูซาเล็มวันละสามครั้ง

แม้จะรู้ถึงสถานการณ์ที่เกิดขึ้น แต่ดาเนียลก็ยังคงคุกเข่าอ ธิษฐานวันละสามครั้งอย่างต่อเนื่อง (ดาเนียล 6:10) ท่านสาม ารถประนีประนอมเพื่อรักษาชื่อเสียงและอำนาจของตนหรือ เพื่อหลีกเลี่ยงความตาย แต่ท่านพึ่งพิงพระเจ้าอย่างสิ้นเชิง ใน ที่สุดท่านก็ถูกโยนลงไปในถ้ำสิงห์เพราะการละเมิดข้อห้ามข องท่าน แต่ท่านไม่มีความขุ่นเคืองใด ๆ ต่อกษัตริย์ของตน ตรงกันข้าม ท่านกลับถวายพระพรกษัตริย์ว่า "โอ ข้าแต่กษัตริย์ ขอทรงพระเจริญเป็นนิตย์" ท่านประพฤติตนในความชอบธรรมไม่ ว่าสถานการณ์จะยากลำบากสักเพียงใดก็ตาม
ท่านไม่มีความผิดหรือข้อตำหนิใดต่อพระพักตร์พระเจ้าหรือต่อ หน้ามนุษย์และเพราะเหตุนี้ผีมารซาตานจึงไม่สามารถทำร้ายท่าน ด้วยแผนการใด พระเจ้าทรงส่งทูตสวรรค์ของพระองค์ไปปกป้องท่ าน ท่านรอดชีวิตออกมาจากถ้ำสิงห์และถวายเกียรติแด่พระเจ้า ควา มชอบธรรมที่พระเจ้าทรงต้องการจากเราคือการที่เรารักษาความเชื่ อของเราเอาไว้และ ไม่ยอมประนีประนอมแม้ต้องเผชิญหน้ากับควา

มตายและการทำตามความดีด้วยความจริงไม่ว่าคนอื่นจะกระทำต่อเราด้วยวิธีการใดก็ตาม

เกิดผลแห่งความสัตย์จริงด้วยการประพฤติ

ผลของความสว่างอย่างที่สามได้แก่ความสัตย์จริง ความสัตย์จริงคือการไม่เปลี่ยนแปลง ความสัตย์จริงยังหมายถึงความบริสุทธ์ ความซื่อตรง และความไร้เดียงสาโดยไม่มีความเท็จ เล่ห์เหลี่ยมหรือความฉลาดแกมโกงเจือปน แม้ท่านทำความดีอย่างพากเพียรและประกาศถึงความเชื่อของตน แต่พระเจ้าจะไม่ทรงถือว่าสิ่งนั้นเป็นผลของความสว่างอย่างแท้จริงตราบใดที่ท่านทำสิ่งเหล่านั้นเพื่ออวดอ้างตนเองต่อหน้าผู้อื่น กล่าวคือ สิ่งที่พระเจ้าทรงต้องการจากเราคือการประกาศถึงความเชื่อที่แท้จริงและการประพฤติที่แท้จริงรวมทั้งความสัตย์จริงที่ไม่เปลี่ยนแปลงซึ่งมาจากจิตใจของเรา

ในปฐมกาลบทที่ 22 เราเห็นถึงการเชื่อฟังพระคำของพระเจ้าของอับราฮัมเมื่อพระเจ้าทรงบอกให้ท่านถวายอิสอัคบุตรชายคนเดียวของท่านเป็นเครื่องเผาบูชา ท่านออกเดินทางตั้งแต่เช้าตรู่พร้อมกับอิสอัคเพื่อมุ่งไปยังดินแดนที่พระเจ้าทรงกำหนดไว้ อับราฮัมไม่ลังเลท่านไม่มีความขัดแย้งในความคิดของตนเองเช่นกัน ในวินาทีที่ท่านจะถวายบุตรเป็นเครื่องเผาบูชานั้น ทูตสวรรค์ของพระเจ้าได้ปรากฏกับท่านและสั่งไม่ให้ท่านแตะต้องเด็กคนนั้น พระเจ้าตรัสว่า "...บัดนี้เรารู้แล้วว่าเจ้ายำเกรงพระเจ้า" (ปฐมกาล 22:12)

ฮีบรู 11:19 กล่าวว่า "ท่านเชื่อว่าพระเจ้าทรงฤทธิ์สามารถให้อิสอัคเป็นขึ้นมาจากความตายได้ และท่านได้รับบุตรนั้นกลับคืนมาอีกประหนึ่งว่าบุตรนั้นเป็นขึ้นมาจากตาย" อับราฮัมได้อิสอัคบุตรของท่านมาด้วยฤทธิ์อำนาจของพระเจ้าผ่านทางซาราห์ซึ่งมีอายุมากเกินก

ว่าจะมีลูกได้และเธอก็ตั้งครรภ์ ดังนั้นอับราฮัมจึงเชื่อว่าพระเจ้าทรง
สามารถทำให้อิสอัคเป็นขึ้นมาจากความตายได้หลังจากที่ท่านถวาย
เขาเป็นเครื่องเผาบูชา จากเหตุการณ์นี้เราสามารถเห็นถึงความไว้ว
างใจอย่างมั่นคงระหว่างพระเจ้ากับอับราฮัม

ในเหตุการณ์อื่น ๆ หลายเหตุการณ์เราเห็นเช่นกันว่าอับราฮัมมี
ความสัตย์จริงเพียงใด เมื่อท่านเดินทางไปถึงเบธเอลพร้อมกับโลท
หลานชายของท่าน จำนวนของฝูงแพะแกะและฝูงวัวเพิ่มมากขึ้นจ
นเกิดมีการทะเลาะวิวาทกันอยู่บ่อยครั้งระหว่างคนเลี้ยงสัตว์ของอับ
ราฮัมและคนเลี้ยงสัตว์ของโลท ในสถานการณ์นี้อับราฮัมยอมกับโล
ทหลานชายของท่านโดยกล่าวว่า "แผ่นดินทั้งหมดอยู่ตรงหน้าเจ้ามิ
ใช่หรือ โปรดจงแยกไปจากเราเถิด ถ้าเจ้าไปทางซ้ายมือเราจะไปท
างขวามือ หรือถ้าเจ้าไปทางขวามือเราจะไปทางซ้ายมือ" (ปฐมกาล
13:9)

โลทแยกไปทางที่ราบลุ่มของแม่น้ำจอร์แดนซึ่งมีน้ำบริบูรณ์เพื่อเ
ห็นแก่ประโยชน์ของตนและเข้าไปถึงเมืองโสโดม ต่อมาเมืองโสโด
มถูกโจมตีและผู้คนในเมืองนั้นหลายคนถูกจับไปเป็นเชลย เมื่อได้ยิ
นถึงเรื่องนี้อับราฮัมจึงนำคนชำนาญศึกที่เกิดในบ้านของท่านติดตา
มไปพร้อมกับช่วยโลทและประชาชนชาวโสโดมกลับมาได้ กษัตริย์
แห่งเมืองโสโดมมอบทรัพย์สมบัติที่ยึดกลับมาให้กับท่าน แต่ท่านป
ฏิเสธที่จะรับสิ่งของเหล่านั้น (ปฐมกาล 14:15-23)
เมื่อเมืองโสโดมและโกโมราห์ถูกทำลายด้วยไฟจากสวรรค์ โลท
และลูกสาวสองคนของท่านได้รับการช่วยกู้ด้วยคำอธิษฐานของอับ
ราฮัม (ปฐมกาล 18) นอกจากนั้น เมื่ออับราฮัมซื้อสุสานเพื่อฝังศพ
นางซาราห์ภรรยาของท่าน ชาวฮิตไทต์เสนอมอบผืนดินของเขาแล
ะถ้ำมัคเป-ลาห์ให้กับท่าน แต่อับราฮัมซื้อผืนดินนั้นด้วยราคาที่ยุติธ
รรม (ปฐมกาล 23:16) ท่านมีบุตรหลายคนจากภรรยาคนที่สองแล

ะในขณะที่ท่านยังมีชีวิตอยู่นั้นท่านได้มอบของขวัญให้กับบุตรเหล่า
นั้นแต่ละคนเพื่อเขาจะไม่ขัดแย้งกันในภายหลัง จากเรื่องราวต่าง ๆ
เหล่านี้เราสามารถมองเห็นความสัตย์จริงของอับราฮัม

ยากอบ 2:23-24 กล่าวว่า "และพระคัมภีร์ก็สำเร็จที่ว่า
`อับราฮัมได้เชื่อพระเจ้า และพระองค์ทรงนับว่าเป็นความช
อบธรรมแก่ท่าน' และท่านได้ชื่อว่า เป็น `สหายของพระเจ้า'
ท่านทั้งหลายก็เห็นแล้วว่า ผู้ใดจะเป็นคนชอบธรรมได้
ก็เนื่องด้วยการกระทำ และมิใช่ด้วยความเชื่อเพียงอย่างเดียว" พระเ
จ้าทรงเป็นความสัตย์จริงและพระองค์ทรงอวยพรอับราฮัมสำหรับก
ารกระทำแห่งความเชื่อของท่าน อับราฮัมได้เข้าไปอยู่ใกล้พระที่นั่ง
ของพระเจ้าในพื้นที่แห่งความสว่างที่เจิดจ้าที่สุดในความเป็นสหาย
ของพระเจ้า

ผลของความสว่างนำเราไปสู่พื้นที่แห่งความสว่าง

เพื่อให้เห็นว่าการทำดีนั้นเป็นผลของความสว่าง การทำดีนั้นต้อ
งบรรจุไว้ซึ่งความชอบธรรมที่เป็นความชอบธรรมของพระเจ้า แต่
การมีความดีและความชอบธรรมนั้นยังไม่ครบถ้วนสมบูรณ์ ในค
วามดีและความชอบธรรมนี้ต้องมีความสัตย์จริงอยู่ด้วยเช่นกัน ดัง
นั้นเราจะสามารถเกิดผลของความสว่างได้ก็ต่อเมื่อเรามีทั้งความดี
ความชอบธรรม และความสัตย์จริง

ตอนนี้เพื่อให้เราเกิดผลของความสว่างอย่างสมบูรณ์ เราต้องออ
กมาจากความมืดและเข้าไปสู่ความสว่างผ่านการตำหนิติเตียนต่าง
ๆ เหมือนที่เอเฟซัส 5:11-13 กล่าวไว้ว่า "และอย่าเข้ามีส่วนกับกิจก
ารของความมืดอันไร้ผล แต่จงติเตียนกิจการเหล่านั้นดีกว่าเพราะว่
าแม้แต่จะพูดถึงการเหล่านั้น ซึ่งพวกเขากระทำในที่ลับก็ยังเป็นที่น่า

ละอาย แต่สิ่งสารพัดที่ถูกติเตียนแล้ว ก็จะปรากฏแจ้งโดยความสว่าง เพราะว่าทุก ๆ สิ่งที่ให้ปรากฏแจ้งก็คือความสว่าง"

คำว่า "ติเตียน" ในที่นี้ไม่ใช่เป็นเพียงการว่ากล่าวต่อการทำความผิดเท่านั้น แต่ยังเป็นการตำหนิติเตียนเพื่อให้คนหนึ่งออกมาจากความมืดและเข้าไปสู่ความสว่าง บางครั้ง เมื่อสมาชิกคริสตจักรตกอยู่ในสถานการณ์ที่ยากลำบากเนื่องมาจากความบาปของตน แทนที่ผมจะพยายามปลอบโยนคนเหล่านั้นผมจะช่วยให้เขาเข้าใจว่าเพราะเหตุใดเขาจึงพบกับการทดลองหรือความยากลำบาก ผมติเตียนเขาเพราะเขาไม่ได้ดำเนินชีวิตอยู่ในความจริง แม้จะไม่มีใครตำหนิติเตียนเรา แต่เราก็ควรเตือนสติตนเองด้วยพระคำของพระเจ้าเมื่อเราทำสิ่งที่ผิด

เมื่อพระเจ้าทรงเปิดเผยและชี้ให้เราแต่ละคนเห็นถึงความบาปและความมืดของตน สิ่งนั้นเป็นเพราะพระองค์ทรงรักเรา พระเจ้าแห่งความรักทรงต้องการให้บุตรของพระองค์ดำรงอยู่ในความสว่างของพระเจ้าอย่างสมบูรณ์เพื่อเขาจะได้รับพระพรบนโลกนี้และเพื่อเขาจะได้อาศัยอยู่ในพื้นที่แห่งความสว่างที่เจิดจ้ามากยิ่งขึ้นในแผ่นดินสวรรค์ในอนาคต เพราะเหตุนี้เราจึงต้องกำจัดสิ่งใดก็ตามที่เป็นของความมืดทิ้งไปและเพาะบ่มความบริสุทธิ์และความสมบูรณ์แบบเอาไว้เพื่อว่าเราจะสามารถเป็นเหมือนพระเจ้าผู้ทรงเป็นความสว่างได้ (มัทธิว 5:48; 1 เปโตร 1:16)

นับจากช่วงเวลาที่ท่านได้พบกับองค์พระผู้เป็นเจ้าในขณะที่ท่านกำลังเดินทางไปยังเมืองดามัสกัสเป็นต้นมา อัครทูตเปาโลยอมเชื่อฟังพระคริสต์และประกาศพระกิตติคุณกับคนต่างชาติในจำนวนที่นับไม่ถ้วน ท่านกล่าวว่า "ข้าพเจ้าขอยืนยันโดยอ้างความภูมิใจซึ่งข้าพเจ้ามีอยู่ในท่านทั้งหลายโดยพระเยซูคริสต์องค์พระผู้เป็นเจ้าของเราว่า ข้าพเจ้าตายทุกวัน" (1 โครินธ์ 15:31)

ถ้าเรากำจัดความคิดฝ่ายเนื้อหนังที่เป็นปฏิปักษ์กับพระเจ้าทิ้งไป
จนหมดสิ้นและตายในองค์พระผู้เป็นเจ้าทุกวันและมีความคิดฝ่ายวิ
ญญาณว่า "ผมจะทำให้แผ่นดินของพระเจ้าและความชอบธรรมขอ
งพระองค์ให้สำเร็จได้อย่างไร ผมจะนำดวงวิญญาณเข้าสู่สวรรค์มา
กยิ่งขึ้นได้อย่างไร" แล้วละก้อเราก็จะมีสันติสุขอย่างแท้จริงและเกิด
ผลของความสว่างอย่างบริบูรณ์

ผลของความสว่างไม่ได้มีเพียงความดี ความชอบธรรม
และความสัตย์จริงเท่านั้น แต่ผลของความสว่างรวมไปถึงผลทุ
กชนิดที่เกิดขึ้นจากการมีสามัคคีธรรมกับพระเจ้าและการมีพ
ระทัยของพระเยซูคริสต์ซึ่งประกอบด้วยความรักฝ่ายวิญญาณ
ผลแห่งลักษณะของผู้เป็นสุข และผลของพระวิญญาณ ผลเหล่านี้ต้อ
งเกิดขึ้นอย่างสมบูรณ์อยู่ภายในเราเพื่อเราจะสามารถเข้าไปสู่นคร
เยรูซาเล็มใหม่ ถ้าผลบางชนิดสุกงอมดีในขณะที่ผลชนิดอื่นไม่สุกง
อม เราก็จะไม่มีคุณสมบัติที่จะเข้าไปสู่นครเยรูซาเล็มใหม่ ผมหวังว่
าท่านจะประพฤติตามพระคำของพระเจ้าอย่างขยันหมั่นเพียรและมี
คุณสมบัติครบถ้วนที่จะเข้าไปสู่พื้นที่แห่งความสว่างที่เจิดจ้าที่สุด

วิญญาณ จิตใจ และร่างกายในพื้นที่ฝ่ายวิญญาณ

เกณฑ์ในการจำแนกที่อยู่อาศัยในสวรรค์

สง่าราศีที่พระเจ้าทรงมอบให้ในพื้นที่ฝ่ายวิญญาณ

"ดูก่อน ข้าพเจ้ามีความลึกลับที่จะบอกแก่ท่าน
คือว่าเราจะไม่ล่วงหลับหมดทุกคน แต่เราจะถูกเปลี่ยนแปลงใหม่หมด
ในชั่วขณะเดียว ในพริบตาเดียว เมื่อเป่าแตรครั้งสุดท้าย
เพราะว่าจะมีเสียงแตร และคนที่ตายแล้วจะเป็นขึ้นมาปราศจากเปื่อยเน่า แล้ว
เราทั้งหลายจะถูกเปลี่ยนแปลงใหม่ เพราะว่าสิ่งซึ่งเปื่อยเน่านั้นต้องสวมซึ่งไม่
เปื่อยเน่า และซึ่งจะตายนั้นต้องสวมซึ่งจะไม่รู้ตาย"
(1 โครินธ์ 15:51-53)

บทที่ 1
ที่อยู่อาศัยระดับต่าง ๆ

ที่อยู่อาศัยในสวรรค์ซึ่งเราจะได้รับนั้นจะแตกต่างกันออกไปตามขนาดของการเป็นเหมือน
พระเจ้าของเราและการดำเนินชีวิตด้วยน้ำพระทัยของพระองค์ แผ่นดินสวรรค์มีที่อยู่มากมาย
ที่อยู่อาศัยดีมากขึ้นเท่าใด เกียรติและความสุขที่เราจะได้รับก็มีมากขึ้นเท่านั้น

สวรรค์มีที่อยู่อาศัยมากมาย

สวรรค์เป็นสิ่งที่คนแสวงหาด้วยใจร้อนรน

เหตุผลของการแบ่งที่อยู่อาศัยในสวรรค์ออกเป็นชั้นต่าง ๆ

เมืองบรมสุขเกษมเป็นที่อยู่อาศัยสำหรับผู้คนที่รอดอย่างหวุดหวิด

นครเยรูซาเล็มใหม่เป็นที่อยู่อาศัยสำหรับผู้คนที่อยู่ฝ่ายวิญญาณอย่างสมบูรณ์

มนุษย์มีความโน้มเอียงที่จะเชื่อบางสิ่งบางอย่างถ้าเขาสามาร
ถมองเห็นและตรวจสอบสิ่งนั้นด้วยตนตนเอง แต่มีหลายสิ่งหลาย
อย่างที่มนุษย์ไม่สามารถตรวจสอบด้วยตาตนเองได้อย่างแท้จริง
ยกตัวอย่าง เราไม่สามารถมองเห็นลมและกลิ่นหอมของดอกไม้
แต่ทั้งสองสิ่งนี้มีอยู่จริง นอกจากนั้นยังมีโลกฝ่ายวิญญาณที่อยู่ในมิติ
ที่สูงกว่าโลกกายภาพที่เรามองเห็นอยู่ในเวลานี้ การปฏิเสธมิติฝ่ายวิ
ญญาณเพียงเพราะเรามอง ไม่เห็นถือเป็นสิ่งที่ไม่ถูกต้อง

แผ่นดินสวรรค์ตั้งอยู่บนสวรรค์ชั้นที่สามซึ่งอยู่ในพื้นที่ฝ่ายวิญญ
าณอันกว้างใหญ่ไพศาล สวรรค์ชั้นที่สามเป็นพื้นที่แห่งความสว่างซึ่
งไร้ขอบเขตจำกัดและมีที่อยู่อาศัยมากมายหลายแห่งนับจากเมืองบ
รมสุขเกษมไปจนถึงนครเยรูซาเล็มใหม่ ที่อยู่อาศัยในสวรรค์ที่พระเ
จ้าทรงมอบให้กับผู้คนที่ได้รับความรอดแต่ละคนนั้นจะแตกต่างกัน
ออกไปตามขนาดของการชำระให้บริสุทธิ์ของเขาและการดำเนินชี
วิตด้วยน้ำพระทัยของพระเจ้าในความเชื่อ และเราจะได้รับสง่าราศี
ในฐานะบุคคลที่เป็นของสวรรค์ตามลักษณะของบุคคลที่พระเจ้าทร
งปรารถนาให้เราเป็นในชีวิตนี้

เพราะเหตุนี้ 1 โครินธ์ 15:40-41 จึงกล่าวว่า "ร่างกายสำหรับส
วรรค์ก็มีและร่างกายสำหรับโลกก็มี แต่ว่าสง่าราศีของร่างกายสำหรั้
บสวรรค์ก็อย่างหนึ่ง และสง่าราศีของร่างกายสำหรับโลกก็อย่างหนึ่ง
สง่าราศีของดวงอาทิตย์ก็อย่างหนึ่ง สง่าราศีของดวงจันทร์ก็อย่างห
นึ่ง สง่าราศีของดวงดาวก็อย่างหนึ่ง แท้ที่จริงสง่าราศีของดาวดวงห
นึ่งก็ต่างกันกับสง่าราศีของดาวดวงอื่น ๆ"

สง่าราศีของแต่ละในสวรรค์

ธรรมชาติดังเดิมประการหนึ่งของพระเจ้าคือความบริสุทธิ์ บ่อยครั้งพระคัมภีร์กล่าวถึงความบริสุทธิ์เพราะพระเจ้าทรงต้องการให้มนุษย์ที่ถูกสร้างขึ้นตามพระฉายาของพระเจ้ามีความบริสุทธิ์ของพระเจ้า เลวีนิติ 20:26 กล่าวว่า "เจ้าต้องบริสุทธิ์สำหรับเราเพราะเราคือพระเยโฮวาห์บริสุทธิ์ และได้แยกเจ้าออกจากชนชาติทั้งหลายเพื่อเจ้าจะเป็นของเรา" 1 เปโตร 1:16 กล่าวว่า "ดังที่มีคำเขียนไว้แล้วว่า `ท่านทั้งหลายจงเป็นคนบริสุทธิ์เพราะเราเป็นผู้บริสุทธิ์'"

ด้วยเหตุนี้ คนที่ดำเนินชีวิตด้วยน้ำพระทัยของพระเจ้าผู้บริสุทธิ์คือผู้คนที่เป็นของสวรรค์ คนเหล่านี้จะชื่นชมกับสง่าราศีแห่งสวรรค์ในแผ่นดินสวรรค์ ในอีกด้านหนึ่ง ผู้คนที่ดำเนินชีวิตอยู่ในความบาปและความชั่วซึ่งขัดขวางกับน้ำพระทัยของพระเจ้าคือผู้คนที่เป็นของโลกนี้และในที่สุดเขาจะลงไปสู่นรก

คนที่เป็นของโลกนี้ไม่ใช่เป็นเพียงแค่คนที่ไม่ต้อนรับเอาพระเยซูคริสต์และคนที่ไม่เชื่อในพระเจ้าเท่านั้น มัทธิว 7:21 กล่าวว่า "มิใช่ทุกคนที่ร้องแก่เราว่า `พระองค์เจ้าข้า พระองค์เจ้าข้า' จะได้เข้าในอาณาจักรแห่งสวรรค์ แต่ผู้ที่ปฏิบัติตามพระทัยพระบิดาของเราผู้ทรงสถิตในสวรรค์จึงจะเข้าได้" แม้คนเหล่านี้จะร้องว่า "พระองค์เจ้าข้า พระองค์เจ้าข้า" และกล่าวว่าเขาเชื่อในพระองค์ก็ตาม แต่คนเหล่านี้ยังเป็นคนของโลกนี้ตราบใดที่เขาไม่ได้ประพฤติตามน้ำพระทัยของพระเจ้า

เราต้องทำสิ่งใดเพื่อเข้าไปสู่แผ่นดินสวรรค์และชื่นชมกับสง่าราศีของดวงอาทิตย์ในฐานะบุคคลที่เป็นของสวรรค์ ในฮีบรู 12:4 เราพบว่าในช่วงชีวิตของเราบนโลกนี้เราต้องต่อสู้กับความบาปและกำจัดบาปของเราทิ้งไป "จนถึงโลหิตตก" นอกจากนี้ 1 เธสะโลนิกา 5:22 กล่าวว่าเราต้องมีความบริสุทธิ์ด้วยการกำจัดความชั่วร้ายทุกรูปแบบทิ้งไปและการเต็มล้นด้วยพระวิญญาณความสว่างของดวงอาทิตย์ ความสว่างของดวงจันทร์ และความสว่า

งของดวงดาวมีความแตกต่างกันฉันใด สง่าราศีของผู้คนที่เป็นของสวรรค์ก็จะมีความแตกต่างกันด้วยฉันนั้น

อิสยาห์ 60:1 กล่าวว่า "จงลุกขึ้น ฉายแสง เพราะว่าความสว่างของเจ้ามาแล้ว และสง่าราศีของพระเยโฮวาห์ขึ้นมาเหนือเจ้า" หลังจากที่เราต้อนรับเอาพระเยซูคริสต์ผู้ทรงเสด็จมาเป็นความสว่างของโลก เราก็เริ่มส่องความสว่างฝ่ายวิญญาณออกไปตามขนาดของการที่เราประพฤติตามพระคำของพระเจ้า ในฐานะของผู้คนที่เป็นของสวรรค์เราต้องส่องความสว่างอันเจิดจ้าออกไปเหมือนแสงอาทิตย์ในยามเที่ยงวันเพื่อเราจะสามารถขับไล่อำนาจของความมืดออกไป นำดวงวิญญาณมาสู่หนทางแห่งความรอดและถวายพระสิริแด่พระเจ้า

สวรรค์มีที่อยู่อาศัยมากมาย

พระเยซูทรงร่วมเสวยปัสกากับสาวกของพระองค์ที่ห้องชั้นบนในบ้านของมาระโกก่อนการสิ้นพระชนม์ของพระองค์ ในการรับประทานอาหารมื้อสุดท้าย พระองค์ทรงเตือนพวกสาวกให้ระลึกถึงแผ่นดินสวรรค์เพื่อให้เขามีความหวังในเรื่องนี้

พระเยซูตรัสไว้ในยอห์น 14:2-3 ว่า "ในพระนิเวศของพระบิดาเรามีคฤหาสน์หลายแห่ง ถ้าไม่มีเราคงได้บอกท่านแล้ว เราไปจัดเตรียมที่ไว้สำหรับท่านทั้งหลาย และถ้าเราไปจัดเตรียมที่ไว้สำหรับท่านแล้ว เราจะกลับมาอีกรับท่านไปอยู่กับเรา เพื่อว่าเราอยู่ที่ไหนท่านทั้งหลายจะอยู่ที่นั่นด้วย"

พระเยซูทรงเป็นขึ้นมาจากความตายในวันที่สามหลังจากที่พระองค์ทรงถูกตรึงและทรงเสด็จขึ้นสู่สวรรค์ต่อหน้าต่อตาผู้คนจำนวนมาก พระองค์เสด็จไปจัดเตรียมที่อยู่อาศัยในสวรรค์ซึ่งบุตรของพระเจ้าจะอาศัยอยู่ที่นั่นตลอดนิรันดร์ เมื่อพระองค์ตรัสว่า "ในพระนิเวศของพระบิดาเรามีคฤหาสน์หลายแห่ง" พระองค์ทรงแสดงถึงความปรารถนาที่จะให้มนุษย์ทุกคนได้รับความรอด (1 ทิโมธี 2:4)

สวรรค์เป็นพื้นที่ฝ่ายวิญญาณซึ่งถูกสร้างขึ้นก่อนที่พระเจ้าตรีเ

อกานุภาพทรงสร้างแผ่นดินโลก สวรรค์เป็นพื้นที่ไร้ขอบเขตจำกั
ดซึ่งเราไม่สามารถวัดขนาดความลึก ความกว้าง ความหนาแน่น
ปริมาตร และปริมาณได้ด้วยความคิดของมนุษย์ สวรรค์เป็นพระที่
นั่งของพระเจ้าซึ่งประกอบไปด้วยสิ่งมีชีวิตฝ่ายวิญญาณจำนวนนับไ
ม่ถ้วนและเป็นบ้านเรือนที่บุตรของพระเจ้าจะอาศัยอยู่ตลอดชั่วนิรัน
ดร์ ศูนย์กลางของแผ่นดินสวรรค์เป็นที่ตั้งของนครเยรูซาเล็มใหม่ซึ
งเป็นที่อยู่อาศัยที่รุ่งเรืองที่สุดของสวรรค์

ความสว่างฝ่ายวิญญาณที่ไหลออกมาจากพระที่นั่งของพระเจ้าแ
ละแม่น้ำของน้ำแห่งชีวิตทำให้บุตรของพระเจ้ารู้สึกเป็นสุขและได้รั
บเกียรติมากขึ้น พระเจ้าทรงมอบที่อยู่อาศัยและรางวัลที่เหมาะสมใ
ห้กับเราแต่ละคนตามชนิดของความเชื่อที่เรามีและตามวิธีการที่เรา
ถวายเกียรติแด่พระองค์บนโลกนี้

นครเยรูซาเล็มใหม่ตั้งอยู่บนยอดของสวรรค์ชั้นที่สามและ
"ด้านใต้" นครเยรูซาเล็มใหม่ได้แก่อาณาจักรที่สาม อาณาจักรที่สอง
และอาณาจักรที่หนึ่งของสวรรค์และเมืองบรมสุขเกษม
อย่างไรก็ตาม สิ่งนี้ไม่ได้หมายความว่าสถานที่เหล่านี้วางทับกันอยู่เ
ป็นชั้น ๆ เหมือนตึกขนาดใหญ่บนโลกนี้ ที่อยู่อาศัยทั้งหมดในสวรร
ค์มีลักษณะเป็นแนวนอนและเป็นแนวตั้งโดยมีข้อแตกต่างกันในเรื
องความสูง

สวรรค์เป็นสิ่งที่คนแสวงหาด้วยใจร้อนรน

มัทธิว 11:12 กล่าวว่า "และตั้งแต่สมัยยอห์นผู้ให้รับบัพติศมาถึ
งทุกวันนี้ อาณาจักรแห่งสวรรค์ก็เป็นสิ่งที่คนได้แสวงหาด้วยใจร้อน
รน และผู้ที่ใจร้อนรนก็เป็นผู้ที่ชิงเอาได้" สวรรค์เป็นสถานที่อันงด
งามและสงบสุข เพราะเหตุใดพระคัมภีร์จึงกล่าวว่าสวรรค์เป็นสิ่งที่ค
นแสวงหาด้วยใจร้อนรนและผู้ที่ใจร้อนรนก็เป็นผู้ที่ชิงเอาได้

สิ่งนี้หมายความว่าผู้คนที่มีความหวังมากขึ้นในเรื่องแผ่นดินสวร
รค์จะดำเนินชีวิตที่ขยันหมั่นเพียรในความเชื่อและจะพยายามเข้าไ
ปสู่นครเยรูซาเล็มใหม่ พระคัมภีร์พูดถึงชีวิตที่ขยันหมั่นเพียรนี้ "ผู้ที่

มีใจร้อนรนก็เป็นผู้ที่ชิงเอาได้"

ตอนนี้คนเหล่านี้ต้องชิงเอาจากผู้ใด เขาต้องชิงเอาจากผีมารซา ตานที่ยุยงมนุษย์ให้ทำบาป เพื่อให้เราเข้าไปสู่สวรรค์เราต้องต่อสู้ก บความมืดและเอาชนะความมืดนั้น เพื่อทำให้มนุษย์ล้มลงในบาป ผี มารซาตานจะกระตุ้นธรรมชาติบาปในมนุษย์และชักนำให้เขาทำบา าป ในจุดนี้ผู้คนที่ปรารถนาแผ่นดินสวรรค์อย่างแท้จริงจะเอาชนะผี มารซาตานด้วยพระคำของพระเจ้า

ยิ่งเราเป็นบุตรที่บริสุทธิ์ของพระเจ้าผู้บริสุทธิ์ด้วยพระคำของพร ะเจ้าและการอธิษฐานมากขึ้นเท่าใดเราก็สามารถช่วงชิงเอานครเย รูซาเล็มใหม่ด้วยใจร้อนรนได้มากขึ้นเท่านั้น (1 ทิโมธี 4:5) จาก 2 โครินธ์ 12:1 เป็นต้นไปเราเห็นอัครทูตเปาโลขึ้นไปยังเมืองบรมสุข เกษมซึ่งอยู่ในสวรรค์ชั้นที่สามและเรียนรู้ถึงความล้ำลึกอันยิ่งใหญ่ข องแผ่นดินสวรรค์ จากเวลานั้นเป็นต้นมาท่านได้ต่อสู้อย่างเต็มกำลัง จนกระทั่งท่านกลายเป็นผู้สละชีพเพื่อความเชื่อ ท่านช่วงชิงเอานคร เยรูซาเล็มใหม่ด้วยใจร้อนรนโดยมองไปที่มงกุฎแห่งความชอบธรร มที่พระเจ้าทรงจัดเตรียมไว้ให้ท่าน

วิวรณ์ 19:7-8 กล่าวว่า "ขอให้เราทั้งหลายร่าเริงยินดีและถวาย พระเกียรติแด่พระองค์ เพราะว่าถึงเวลามงคลสมรสของพระเมษโ ปดกแล้ว และมเหสีของพระองค์ได้เตรียมตัวพร้อมแล้วและทรงโ ปรดให้เธอสวมผ้าป่านเนื้อละเอียด สะอาดและขาว เพราะผ้าป่าน เนื้อละเอียดนั้นเป็นความชอบธรรมของพวกวิสุทธิชน" และวิวรณ์ 22:14 กล่าวเช่นกันว่า "คนทั้งหลายที่ชำระเสื้อผ้าของตนก็เป็นสุข เพื่อว่าเขาจะได้มีสิทธิ์ในต้นไม้แห่งชีวิต และเพื่อเขาจะได้เข้าไปใน นครนั้นโดยทางประตู"

คำว่า "เสื้อผ้า" และ "ผ้าป่านเนื้อละเอียด" ในที่นี้หมายถึงจิตใจแ ละการประพฤติของมนุษย์ เราสามารถเดินผ่านประตูและเข้าไปสู่ นครบริสุทธิ์ได้ก็ต่อเมื่อเราชำระจิตใจและการประพฤติของเราให้ สะอาดบริสุทธิ์เท่านั้น คำว่า "ประตู" ในข้อนี้อยู่ในรูปของพหูพจน์ สิ่งนี้ชี้ให้เราเห็นว่าประตูมีอยู่หลายแห่ง เพื่อให้เราเข้าไปสู่นค รเยรูซาเล็มใหม่ อันดับแรกเราต้องเดินผ่านประตูแห่งความร

อดและมีคุณสมบัติที่จะเข้าไปสู่เมืองบรมสุขเกษมก่อน จากนั้นเราต้องเดินผ่านประตูของอาณาจักรที่หนึ่ง อาณาจักรที่สองและอาณาจักรที่สามของสวรรค์ สุดท้ายเราต้องเดินผ่านประตูไข่มุกของนครเยรูซาเล็มใหม่

เพราะเหตุนี้พระคัมภีร์จึงใช้คำว่า "ประตู" ในรูปของพหูพจน์และเราสามารถเรียนจากพระคัมภีร์ตอนนี้ว่าไม่ใช่ทุกคนที่รอดจะได้รับสง่าราศีในสวรรค์แบบเดียวกัน นี่เป็นสิ่งที่เราควรขอบพระคุณอย่างยิ่งที่เรารู้เกี่ยวกับแผ่นดินสวรรค์นี้และพยายามที่จะช่วงชิงเอาที่อยู่อาศัยที่ดีกว่าด้วยใจร้อนรน

เหตุผลของการแบ่งที่อยู่อาศัยในสวรรค์ออกเป็นชั้นต่าง ๆ

ผู้คนที่ต้อนรับเอาพระเยซูคริสต์แต่ไม่ได้เข้าสุหนัตในจิตใจของตนและยังไม่ได้กำจัดความชั่วทิ้งไป คนเหล่านี้มีความสว่างฝ่ายวิญญาณที่พร่ามัว แต่ผู้คนที่กำจัดความชั่วร้ายทุกรูปแบบทิ้งไปและได้รับการชำระให้บริสุทธิ์มีความสว่างฝ่ายวิญญาณที่เจิดจ้ามาก เหมือนที่ผมกล่าวไว้ในเบื้องต้นว่าความเจิดจ้าของความสว่างฝ่ายวิญญาณของผู้เชื่อแต่ละคนนั้นแตกต่างกัน ยิ่งผู้เชื่อประพฤติตามพระคำของพระเจ้าและกำจัดความบาปทิ้งไปมากเท่าใด ความสว่างที่เขาส่องออกไปก็จะมีความเจิดจ้าและความงดงามมากขึ้นเท่านั้น ผู้คนที่ได้รับการชำระให้บริสุทธิ์อย่างสมบูรณ์จะมีความสว่างที่เจิดจ้ามากจนผู้คนที่ไม่ได้รับการชำระให้บริสุทธิ์ไม่สามารถมองดูเขาได้โดยตรง

ถ้าเพียงแค่เราคิดด้วยสามัญสำนึกของมนุษย์เราก็รู้ได้ว่าไม่ใช่เรื่องง่ายที่ผู้คนซึ่งมีความสว่างฝ่ายวิญญาณเจิดจ้ากับผู้คนที่มีความสว่างฝ่ายวิญญาณพร่ามัวจะผสมกันและอยู่ร่วมกัน แม้แต่ในโลกนี้ถ้าเด็กกับเด็กอยู่ด้วยกันหรือถ้าวัยรุ่นกับวัยรุ่นอยู่ด้วยกันหรือถ้าผู้ใหญ่กับผู้ใหญ่อยู่ด้วยกันจะทำให้เขารู้สึกสบายใจมากกว่า เด็กและผู้ใหญ่ไม่สามารถเป็นเพื่อนกันได้อย่างแท้จริงเพราะโลกของเขาแตกต่างกันรวมทั้งสติปัญญาและวิธีคิดของเขาก็แตกต่างกันอย่างมาก

ในทำนองเดียวกัน ผู้คนที่มีความสว่างฝ่ายวิญญาณเจิดจ้าคล้าย

คลึงกันก็จะอยู่ในสถานที่แห่งเดียวกัน จะเกิดอะไรขึ้นถ้าทุกคนอาศั
ยอยู่ในพื้นที่แห่งเดียวกันในแผ่นดินสวรรค์นิรันดร์ ผู้คนที่ได้รับกา
รชำระให้บริสุทธิ์จะเข้าใจจิตใจของคนอื่นแต่ละคนและเขาจะไม่มีค
วามรู้สึกตะขิดตะขวงใจ แต่ผู้คนที่ไม่ได้รับการชำระให้บริสุทธิ์ไม่ส
ามารถเข้าใจคนเหล่านื้อย่างแท้จริง เพราะเหตุนี้ พระเจ้าจึงทรงแบ่ง
ที่อยู่อาศัยในสวรรค์ออกเป็นพื้นที่ต่าง ๆ เพื่อว่าผู้คนที่มีความสว่างเ
จิดจ้าฝ่ายวิญญาณคล้ายกันจะสามารถอยู่ร่วมกันได้อย่างสบายใจ

วิวรณ์ 21:23 กล่าวว่า "เมืองนั้นไม่ต้องการแสงของดวงอา
ทิตย์และดวงจันทร์ เพราะว่าสง่าราศีของพระเจ้าเป็นแสงสว่างข
องเมืองนั้น และพระเมษโปดกทรงเป็นความสว่างของเมืองนั้น"
ในบรรดาที่อยู่อาศัยแห่งต่าง ๆ ในสวรรค์ นครเยรูซาเล็มใหม่คือกา
รตกผลึกของการเตรียมมนุษย์ที่พระเจ้าได้ทรงวางแผนเอาไว้ นคร
เยรูซาเล็มใหม่เป็นสถานที่ซึ่งพระเจ้าทรงสามารถแบ่งปันความรักกั
บบุตรของพระองค์ตลอดไป พระเจ้าทรงจัดเตรียมสวรรค์ชั้นที่สาม
สวรรค์ชั้นที่สอง และสวรรค์ชั้นที่หนึ่งเอาไว้ และพระองค์ทรงจัดเต
รียมเมืองบรมสุขเกษมไว้สำหรับผู้คนที่ไม่ได้เพาะบ่มจิตใจแห่งควา
มจริงอย่างสมบูรณ์และ ไม่มีคุณสมบัติที่จะเข้าไปสู่นครเยรูซาเล็มให
ม่

ตอนนี้ขอให้เราเจาะลึกลงไปในลักษณะของที่อยู่อาศัยแต่ละแห่ง
โดยเริ่มจากเมืองบรมสุขเกษมไปจนถึงนครเยรูซาเล็มใหม่ เราจะพิ
จารณาเช่นกันว่าคนประเภทใดบ้างที่จะเข้าไปอาศัยอยู่ในสถานที่แ
หล่านั้น

**เมืองบรมสุขเกษมเป็นที่อยู่อาศัยสำหรับผู้คนที่รอดอย่างหวุ
ดหวิด**

พระเจ้าทรงส่งพระเยซูเข้ามาในโลกนี้เพื่อเราที่กำลังเดินอยู่บนห
นทางแห่งความตายเนื่องจากความผิดบาป พระเยซูทรงไถ่เราให้พ้
นจากความผิดบาปทั้งสิ้นของเราโดยการถูกตรึงบนกางเขนของพร
ะองค์ ถ้าเราเชื่อว่าพระองค์เท่านั้นที่ทรงเป็นหนทางแห่งความรอดแ

ละต้อนรับเอาพระองค์ไว้เป็นพระผู้ช่วยให้รอดส่วนตัวของเรา พระเจ้าจะทรงประทานพระวิญญาณบริสุทธิ์เป็นของขวัญให้กับเรา เมื่อเราได้รับพระวิญญาณบริสุทธิ์แล้ววิญญาณจิตของเราที่ตายไปแล้วเพราะบาปของอาดัมก็จะเป็นขึ้นมาใหม่และเราจะได้รับสิทธิ์ให้เรียกพระเจ้าว่า "พระบิดา" ของเรา สิ่งนี้หมายความว่าเราเป็นบุตรของพระเจ้า ชื่อของเราได้ถูกบันทึกไว้ในหนังสือแห่งชีวิต และเราได้เป็นพลเมืองของแผ่นดินสวรรค์

แต่หลังจากที่วิญญาณจิตที่ตายไปแล้วของเราถูกชุบให้เป็นขึ้นมาใหม่แล้ววิญญาณนี้จะไม่สามารถเติบโตได้ถ้าเราไม่ประพฤติตามพระคำของพระเจ้าและกำจัดบาปทิ้งไป ยิ่งเรากำจัดบาปทิ้งไปมากเท่าใดวิญญาณจิตของเราก็จะเติบโตมากขึ้นเท่านั้น เราสามารถเข้าไปสู่นครเยรูซาเล็มใหม่ได้ก็ต่อเมื่อเราได้รื้อฟื้นพระฉายาของพระเจ้าที่สูญเสียไปกลับขึ้นมาใหม่ด้วยการทำให้วิญญาณจิตของเราเติบโตอย่างสมบูรณ์เท่านั้น ถ้าวิญญาณจิตของเราไม่เติบโตและถ้าเราได้รับความรอดอย่างหวุดหวิดโดยมีความเชื่อเพียงเล็กน้อยเท่ากับเมล็ดผักกาด เราก็จะเข้าไปสู่เมืองบรมสุขเกษมในแง่ของระดับแห่งความเชื่อ ความเชื่อนี้อยู่ระดับที่หนึ่ง ความเชื่อระดับที่หนึ่งเป็นความเชื่อที่ทำให้เราได้รับความรอดด้วยความอับอาย

เมืองบรมสุขเกษมเป็นสถานที่ซึ่งสร้างขึ้นด้วยความรักและพระเมตตาของพระเจ้า พระเจ้าทรงจัดเตรียมสถานที่แห่งนี้เอาไว้สำหรับผู้คนที่รอดแต่เขาไม่คู่ควรที่จะถูกเรียกว่าเป็นบุตรของพระเจ้า การเรียกคนเหล่านี้ว่าเป็นบุตรของพระเจ้านั้นถือเป็นเรื่องที่ค่อนข้างน่าอับอาย แต่พระเจ้าก็ไม่อาจส่งคนเหล่านี้ไปนรกเช่นกัน แต่ในความเป็นจริง เมืองบรมสุขเกษมจะเป็นสถานที่รองรับผู้เชื่อส่วนใหญ่มากกว่าที่อยู่อาศัยแห่งอื่น สถานที่แห่งนี้กว้างใหญ่ไพศาลยิ่งกว่าจักรวาลของสวรรค์ชั้นที่หนึ่ง ผู้คนที่อาศัยอยู่ในเมืองบรมสุขเกษมจะขอบพระคุณและอาศัยอยู่ที่นี่อย่างเป็นสุขชั่วนิจนิรันดร์เพราะเขาได้รับความรอดและไม่ตกนรก

แม้จะเป็นที่อยู่อาศัยที่อาศัยในสวรรค์ที่อยู่ในระดับต่ำต้อยที่สุดก็

ตาม แต่ก็ไม่มีสถานที่แห่งใดในโลกนี้ที่มีความงดงามและความโอ่อ่าเท่ากับเมืองบรมสุขเกษม บนท้องทุ่งอันกว้างใหญ่ไพศาลซึ่งมีความกลมกลืนกันอย่างลงตัวของดอกไม้ที่งดงามและต้นไม้ที่เขียวขจีมีสัตว์นานาชนิดเดินเตร็ดเตร่กันอยู่ทั่วไปและสัตว์เหล่านี้ดูน่ารักมาก

ในโลกนี้ต้นไม้และดอกไม้จะเหี่ยวแห้งและเสื่อมสูญไปตามกาลเวลา แต่ต้นไม้ในเมืองบรมสุขเกษมจะเขียวขจีอยู่ตลอดเวลาและดอกไม้ที่นั่นไม่มีวันเหี่ยวแห้ง เมื่อผู้คนเดินเข้าหา ดอกไม้เหล่านี้จะแกว่งไกวไปมาหรือจะเปิดและปิดดอกตูมของตนเพื่อส่งกลิ่นหอมที่เป็นเอกลักษณ์และน่าหลงใหลออกไปราวกับว่าดอกไม้เหล่านั้นกำลังให้การต้อนรับผู้คน เมืองบรมสุขเกษมยังอุดมไปด้วยผลไม้นานาชนิดเช่นกัน ผลไม้เหล่านี้มีขนาดใหญ่กว่าผลไม้ของโลกนี้บ้างเล็กน้อยและมีแสงเงินแสงทองอันสุกใส ผู้คนสามารถกินผลไม้เหล่านี้จากต้นเพราะที่นั่นไม่มีฝุ่นละอองหรือแมลง

ผู้คนสามารถนั่งลงที่ลานหญ้าและสนทนากันอย่างเป็นมิตรในขณะที่รับประทานผลไม้เหล่านั้น ผู้คนที่อาศัยอยู่ในเมืองบรมสุขเกษมยังไม่ได้ทำสิ่งใดเพื่อแผ่นดินของพระเจ้าในช่วงชีวิตของเขาบนโลกนี้ ดังนั้นเขาจึงไม่ได้รับรางวัลใดในสวรรค์ แต่เขาก็มีความสุขกับความจริงที่ว่าที่นั่นไม่มีความโศกเศร้า โรคภัย ความเจ็บปวดหรือความตาย ในบางโอกาสซึ่งเป็นกรณียกเว้นจริง ๆ คนเหล่านี้บางคนจะถูกเชิญให้เข้าร่วมในกิจกรรมบางอย่างที่จัดขึ้นในนครเยรูซาเล็มใหม่

แต่เนื่องจากมีข้อแตกต่างกันอย่างมากระหว่างผู้คนที่อยู่ในนครเยรูซาเล็มใหม่กับผู้คนที่อยู่ในเมืองบรมสุขเกษม ดังนั้นปกติผู้คนที่อยู่ในเมืองบรมสุขเกษมจะไม่รับคำเชิญเพราะเขาจะรู้สึกอับอายเกินกว่าที่จะทนได้ เมื่อเขาเดินทางไปเยี่ยมสถานที่แห่งนั้นเขาต้องทำตามระเบียบการและกรอบเวลาที่เฉพาะเจาะจง คนเหล่านี้จะเป็นสุขอย่างมากเพียงแค่เขาได้ไปเยี่ยมนครเยรูซาเล็มใหม่ที่เต็มไปด้วยสง่าราศีแห่งนี้และเขาชื่นชมยินดีอย่างยิ่งกับการแบ่งปันสิ่งที่เขาได้เห็นและมีประสบการณ์ในนครเยรูซาเล็มหลังจากกลับมายังเมืองบรมสุขเกษม

เราต้องไม่ประเมินคุณค่าความงดงามและความสุขของเมืองบรมสุขเกษมให้ต่ำเพียงเพราะว่าสถานที่แห่งนี้เป็นที่อยู่อาศัยในระดับที่ต่ำต้อยที่สุดในสวรรค์ แม้สถานที่แห่งนี้จะเป็นที่อยู่อาศัยของผู้คนที่ได้รับความรอดอย่างน่าอับอาย แต่ก็ไม่มีสถานที่แห่งใดบนโลกนี้จะมีความงดงามเทียบได้กับความงดงามของสถานที่แห่งนี้ เมืองบรมสุขเกษมงดงามยิ่งกว่าสวนเอเดนที่อาดัมเคยอาศัยอยู่ด้วยซ้ำไป

อาณาจักรที่หนึ่งของสวรรค์

อาณาจักรที่หนึ่งของสวรรค์เป็นสถานที่ซึ่งมีความงดงามและความสุขมากกว่าเมืองบรมสุขเกษม ทุกสิ่งอยู่ในสภาพแวดล้อมที่งดงามกว่าเมืองบรมสุขเกษม สถานที่แห่งนี้เป็นที่อยู่อาศัยของผู้คนที่ต้อนรับเอาพระเยซูคริสต์ รื้อฟื้นวิญญาณจิตของตนที่ตายไปแล้วขึ้นมาใหม่ และพยายามประพฤติตามพระคำของพระเจ้าแต่ไม่สามารถประพฤติตามได้อย่างครบถ้วน กล่าวคือ สถานที่แห่งนี้เป็นที่อยู่อาศัยของผู้คนที่มีความเชื่อในระดับที่สองในขั้นตอนการเติบโตของความเชื่อ

ในอาณาจักรที่หนึ่งของสวรรค์ผู้คนจะได้รับรางวัลและบ้านเรือนตามสิ่งที่ตนได้กระทำไว้ในโลกนี้ บ้านเรือนในอาณาจักรที่หนึ่งของสวรรค์มีลักษณะเป็นอาคารห้องชุด (คล้ายกับอพาร์ทเม้นท์) บนโลกนี้ แต่บ้านเรือนเหล่านี้จะถูกสร้างขึ้นด้วยทองคำและเพชรนิลจินดาชนิดต่าง ๆ ตามรสนิยมของเจ้าของ อาคารเหล่านี้มีลิฟต์อยู่ในอาคารซึ่งทำงานด้วยพลังอำนาจของพระเจ้าและลิฟต์เหล่านี้จะพาท่านขึ้นไปยังชั้นที่ท่านต้องการโดยไม่ต้องกดปุ่ม

ผู้คนที่เข้าไปสู่อาณาจักรที่หนึ่งของสวรรค์จะได้รับมงกุฎที่ไม่มีวันร่วงโรย (1 โครินธ์ 9:25) สิ่งนี้เป็นเหมือนรางวัลของการเข้าร่วมคนเหล่านี้รู้จักพระคำของพระเจ้าแต่ไม่ได้ประพฤติตามบนโลกนี้เขารู้ว่าเขาต้องกำจัดความบาปทิ้งไปแต่เขาก็ไม่ได้กำจัดความบาปหลายอย่างที่ตนกระทำทิ้งไป แต่พระเจ้าทรงมองเห็นว่าความพยายามของเขาที่จะประพฤติตามพระคำของพระองค์นั้นเป็นความเชื่อข

องเขาและทรงมอบรางวัลให้กับเขา

ในอาณาจักรที่หนึ่งของสวรรค์มีสวนที่งดงามอยู่เป็นจำนวนมาก นอกจากนั้นยังมีสถานที่พักผ่อนหย่อนใจอีกหลายแห่ง อาทิ เช่น สวนสาธารณะที่เต็มไปด้วยต้นไม้ สวนสนุก ทะเลสาบ ทางเดิน สระว่ายน้ำ สนามกอล์ฟ และสนามเทนนิส เป็นต้น แต่ทุกสิ่งเป็นสาธารณะประโยชน์ที่ทุกคนต้องใช้ร่วมกันยกเว้นที่พักอาศัยและมงกุฎของแต่ละคนที่พระเจ้าทรงมอบให้ สิ่งนี้คล้ายคลึงกับการที่อาคารชุดแต่ละแห่งจะมีสวนหย่อมหรือสนามกีฬาสาธารณะที่ทุกคนใช้ร่วมกัน

สถานที่แห่งนี้ไม่มีทูตสวรรค์ส่วนตัวที่คอยปรนนิบัติ แต่ผู้คนสามารถรับคำแนะนำจากทูตสวรรค์ในทุกที่ทุกแห่ง นี่คือสิ่งแรกที่ทำให้สถานที่แห่งนี้แตกต่างจากเมืองบรมสุขเกษม ยกตัวอย่าง ในขณะที่ผู้คนกำลังนั่งคุยกันอยู่ตามม้านั่ง เขาสามารถขอให้ทูตสวรรค์เก็บผลไม้มาให้เขาถ้าเขาอยากกินผลไม้ แต่ในเมืองบรมสุขเกษมผู้คนต้องเก็บผลไม้กินด้วยตนเอง ดังนั้นจึงมีข้อแตกต่างอย่างมากในเรื่องการดำเนินชีวิตระหว่างผู้คนที่อยู่ในเมืองบรมสุขเกษมกับผู้คนที่อยู่ในอาณาจักรที่หนึ่งของสวรรค์ ผู้คนที่อาศัยอยู่ในอาณาจักรที่หนึ่งของสวรรค์จะไม่อิจฉาผู้คนที่อยู่ในที่อยู่อาศัยระดับสูงกว่า ทุกคนจะสัมผัสถึงความสุขและความยินดีสูงสุดในที่อยู่อาศัยแต่ละแห่ง

อาณาจักรที่สองของสวรรค์

อาณาจักรที่สองของสวรรค์สว่างเจิดจ้าและงดงามยิ่งกว่าอาณาจักรที่หนึ่งของสวรรค์ อาคารที่สร้างขึ้นจากเพชรนิลจินดามีความระยิบระยับและงดงามกว่า สัตว์และพืชมีจำนวนที่หลากหลายกว่าในเมืองบรมสุขเกษมและอาณาจักรที่หนึ่งของสวรรค์ แม้แต่สัตว์หรือพืชชนิดเดียวกันก็ยังงดงามกว่าสัตว์และพืชของอาณาจักรที่หนึ่งของสวรรค์ สัตว์ในอาณาจักรที่สองของสวรรค์มีรูปร่างหน้าตาที่สละสลวยและความงามของสัตว์เหล่านี้แวววาวมากกว่า ปีกและขนของสัตว์

เหล่านี้มีสีสันที่สุกใสมากกว่า กลิ่นหอมและสีสันของดอกไม้ก็เช่นเดียวกัน

อาณาจักรที่สองของสวรรค์เป็นที่อยู่สำหรับผู้คนที่ประพฤติตามพระคำของพระเจ้าด้วยการกระทำแต่ยังเขายังไม่ได้รับการชำระให้บริสุทธิ์อย่างสมบูรณ์ ซึ่งหมายถึงผู้คนที่มีความเชื่อในระดับที่สาม คนเหล่านี้กำจัดความบาปที่ตนเองกระทำทั้งสิ้นทิ้งไปแต่เขายังไม่ได้กำจัดความบาปที่อยู่ในความคิดและจิตใจของตนทิ้งไปอย่างครบถ้วน

คนเหล่านี้จะได้รับบ้านเรือนชั้นเดียวและเขาจะมีป้ายชื่อติดอยู่ประตูหน้าบ้านของตน บ้านเรือนเหล่านึงดงามและหรูหรายิ่งกว่าคฤหาสน์ใด ๆ ของโลกนี้ นอกเหนือจากบ้านแล้วคนเหล่านี้ยังได้รับมงกุฎแห่งสง่าราศีเป็นรางวัลด้วยเช่นกัน คนเหล่านี้ได้ถวายเกียรติแด่พระเจ้าในระดับหนึ่งบนโลกนี้ เพราะเหตุนี้พระเจ้าจึงทรงมอบมงกุฎแห่งสง่าราศีให้กับเขา (1 เปโตร 5:4)

นอกเหนือจากมงกุฎและบ้านแล้วผู้คนที่เข้าไปสู่อาณาจักรที่สองของสวรรค์สามารถมีบางสิ่งบางอย่างที่เขาปรารถนาที่สุดเป็นส่วนตัว ถ้าเขาต้องการสระว่ายน้ำเขาสามารถมีสระว่ายน้ำที่งดงามซึ่งทำจากเพชรนิลจินดา ถ้าเขาต้องการทะเลสาบเขาก็สามารถมีทะเลสาบ ถ้าเขาต้องการห้องจัดเลี้ยงเขาก็สามารถมีห้องจัดเลี้ยง ถ้าเขาชื่นชอบการเดินเล่นเขาก็จะมีทางเดินเล่นที่มีพืชพันธุ์และดอกไม้จำนวนมากอยู่ตลอดสองข้างทางพร้อมกับสัตว์น่ารักนานาชนิดอยู่โดยรอบ

เนื่องจากทุกคนมีรสนิยมแตกต่างกัน อุปกรณ์อำนวยความสะดวกที่จัดไว้จึงมีอยู่หลายชนิด ดังนั้นคนเหล่านี้จึงสามารถเยี่ยมเยียนบ้านแต่ละหลังเพื่อดูและใช้สถานที่พักผ่อนหย่อนใจเหล่านั้นร่วมกัน ในสวรรค์ทุกคนจะรับใช้ซึ่งกันและกัน ดังนั้นจึงไม่มีใครปฏิเสธการเดินทางมาเยี่ยมบ้านของตนของผู้หนึ่งผู้ใด ตรงกันข้าม คนเหล่านี้จะมีความสุขมากขึ้นเพราะเขาสามารถแบ่งปันสิ่งที่ตนมี ผู้มาเยือนไ

ม่ได้แสวงหาประโยชน์ส่วนตนเช่นกัน ดังนั้นการเดินทางมาเยือนขของเขาจึงอยู่ภายในกรอบของการแสดงความสุภาพ

ผู้คนที่อยู่ในอาณาจักรที่สองของสวรรค์ไม่รู้สึกเสียใจหรือรู้สึกอิจฉาคนอื่นเพียงเพราะเขามีอุปกรณ์อำนวยความสะดวกเพียงอย่างเดียว แต่เขาจะรู้สึกขอบพระคุณที่พระเจ้าได้ทรงมอบรางวัลอันยิ่งใหญ่มากกว่าสิ่งที่เขาได้กระทำบนโลกนี้ให้กับเขา สิ่งหนึ่งที่อยู่ในความคิดของเขาก็คือเขาไม่ได้ชำระตนให้บริสุทธิ์อย่างสมบูรณ์ในช่วงชีวิตของเขาบนโลกนี้ เขาจะรู้สึกอับอายอย่างมากกับความจริงข้อที่ว่าเขาไม่ได้กำจัดความชั่วทิ้งไปอย่างสมบูรณ์ สิ่งนี้ทำให้เขาไม่กล้าเงยหน้าของตนขึ้นต่อพระพักตร์พระเจ้า

อาณาจักรที่สามของสวรรค์

ความแตกต่างของสง่าราศีระหว่างอาณาจักรที่สองและอาณาจักรที่สามของสวรรค์นั้นเป็นเหมือนความแตกต่างระหว่างสวรรค์กับโลก ความแตกต่างนี้มีต้นตอมาจากความแตกต่างของการชำระให้บริสุทธิ์ของแต่ละคนว่าเขาได้รับการชำระให้บริสุทธิ์หรือไม่ ผู้คนที่อยู่ในอาณาจักรที่สามของสวรรค์อยู่ในความเชื่อระดับที่สี่ คนเหล่านี้มีความบริสุทธิ์อย่างสมบูรณ์ ดังนั้นเขาจึงสามารถมีสถานที่พักผ่อนหย่อนใจทุกแบบที่ตนต้องการเป็นรางวัล คนเหล่านี้มีสนามกอล์ฟ สระว่ายน้ำ และห้องจัดเลี้ยงเป็นของตนเอง กล่าวคือ คนเหล่านี้สามารถมีทุกสิ่งที่เขาต้องการ ดังนั้นเขาจึงไม่จำเป็นต้องใช้สถานที่พักผ่อนหย่อนใจในบ้านของคนอื่น

บ้านเรือนในสถานที่แห่งนี้เป็นบ้านหลายชั้นและเป็นบ้านที่โอ่อ่าและหรูหรามากแม้กระทั่งเศรษฐีพันล้านบนโลกนี้ก็ไม่สามารถลอกเลียนแบบบ้านเหล่านี้ได้ บ้านเรือนเหล่านี้มีสวนขนาดใหญ่ที่ประดับประดาด้วยดอกไม้หอมและต้นไม้นานาพันธุ์ที่งดงาม ปลาหลากชนิดและหลายสีสันว่ายวนอยู่ในทะเลสาบที่สะท้อนแสงระยิบระยับอย่

งน่าอัศจรรย์ แน่นอน บ้านเรือนเหล่านี้จะมีขนาด ความงาม และส่งง่าราศีน้อยกว่าบ้านเรือนที่อยู่ในนครเยรูซาเล็มใหม่ ถ้าเทียบสัดส่วนกันแล้วเราอาจพูดได้ว่าพื้นที่ของบ้านหลังเล็กที่สุดในนครเยรูซาเล็มใหม่มีขนาดเท่ากับ 100 หน่วยและบ้านหลังใหญ่ที่สุดในอาณาจักรที่สามของสวรรค์มีขนาดเท่ากับ 60 หน่วยเท่านั้น สิ่งนี้บอกให้เรารู้ว่าพระเจ้าทรงปีติยินดีอย่างมากกับผู้คนที่เข้าไปสู่นครเยรูซาเล็มใหม่

บ้านเรือนในอาณาจักรที่สามของสวรรค์จะส่งกลิ่นหอมและความสว่างอันงดงามออกไปตามขนาดของการเป็นเหมือนพระเจ้าของเจ้าของบ้าน ปัจจัยที่เหมือนกันอย่างหนึ่งของบ้านในอาณาจักรที่สามและในนครเยรูซาเล็มใหม่ก็คือว่าบ้านเหล่านี้ไม่มีป้ายชื่อเจ้าของบ้าน บ้านเรือนของคนเหล่านี้จะเป็นผู้ส่งกลิ่นหอมและแสงอรุโณทัยที่เป็นเหมือนตัวแทนของเจ้าของบ้านออกไปเอง ดังนั้นทุกคนจึงรู้จักบ้านหลังนี้โดยไม่ต้องมีป้ายชื่อเจ้าของบ้าน นอกจากนั้น ที่เป็นเช่นนี้ก็เพราะว่าในบรรดาผู้คนที่เข้าไปสู่แผ่นดินสวรรค์มีผู้คนเพียง ไม่กี่คนเท่านั้นที่เข้าไปอยู่ในอาณาจักรที่สามของสวรรค์หรือนครเยรูซาเล็มใหม่

ไม่ใช่เพียงแค่บ้านเรือนเท่านั้น แม้กระทั่งถนนทองคำในอาณาจักรที่สามของสวรรค์ก็สุกใสและมีค่ายิ่งกว่าถนนทองคำในอาณาจักรที่สองของสวรรค์ เนื่องจากเขาสามารถมีสิ่งอำนวยความสะดวกทุกอย่างที่เขาต้องการ ผู้คนในอาณาจักรที่สามของสวรรค์จึงมีทูตสวรรค์จำนวนมากคอยปรนนิบัติเขาอยู่ด้วยเช่นกัน ทูตสวรรค์หลายองค์จัดการดูแลบ้านและผู้มาเยือน ผู้คนที่อยู่ในอาณาจักรที่สองของสวรรค์ลงมาจะไม่มีทูตสวรรค์ส่วนตัวคอยปรนนิบัติ แต่ผู้คนที่อาศัยอยู่ในอาณาจักรที่สามของสวรรค์และนครเยรูซาเล็มใหม่จะมีทูตสวรรค์ส่วนตัวคอยปรนนิบัติเขา นอกจากนั้นคนเหล่านี้ยังมียานพาหนะที่มีลักษณะเหมือนก้อนเมฆใช้ในที่สาธารณะด้วยเช่นกัน เขาสามารถเดินทางทั่วไปในแผ่นดินสวรรค์ที่ไร้ขอบเขตจำกัดได้ตามที่เขาต้องก

าร

ผู้คนที่อาศัยอยู่ในอาณาจักรที่สามของสวรรค์จะได้รับมงกุฎแห่งชีวิตเป็นรางวัล นี่เป็นรางวัลพื้นฐานที่พระเจ้าทรงมอบให้กับผู้คนที่ผ่านการทดสอบในเรื่องการสละชีวิตของตนเพื่อองค์พระผู้เป็นเจ้า (ยากอบ 1:12) ผู้คนที่อยู่ในอาณาจักรที่สามของสวรรค์มีชีวิตที่รุ่งเรืองอย่างมากเมื่อเทียบกับผู้คนที่อาศัยอยู่ในอาณาจักรที่สองของสวรรค์ แต่เมื่อเขามองเห็นนครเยรูซาเล็มใหม่คนเหล่านี้จะรู้สึกเสียใจอยู่บ้าง ด้วยเหตุนี้ จึงเป็นสิ่งสำคัญอย่างยิ่งที่เราจะทำให้พระเจ้าพอพระทัยด้วยการเป็นคนสัตย์ซื่อกับสิ่งสารพัดในหมู่ประชากรของพระเจ้าด้วยการเพาะบ่มความบริสุทธิ์ไว้ภายในเรา

นครเยรูซาเล็มใหม่เป็นที่อยู่อาศัยสำหรับผู้คนที่อยู่ฝ่ายวิญญาณอย่างสมบูรณ์

อัครทูตยอห์นกล่าวถึงสง่าราศีของนครเยรูซาเล็มใหม่ไว้ในวิวรณ์ 21:11 ว่า "เมืองนั้นประกอบด้วยสง่าราศีของพระเจ้า ใสสว่างดุจพลอยมณีอันหาค่ามิได้ เช่นเดียวกับพลอยหยกอันสุกใสเหมือนแก้วผลึก"

เมืองทั้งเมืองถูกห้อมล้อมไว้ด้วยสง่าราศีของพระเจ้า ความสว่างที่สาดส่องออกมาจากนครเยรูซาเล็มใหม่นั้นรุ่งเรืองและงดงามมากจนเราไม่สามารถหักห้ามคำอุทานให้หลุดออกมาจากปากของเราได้เมื่อเราเห็นความสว่างเหล่านั้น นครนี้เป็นสถานที่อันงดงามและรุ่งโรจน์เหนือจินตนาการของเรา พระเจ้าทรงมอบนครแห่งนี้ให้กับผู้คนที่มีความบริสุทธิ์อย่างสมบูรณ์ ผู้คนที่สัตย์ซื่อต่อสิ่งสารพัดในหมู่ประชากรของพระเจ้า และผู้คนที่ทำตามน้ำพระทัยของพระองค์ด้วยความเข้าใจถึงพระทัยของพระองค์อย่างลึกซึ้ง กล่าวคือ สถานที่แห่งนี้เป็นที่อยู่อาศัยของผู้คนที่อยู่ฝ่ายวิญญาณอย่างสมบูรณ์ซึ่งบรรลุถึงความเชื่อระดับที่ห้า

นครนี้ถูกห้อมล้อมไว้ด้วยกำแพงสูงที่ส่องความสว่างอันสุกใสออกไปและกำแพงนี้คือเขตแดนที่กั้นระหว่างอาณาจักรที่สามขอ

งสวรรค์และนครเยรูซาเล็มใหม่ นครเยรูซาเล็มใหม่มีความกว้าง ความสูง และความลึกเท่ากัน แต่ละด้านมีขนาด 12,000 สทาดิโอน (สองพันสี่ร้อยกิโลเมตร) เท่ากัน (วิวรณ์ 21:16) สทาดิโอนคือมาตราวัดยะระทางและ 12,000 สทาดิโอนจะเท่ากับ 2,400 กิโลเมตร

ถ้าท่านเห็นแนวราบของนครเยรูซาเล็มใหม่ (ซึ่งเป็นความกว้างและความยาว) พื้นที่ของนครนี้มีขนาดใหญ่กว่าประเทศเกาหลีใต้ถึง 58 เท่า แต่การคำนวณพื้นที่นี้เป็นเพียงการคำนวณแบบสองมิติเท่านั้น นครเยรูซาเล็มใหม่มีความสูง 2,400 กิโลเมตร ด้วยเหตุนี้ เราจึงไม่สามารถเข้าใจพื้นที่ในนครเยรูซาเล็มใหม่ด้วยแนวคิดเรื่องพื้นที่ของเราได้อย่างแท้จริง

กำแพงเมืองทั้งด้านนั้นในแต่ละด้านมีประตูไข่มุกอยู่สามประตูซึ่งรวมทั้งสิ้น 12 ประตู ฐานของกำแพงเมืองประกอบด้วยเพชรนิลจินดาชนิดต่าง ๆ สิบสองชนิด ประตูแต่ละประตูมีทูตสวรรค์องค์หนึ่งเฝ้าอยู่และถนนทุกสายสร้างจากทองคำบริสุทธิ์ซึ่งสุกใสดุจแก้ว นอกเหนือจากทั้งสิบสองฐานนี้แล้วยังมีเพชรนิลจินดาชนิดอื่นด้วยเช่นกัน เพชรนิลจินดาบางชิ้นมีขนาดใหญ่มากจนเราไม่สามารถจินตนาการได้ ชิ้นอื่นส่องความสว่างสองชั้นหรือสามชั้นออกไป

พื้นที่ภายในของนครเยรูซาเล็มใหม่สามารถแบ่งออกได้เป็นพื้นที่ของพระเจ้าพระบิดา พื้นที่ขององค์พระผู้เป็นเจ้า และพื้นที่ของพระวิญญาณบริสุทธิ์ ในพื้นที่ของพระบิดาคือที่ตั้งของบ้านเรือนของเหล่าบิดาแห่งความเชื่อซึ่งทำหน้าที่อยู่ในสมัยพระคัมภีร์เดิม เช่น เอลียาห์ เอโนค โมเสส และอับราฮัม เป็นต้น (และยังรวมถึงเหล่าบิดาแห่งความเชื่อคนอื่น ๆ ด้วยเช่นกัน) บริเวณทางด้านขวาลงมาจากพระที่นั่งของพระเจ้าเป็นพื้นที่ขององค์พระผู้เป็นเจ้าซึ่งเป็นที่ตั้งของคฤหาสน์ใหญ่หลังคาทองคำขององค์พระผู้เป็นเจ้า รอบ ๆ คฤหาสน์มีอาคารหลากหลายสีสันและรูปทรงอีกมากมายตั้ง

อยู่ พื้นที่ซึ่งอยู่ใกล้เคียงที่สุดกับคฤหาสน์เป็นที่ตั้งของบ้านเรือนของเ
ปโตร ยอห์น และยากอบพร้อมกับสาวกคนอื่น ๆ ของพระองค์

บริเวณทางด้านซ้ายลงมาจากพระที่นั่งของพระเจ้าเป็นพื้นที่ของ
พระวิญญาณบริสุทธิ์ซึ่งโดยทั่วไปจะให้ความรู้สึกที่อบอุ่นละมุนละไ
มเหมือนความรู้สึกของมารดา บ้านเรือนของผู้คนที่เข้าสู่ฝ่ายวิญญา
ณอย่างสมบูรณ์ในยุคของพระวิญญาณบริสุทธิ์ตั้งอยู่ในพื้นที่แห่งนี้
บ้านบางหลังเสร็จสิ้นสมบูรณ์แล้วในขณะที่บ้านหลังอื่น ๆ ยังคงได้รั
บการตกแต่งด้วยเพชรพลอยอันงดงามและเกือบจะเสร็จสิ้นสมบูรณ์
ที่ดินของบ้านบางหลังกำลังถูกขยายกว้างออกไปเนื่องจากเจ้าของบ้
านยังคงช่วยดวงวิญญาณในโลกนี้ให้รอดเพิ่มมากยิ่งขึ้น

บ้านเรือนในนครเยรูซาเล็มใหม่ใหญ่โตและหรูหราพอ ๆ
กับคฤหาสน์ขนาดยักษ์ ผู้คนที่อาศัยอยู่ในพื้นที่แห่งนี้จะได้รับที่ดิ
นตามขนาดของความสุภาพอ่อนน้อมที่เขามีบนโลกนี้และผู้คนที่
อยู่ในนครเยรูซาเล็มใหม่จะได้รับที่ดินผืนใหญ่สำหรับบ้านของต
นเพราะคนเหล่านี้ได้เพาะบ่มความสุภาพอ่อนน้อมเอาไว้เป็นจำน
วนมาก บ้านแต่ละหลังมีสถานที่พักผ่อนหย่อนใจทุกแบบที่เจ้าขอ
งบ้านต้องการและเราสามารถบอกได้ไม่ยากว่าบ้านหลังนั้นเป็นข
องใครเนื่องจากบ้านแต่ละหลังจะถูกสร้างขึ้นตามความเชื่อ รางวัล
และรสนิยมของเจ้าของบ้าน ความสว่างแห่งพระสิริของพระเจ้าแล
ะเพชรพลอยที่ประดับประดาบ้านแต่ละหลังบอกให้เราทราบถึงขนา
ดของความบริสุทธิ์ที่เจ้าของบ้านได้เพาะบ่มไว้และเจ้าของบ้านหลัง
นั้นเป็นที่โปรดปรานของพระเจ้าบนโลกนี้มากเพียงใด เจ้าของบ้าน
ได้รับรางวัลอันงดงามตามขนาดของการที่เขาเสียสละสิ่งที่ตนชื่นช
อบ สิ่งที่ตนอยากทำ และสิ่งที่ตนต้องการทำเพื่อองค์พระผู้เป็นเจ้า

ผู้คนที่เข้าไปสู่นครเยรูซาเล็มใหม่จะได้รับมงกุฎทองคำและมงกุ
ฎแห่งความชอบธรรม มงกุฎทองคำมีเครื่องประดับที่เป็นเพชรนิลจิ
นดาหลากหลายชนิด วิวรณ์ 4:4 กล่าวว่า "และล้อมรอบพระที่นั่งนั้น

มีที่นั่งอีกยี่สิบสี่ที่นั่ง และข้าพเจ้าได้เห็นผู้อาวุโสยี่สิบสี่คนนั่งอยู่บนที่นั่งเหล่านั้น ทุกคนนุ่งห่มเสื้อสีขาว และสวมมงกุฎทองคำบนศีรษะ"

มงกุฎทองคำเป็นทองคำบริสุทธิ์ที่ไม่มีสิ่งแปลกปลอมเจือปนอยู่เลย สิ่งนี้แสดงถึงความเชื่อที่แท้จริงซึ่งไม่มีวันแปรเปลี่ยน สิ่งนี้เป็นรางวัลที่มอบให้สำหรับความจริงที่ว่าคนเหล่านี้บรรลุถึงขนาดแห่งความเชื่อที่พระเจ้าทรงพอพระทัย

พระเจ้าทรงมอบมงกุฎแห่งความชอบธรรมให้กับผู้คนที่เพาะบ่มจิตใจที่บริสุทธิ์ซึ่งปราศจากตำหนิและจุดด่างพร้อยและผู้คนที่สัตย์ซื่อต่อแผ่นดินของพระเจ้า (2 ทิโมธี 4:7-8) นอกเหนือจากมงกุฎทองคำและมงกุฎแห่งความชอบธรรมแล้ว ผู้คนที่อาศัยอยู่ในนครเยรูซาเล็มใหม่จะได้รับมงกุฎประเภทอื่นด้วยเช่นกัน พระเจ้าจะทรงประทานมงกุฎเป็นรางวัลสำหรับการถวายที่คนเหล่านี้ได้มอบให้กับพระเจ้าในแต่ละโอกาสบนโลกนี้

นอกเหนือจากสิ่งเหล่านี้แล้วพระเจ้ายังทรงจัดเตรียมอีกหลายสิ่งหลายอย่างเอาไว้ให้กับเราในนครเยรูซาเล็มใหม่ วิวรณ์ 21:2 กล่าวถึงเรื่องนี้ไว้ว่า "ข้าพเจ้า คือยอห์น ได้เห็นเมืองบริสุทธิ์ คือกรุงเยรูซาเล็มใหม่ เลื่อนลอยลงมาจากพระเจ้าและจากสวรรค์ กรุงนี้ได้จัดเตรียมไว้พร้อมแล้ว เหมือนอย่างเจ้าสาวแต่งตัวไว้สำหรับสามี" พระเจ้าทรงจัดเตรียมนครเยรูซาเล็มใหม่ให้เป็นสถานที่อันงดงาม สะดวกสบาย และเป็นสุขที่สุดในบรรดาที่อยู่อาศัยทั้งหมดในสวรรค์ เช่นเดียวกับการที่เจ้าเจ้าสาวตกแต่งตนเองให้งดงามที่สุดในวันแต่งงาน

สีสันอันหลากหลายที่สาดส่องออกมาจากเพชรนิลจินดาอันสุกใสของบ้านแต่ละหลังจะทำให้สีต่าง ๆ กลมกลืนกันอย่างสมบูรณ์ บ้านบางหลังจะมีทะเลสาบ ป่าไม้ ทุ่งหญ้า สวนที่ตกแต่งไว้อย่างงดงาม สถานที่พักผ่อนหย่อนใจนกจำนวนนับไม่ถ้วน และสัตว์สวยงามนานาชนิด การเข้าไปสู่นคร

เยรูซาเล็มใหม่เพียงอย่างเดียวก็เป็นสิ่งที่ประทับใจของผู้คนแล้ว คน
เหล่านี้จะชื่นชมกับความสุขชั่วนิจนิรันดร์ในสง่าราศีและอารมณ์ควา
มรู้สึกที่ไม่สามารถบรรยายให้ครบถ้วนได้

ผู้คนที่เข้าไปสู่นครเยรูซาเล็มใหม่มีอยู่ไม่มากนักนับตั้งแต่
จุดเริ่มต้นของการเตรียมมนุษย์ พระเจ้าทรงต้องการให้ทุกคน
เป็นบุตรที่แท้จริงของพระองค์และเข้าไปสู่นครเยรูซาเล็มใหม่
แต่มีหลายคนที่รอดอย่างหวุดหวิด ตรงกันข้ามคนเหล่านี้ขอบพระคุ
ณพระเจ้าอยู่เสมอสำหรับความจริงที่ว่าเขาไม่ตกนรก คนเหล่านี้สา
มารถชื่นชมกับการพักผ่อนอย่างแท้จริงในเมืองบรมสุขเกษม

ความสุขที่ผู้คนได้รับในเมืองบรมสุขเกษมเทียบไม่ได้เลยกับคว
ามสุขของผู้คนที่อยู่ในนครเยรูซาเล็มใหม่ ความสุขในนครเยรูซาเล็
มใหม่แตกต่างจากความสุขในอาณาจักรที่หนึ่งของสวรรค์อย่างมา
กเช่นกัน ที่อยู่อาศัยในสวรรค์แต่ละแห่งความแตกต่างกันในเรื่องส
ภาพแวดล้อมและสภาพอื่น ๆ ตามความยุติธรรมของพระเจ้า สิ่งนี้ถื
อเป็นพระกรุณาอันเต็มเปี่ยมไปด้วยความรักของพระเจ้าที่มีต่อเรา
พระองค์ทรงอนุญาตผู้คนที่อยู่ในฝ่ายวิญญาณระดับเดียวกันอาศัยอ
ยู่ร่วมกันเพื่อเขาจะสัมผัสถึงเสรีภาพและความสุขมากที่สุดในที่อยู่อ
าศัยแต่ละแห่ง ผู้คนอาศัยอยู่ในที่อยู่อาศัยของตนในสวรรค์ด้วยวิธีนี้
และสำหรับชีวิตแบบนี้ผู้คนมีร่างกายฝ่ายวิญญาณซึ่งเหมาะสมที่สุด
สำหรับพื้นที่ฝ่ายวิญญาณ

บทที่ 2

วิญญาณ จิตใจ
และร่างกายในพื้นที่ฝ่ายวิญญาณ

พระเจ้าทรงมอบของประทานให้ในสัดส่วนที่แตกต่างกันออกไปตามขนาดที่เราได้เตรียมวิญญาณ จิตใจ และร่างกายที่เป็นของวิญญาณเอาไว้ในขณะที่มีชีวิตอยู่ในพื้นที่ฝ่ายร่างกายนี้ พระองค์ทรงมอบสง่าราศีให้กับเราเพื่อเราจะชื่นชมกับสง่าราศีนี้ในที่อาศัยในสวรรค์และทรงประทานเสื้อผ้า มงกุฎ และเครื่องประดับอย่างอื่นตามสิ่งที่เราได้กระทำ

1. สภาพฝ่ายวิญญาณ

2. จิตใจและร่างกายที่เป็นของวิญญาณ

3. ของประทานจากพระเจ้า

บางครั้งเราเห็นวิญญาณ (ซึ่งมีรูปร่างหน้าตาเหมือนกับบุคคล) ลอยออกมาจากร่างของบุคคลในภาพยนตร์หรือในละครโทรทัศน์ วิญญาณที่ออกมาจากร่างกายมองเห็นร่างกายนอนอยู่และประหลาดใจว่า "ทำไมคนที่หน้าตาเหมือนเราถึงนอนอยู่ตรงนี้เล่า" นี่เป็นเพียงนิยายที่ปรากฏอยู่ในภาพยนตร์หรือละครโทรทัศน์ใช่หรือไม่ พระคัมภีร์บันทึกเกี่ยวกับการดำรงอยู่ของมิติฝ่ายวิญญาณและวิญญาณจิตของเรา

เพื่อให้เราอาศัยอยู่ในแผ่นดินสวรรค์นิรันดร์ในภายหลังเราจำเป็นต้องมีวิญญาณ จิตใจ และร่างกายที่เป็นของพื้นที่ฝ่ายวิญญาณ มนุษย์ทุกคนเกิดมาพร้อมกับวิญญาณจิตที่ตายแล้วเนื่องจากบาปของอาดัม ผลลัพธ์ก็คือมนุษย์ดำเนินชีวิตตามตัณหาของตนเอง แต่เมื่อเขาต้อนรับเอาพระเยซูคริสต์และได้รับพระวิญญาณบริสุทธิ์ วิญญาณจิตที่ตายไปของเขาก็ถูกชุบให้เป็นขึ้นมาใหม่และเขาสามารถเป็นบุตรของพระเจ้าที่เฝ้าปรารถนามิติฝ่ายวิญญาณ

พระเจ้าทรงสร้างมนุษย์และทรงเตรียมมนุษย์เหมือนดังที่ชาวนาหว่านเมล็ดพืชลงในทุ่งนาและเพาะบ่มเมล็ดนั้นให้เจริญเติบโต เราจะสามารถชุบวิญญาณจิตที่ตายไปแล้วของเราขึ้นมาใหม่และทำให้วิญญาณ จิตใจ และร่างกายของเราเป็นของวิญญาณได้ก็ต่อเมื่อเราเข้าใจการจัดเตรียมล่วงหน้าของพระเจ้าเท่านั้น เราจะชื่นชมกับชีวิตในแผ่นดินสวรรค์นิรันดร์ด้วยการมีร่างกายของสวรรค์อย่างสมบูร

ณ ได้ก็ต่อเมื่อเรามีวิญญาณ จิตใจ และร่างกายที่เหมาะสมสำหรับชีวิตในสวรรค์ชั้นที่สาม (ซึ่งเป็นพื้นที่แห่งความสว่าง) เท่านั้น

เราจะมีรูปร่างหน้าตาอย่างไรในพื้นที่แห่งความสว่าง ในโลกนี้เรามีวิญญาณ จิตใจ และร่างกายที่เหมาะสำหรับพื้นที่ฝ่ายร่างกาย แต่เมื่อเข้าสู่พื้นที่ฝ่ายวิญญาณเราจำเป็นต้องมีวิญญาณ จิตใจ และร่างกายที่เหมาะสำหรับพื้นนั้น

1. สภาพฝ่ายวิญญาณ

สภาพฝ่ายวิญญาณคือรูปร่างของวิญญาณ สิ่งนี้อาจถือเป็นภาชนะบรรจุวิญญาณเช่นกัน แต่ละคนที่รอดจะมีรูปร่างที่เป็นของสวรรค์ และสง่าราศีของแต่ละคนจะแตกต่างกัน ความสว่างของร่างกายฝ่ายวิญญาณจะแตกต่างกันออกไปตามขนาดของความบริสุทธิ์ของแต่ละคน เราจะมีร่างกายที่เป็นขึ้นมาใหม่และเราจะมีร่างกายสวรรค์ที่สมบูรณ์แบบหลังจากนั้น

สภาพคือรูปทรงของสสาร เมื่อเราเห็นนกอินทรีโผบินอยู่ในท้องฟ้าเราสามารถพูดว่านั่นเป็นนกอินทรีเพราะนกนั้นมีรูปร่างที่เป็นเอกลักษณ์เฉพาะตัว สิงโตมีรูปร่างของสิงโตและนกอินทรีก็มีรูปร่างของนกอินทรี ดังนั้นเราจึงสามารถแยกแยะความแตกต่างของสัตว์แต่ละชนิด

ร่างกายเป็นสภาพทางกายภาพที่เราสามารถมองเห็นด้วยตาของเราเอง ในกรณีของมนุษย์ เรามีรูปร่างที่เป็นของโลกนี้ซึ่งได้แก่ร่างกายของเรา แต่เราสามารถมีรูปร่างฝ่ายวิญญาณซึ่งเป็นของสวรรค์เช่นกัน

1 โครินธ์ 15:38-40 กล่าวว่า "แต่พระเจ้าทรงประทานรูปร่างต้นของเมล็ดนั้นตามที่พระองค์ทรงเห็นชอบ และทรงประทานรูปร่างแก่เมล็ดพืชทุกพรรณตามชนิดของมัน เพราะว่าเนื้อนั้นไม่เหมือนกันหมดทุกอย่าง เนื้อมนุษย์ก็อย่างหนึ่ง เนื้อสัตว์สี่เท้าก็อย่างหนึ่ง เนื้อปลาก็อย่างหนึ่ง เนื้อนกก็อย่างหนึ่ง ร่างกายสำหรับสวรรค์ก็มี และร่างกายสำหรับโลกก็มี แต่ว่าสง่าราศีของร่างกายสำหรับสวรรค์ก็อย่างหนึ่ง และสง่าราศีของร่างกายสำหรับโลกก็อย่างหนึ่ง" เรามีรูปร่างที่มองเห็นด้วยตาซึ่งได้แก่ร่างกายของเราฉันใด วิญญาณของเราก็มีรูปร่างด้วยฉันนั้น เราสามารถพูดว่ารูปร่างฝ่ายวิญญาณคือภาชนะที่โอบอุ้มวิญญาณเอาไว้ สำหรับมนุษย์ เมื่อชีวิตของเราบนโลกนี้สิ้นสุดลง สาระสำคัญของจิตวิญญาณไม่ได้ดับสูญไปแต่จะถูกบรรจุไว้ในร่างกายฝ่ายวิญญาณ ความสว่างของร่างกายฝ่ายวิญญาณจะแตกต่างกันออกไปตามขนาดของการประพฤติตามความจริงของแต่ละคนบนโลกนี้ ร่างกายฝ่ายวิญญาณของแต่ละคนจะแตกต่างกันซึ่

งหมายความว่าร่างกายของคนหนึงจะแตกต่างจากร่างกายของอีกค
นหนึง เมือเห็นความสว่างของร่างกายฝ่ายวิญญาณเราก็บอกได้ว่าที
อยู่อาศัยแบบใดทีแต่ละบุคคลจะได้รับเป็นมรดกถ้าพระเจ้าทรงเรีย
กเขา/เธอกลับไปในเวลานี

รูปร่างฝ่ายวิญญาณไม่ใช่ร่างเงา รูปร่างฝ่ายวิญญาณมี
รูปทรงทีสมบูรณ์อย่างชัดเจน แม้รูปร่างนีอาจดูมีน้ำหนัก
แต่รูปร่างนีไม่มีน้ำหนัก ถึงกระนันแม้เราอาจรู้สึกว่ารูปร่างนีไม่มี
น้ำหนัก แต่รูปร่างนีก็มีน้ำหนัก สิงนีเป็นเหมือนการหยิบเอากระด
าษเช็ดหน้าคุณภาพดีชินหนึงขึนมา เราอาจรู้สึกว่ากระดาษชินนีไ
ม่มีน้ำหนัก แต่แท้ทีจริงกระดาษชินนีมีน้ำหนัก แต่ไม่ได้หมายควา
มว่าวิญญาณเป็นสิงทีเปราะบางมากจนถูกพัดให้โอนเอนไปตามส
ายลม วิญญาณเป็นสิงทีเบาบางมากจนเราไม่สามารถชังน้ำหนักได้
แต่วิญญาณก็เป็นสิงทีมันคง

รูปร่างฝ่ายวิญญาณของอาดัม

อาดัมเป็นมนุษย์คนแรกทีพระเจ้าทรงสร้างขึน
พระเจ้าทรงสร้างอวัยวะภายใน กระดูก และรูปทรงของมนุษย์ท
งหมดของเขาอย่างประณีตและอาดัมกลายเป็นผู้มีชีวิต (นันคือ
วิญญาณทีมีชีวิต) เมือพระเจ้าทรงระบายลมปราณแห่งชีวิตเข้าไปท
างจมูกของเขา หัวใจของอาดัมก็เริมเต้น เลือดของเขาเริมไหลเวียน
และอวัยวะและเซลล์ต่าง ๆ ของเขาเริมทำงาน อาดัมเป็นสิงมีชีวิตอ
นงดงามทีมีเนือและกระดูกซึง ไม่มีวันแก่ชราและไม่มีวันเสือมสูญ
นอกจากนี เมือพระเจ้าทรงระบายลมปราณแห่งชีวิตเข้าไปในเขา วิ
ญญาณของอาดัมก็เริมมีรูปร่างหน้าตาแบบเดียวกันกับลักษณะฝ่าย
ร่างกายของเขา ร่างกายของอาดัมมีรูปร่างฉันใด วิญญาณของเขา
ก็มีรูปร่างหน้าตาเหมือนร่างกายของเขาด้วยฉันนัน วิญญาณของอ
าดัมทีสามารถสือสารกับพระเจ้าและจิตใจของเขาทีสามารถช่วยวิญ
ญาณของเขาล้วนถูกบรรจุไว้ในร่างกายของอาดัม

อาดัมสามารถรักพระคำของพระเจ้าและสือสารกับพระเจ้า
เพราะจิตใจและร่างกายของเขาเชือฟังวิญญาณของเขา เมือค

รังที่อาดัมถูกสร้างขึ้นนั้นวิญญาณของเขาซึ่งบรรจุอยู่ในร่างก ายฝ่ายวิญญาณเป็นเหมือนกระดาษเปล่า ดังนั้นพระเจ้าทรงน ำเขาไปยังสวนเอเดนและทรงสอนความรู้เรื่องวิญญาณให้กับเ ขา และพระเจ้าตรัสกับอาดัมว่า "แต่ต้นไม้แห่งความรู้ดีและรู้ชั่ วเจ้าอย่ากินผลจากต้นนั้นเป็นอันขาด เพราะว่าเจ้ากินในวันใด เจ้าจะตายแน่ในวันนั้น" (ปฐมกาล 2:17)

หลังจากใช้เวลาอันยาวนานในสวนเอเดน อาดัมก็กินผลจากต้น ไม้ต้องห้ามที่เอวายืนให้กับเขาซึ่ง

เอวาได้กินไปก่อนหน้านี้หลังจากถูกทดลองจากซาตาน ผลลั พธ์ก็คือวิญญาณของอาดัมก็ตายลงเหมือนดังที่พระเจ้าตรัสไว้ว่า "เจ้าจะตายแน่" เพราะเหตุนั้นการสื่อสารของเขากับพระเจ้าจึงถูกตั ดขาด

แน่นอน วิญญาณของอาดัมเกิดมาจากพระเจ้า ดังนั้นวิญญาณ นี้จึงไม่ได้ดับสูญไปอย่างสิ้นเชิง ลมปราณแห่งชีวิตที่พระเจ้าทรงร ะบายเข้าไปทางจมูกของอาดัมเป็นสิ่งที่ไม่สามารถเสื่อมสูญไปได้ กล่าวคือ ลมปราณแห่งชีวิตนี้มีลักษณะของการ "ไม่ดับสูญ"

การพูดว่าวิญญาณของเขาตายในที่นี้หมายความว่าการสื่อสาร ของเขากับพระเจ้าถูกตัดขาดและกิจกรรมของวิญญาณนั้นหยุดชะ งักลงอย่างสิ้นเชิง เนื่องจากวิญญาณของเขาไม่ทำงานอีกต่อไป จิต ใจของเขาจึงเข้ามาเป็นเจ้านายของมนุษย์แทนและปกครองเหนือ ร่างกายของเขา นับจากการล้มลงในความบาปของอาดัม ความรู้เ รื่องวิญญาณที่ทำให้อาดัมเป็นวิญญาณที่มีชีวิตก็เริ่มรั่วไหลออกไป จากนั้นลักษณะต่าง ๆ ฝ่ายเนื้อหนังซึ่งเป็นของความมืดก็เริ่มเข้าใน รูปร่างฝ่ายวิญญาณ จากวินาทีนี้เป็นต้นไป ร่างกายของอาดัมจึงตก อยู่ภายใต้การควบคุมของกฎเกณฑ์ทางกายภาพ อาดัมเริ่มเป็นสิ่งมี ชีวิตที่ต้องเปลี่ยนแปลง แก่ชรา และพบกับความตายในที่สุด

รูปร่างฝ่ายวิญญาณของบุคคลในช่วงการเสียชีวิต

สำหรับมนุษย์ หลังจากร่างกายของเขาตายลง วิญญาณและจิต ใจของเขาจะถูกบรรจุไว้ในรูปร่างฝ่ายวิญญาณและทั้งสองสิ่งนี้จะ

ดำรงอยู่ชั่วนิรันดร์ จิตใจจะไม่ดับสูญไปแม้หลังจากการตายฝ่ายร่างกายเพราะจิตใจถูกผสมเข้ากับวิญญาณและจิตใจจะมีการทำงานของตนอย่างต่อเนื่อง แม้หลังจากร่างกายตายลงและสมองหยุดทำงาน แต่ความรู้ที่บรรจุอยู่ในสมองก็จะคงอยู่ในรูปร่างฝ่ายวิญญาณ ความคิดและความรู้สึกก็จะคงอยู่ด้วยเช่นกัน การผสมผสานกันของวิญญาณและจิตใจนี้เป็นที่รู้จักในชื่อของ "วิญญาณ-จิตใจ" แต่ส่วนใหญ่เราจะเรียกสิ่งนี้ว่า "วิญญาณ"

ในด้านหนึ่ง ถ้าบุคคลต้อนรับเอาพระเยซูคริสต์ ดำเนินชีวิตด้วยพระคำของพระเจ้า และได้รับสิทธิที่จะเข้าไปสู่พื้นที่แห่งความสว่าง รูปร่างฝ่ายวิญญาณของเขาก็จะส่องสว่าง แต่ในอีกด้านหนึ่ง ถ้าวิญญาณของคนนั้นตายเพราะเขาไม่มีสามัคคีธรรมกับพระเจ้าผู้ทรงเป็นความสว่างแต่กลับมีชีวิตอยู่ในความบาปและความชั่วด้วยการถูกเปรอะเปื้อนจากโลก รูปร่างฝ่ายวิญญาณของเขาก็จะมีเฉพาะความมืดเท่านั้น

รูปร่างหน้าตาของผู้คนที่รอดและไม่รอดจะตรงกันข้ามกันอย่างสิ้นเชิงในช่วงเวลาแห่งการเสียชีวิตของตน ปกติผู้คนที่ไม่รอดจะเสียชีวิตในความกลัวด้วยดวงตาที่เปิดกว้าง แต่ผู้คนที่รอดจะเสียชีวิตในความสงบสุขด้วยดวงตาที่ปิดสนิท คนเหล่านี้รู้ว่าสวรรค์และนรกมีอยู่จริงในช่วงเวลาที่วิญญาณออกจากร่างกายของเขา

ผู้คนที่ไม่รอดบางคนมองเห็นยมทูตกำลังรอคอยตนอยู่ ยมทูตแห่งนรกเต็มไปด้วยความมืดตั้งแต่หัวจรดเท้า ยมทูตเหล่านี้สวมเสื้อคลุมสีดำ ใบหน้าสีขาวซีด ริมฝีปากสีแดงดำ และมีพลังมืดอยู่ใต้ดวงตาของตน ลองคิดดูซิว่าคนที่ไม่รอดจะเต็มด้วยความกลัวมากเท่าใดในขณะที่ยมทูตแห่งนรกหน้าตาอัปลักษณ์เช่นนี้เดินเข้าหาเขา ในวินาทีนั้นคนที่ไม่รอดเริ่มรู้ว่าสวรรค์และนรกมีอยู่จริงและเขาเสียชีวิตในความกลัว แต่ก็สายเกินไปสำหรับเขา ความเสียใจกับอดีตของเขาจะไม่ช่วยอะไรเขาเลย เขาไม่สามารถหลีกเลี่ยงการถูกลากลงไปในนรก

แต่ผู้คนที่รักษาความเชื่อของตนและดำเนินชีวิตคริสเตียนที่ดีงามจะไม่กลัวสิ่งใด คนเหล่านี้มองเห็นทูตสวรรค์ในชุดสีขาวสององค์ที่รอคอยเขาอยู่ก่อนการเสียชีวิตของตน ดังนั้นใบหน้าของคนเหล่า

นี้จะเบิกบานและมีความสงบสุข ในช่วงเวลาที่วิญญาณของเขาถูกแยกออกจากร่างกายของตนเขาจะรู้สึกถึงความชื่นชมยินดีและความสุขอย่างท่วมท้นและไม่อาจบรรยายได้

ผู้เชื่อคนหนึ่งในคริสตจักรของเราเสียชีวิตหลังจากที่เขาดำเนินชีวิตในความเชื่อมาชั่วระยะเวลาหนึ่ง เธอเป็นคนที่ใจดีและสุภาพอ่อนน้อมและไม่เคยก่อปัญหาหรือขัดแย้งกับใครเลย เธออยู่อย่างสงบกับทุกคนและพูดเฉพาะถ้อยคำแห่งความดี ความรักและความจริงด้วยความอ่อนสุภาพ เธอรักพระเจ้าด้วยใจร้อนรนและงานของพระเจ้าเป็นความสำคัญอันดับหนึ่งของเธออยู่เสมอ เธอไม่เสียดายชีวิตของตนเพื่อเห็นแก่แผ่นดินของพระเจ้า ผมสามารถมองเห็นความสว่างที่เจิดจ้าสาดส่องออกมาจากสถานที่ทำพิธีศพของเธอ เมื่อผมมองเห็นความสูงศักดิ์ของทูตสวรรค์ที่มารับเอาดวงวิญญาณของเธอแล้วผมก็สามารถจินตนาการได้ว่าเธอจะเข้าไปสู่ที่อยู่อาศัยชนิดใดในสวรรค์

รูปร่างฝ่ายวิญญาณของคนที่รอด

เมื่อคนที่รอดเสียชีวิตบนโลกนี้วิญญาณของเขาก็ออกจากร่างกาย ณ เวลานี้มีทูตสวรรค์สององค์ที่คุ้มกันวิญญาณของเขาและนำเขาไปสู่สถานที่รอคอยของสวรรค์ ก่อนการเป็นขึ้นมาจากความตายขององค์พระผู้เป็นเจ้า อุโมงค์ชั้นบนเคยเป็นสถานที่รอคอยของสวรรค์ แต่หลังจากการเป็นขึ้นมาจากความตายของพระองค์ สถานที่แห่งนี้ถูกเปลี่ยนไป จิตวิญญาณ (วิญญาณ-จิตใจ) จะพักอยู่ในสถานที่รอคอยซึ่งอยู่นอกเมืองบรมสุขเกษม ดวงวิญญาณของผู้คนที่รอดในสมัยพระคัมภีร์เดิมจะถูกย้ายมายังสถานที่รอคอยแห่งนี้ด้วยเช่นกัน

ในสมัยพระคัมภีร์ใหม่ สำหรับผู้คนที่รอดเมื่อวิญญาณออกจากร่างกายของเขาเขาจะไปอยู่ที่อุโมงค์ชั้นบนก่อน คนเหล่านี้จะอาศัยอยู่ที่นั่นเป็นเวลาสามวันเพื่อปรับตัวให้เข้ากับมิติฝ่ายวิญญาณและรับการฝึกฝนและความรู้ที่จำเป็นต่อการอยู่ในมิติฝ่ายวิญญาณ หลังจากนั้นเขาจะถูกย้าย

ายไปยังสถานที่รอคอยซึ่งอยู่นอกเมืองบรมสุขเกษม ขั้นตอนการเต
รียมมนุษย์จะสิ้นสุดลงเมื่อองค์พระผู้เป็นเจ้าเสด็จมาครั้งที่สองในฟ้า
อากาศ หลังจากนั้นจะเป็นยุคพันปีและเมื่อยุคพันปีสิ้นสุดลงจะมีการ
พิพากษาใหญ่บนพระที่นั่งสีขาว ในการพิพากษานี้พระเจ้าจะทรงม
อบที่อยู่อาศัยในสวรรค์และรางวัลให้กับแต่ละคนตามการกระทำขอ
งเขา

ตอนนี้ สำหรับผู้คนที่รอด คนเหล่านี้มีรูปร่างหน้าตาฝ่ายวิญญ
าณแบบใด ถ้าเรารู้เกี่ยวกับรูปร่างฝ่ายวิญญาณเราก็สามารถเข้าใ
จถึงการเป็นขึ้นมาจากความตายและการถูกรับขึ้นสู่สวรรค์ได้ไม่
ยาก ถ้าคนหนึ่งเสียชีวิตในวัยเด็ก รูปร่างฝ่ายวิญญาณของเขาก็จะ
มีหน้าตาเหมือนเด็ก ถ้าเขาเสียชีวิตในวัยหนุ่ม รูปร่างฝ่ายวิญญา
ณของเขาก็จะมีหน้าตาเหมือนคนหนุ่ม ถ้าเขาเสียชีวิตในวัยชรา รู
ปร่างฝ่ายวิญญาณของเขาก็จะมีหน้าตาเหมือนคนชรา แต่รูปร่าง
ฝ่ายวิญญาณไม่มีหนวดเครา ความพิการ บาดแผล หรือรอยย่น
แม้คนหนึ่งจะเสียชีวิตจากโรคภัย รูปร่างฝ่ายวิญญาณของเขาก็
ยังคงแข็งแรงสมบูรณ์และงดงาม รูปร่างฝ่ายวิญญาณของคนชร
าจะมีลักษณะคล้ายกับรูปร่างหน้าตาของเขาในช่วงการเสียชีวิต
อย่างไรก็ตาม คนเหล่านี้ไม่ดูซีดเซียว แต่เขาจะมีร่างกายที่ดูแข็งแร
งสมบูรณ์และมีพละกำลัง

คนเหล่านี้ทุกคนสวมเสื้อคลุมสีขาวและรูปร่างฝ่ายวิญญาณของ
เขาส่องแสงสว่างออกมา พลังของความสว่างของแต่ละคนจะแตกต่
างกันออกไป ยิ่งบุคคลมีความบริสุทธิ์มากขึ้นเท่าใด ความสว่างของ
เขาก็ยิ่งจะเจิดจ้าและงดงามมากขึ้นเท่านั้น ที่อยู่อาศัยในสวรรค์และ
สง่าราศีที่แต่ละคนได้รับจะแตกต่างกันออกไปเช่นกันตามความเจิด
จ้าของความสว่างดังกล่าว สำหรับผู้หญิง ความยาวของเส้นผมของ
แต่ละคนจะแตกต่างกันออกไปตามขนาดแห่งความบริสุทธิ์ที่เขาได้
เพาะบ่มเอาไว้ 1 โครินธ์ 11:15 กล่าวว่า "แต่ถ้าผู้หญิงไว้ผมยาวก็เ
ป็นสง่าราศีแก่ตัว เพราะว่าผมเป็นสิ่งที่ประทานให้แก่เขาเพื่อคลุมศี
รษะ"

สำหรับผู้หญิงที่จะเข้าไปสู่เมืองบรมสุขเกษม
อาณาจักรที่หนึ่งของสวรรค์ หรืออาณาจักรที่สองของสวรรค์ เส้นผ

มของคนเหล่านี้จะยาวลงมาถึงระดับหัวไหล่ สำหรับผู้คนที่เข้าไปสู่
อาณาจักรที่สามของสวรรค์ เส้นผมของเขาจะยาวลงมาถึงกลางหลัง
และสำหรับผู้คนที่เข้าไปสู่นครเยรูซาเล็มใหม่ เส้นผมของคนเหล่านี้
จะยาวลงมาถึงบั้นเอว สำหรับผู้ชาย ความยาวของเส้นผมของเขาจะ
อยู่ในระดับเดียวกันซึ่งยาวลงมาถึงหลังคอ เส้นผมในสวรรค์จะมีสีท
องเป็นลอนทั้งสำหรับผู้หญิงและผู้ชาย

รูปร่างฝ่ายวิญญาณในพื้นที่รอคอยของสวรรค์ยังไม่สมบูรณ์แบ
บและครบถ้วน คนเหล่านี้ยังรอคอยการเสด็จมาครั้งที่สองขององค์
พระผู้เป็นเจ้าในฟ้าอากาศซึ่งถือเป็นช่วงเวลาของการเป็นขึ้นมาจาก
ความตายของคนเหล่านี้ เขาจะสามารถมีร่างกายที่เป็นขึ้นมาใหม่ไ
ด้ก็ต่อเมื่อองค์พระผู้เป็นเจ้าทรงปรากฏพระองค์ในฟ้าอากาศอีกครั้ง
หนึ่งเท่านั้น

ร่างกายที่เป็นขึ้นมาใหม่

เมื่อองค์พระผู้เป็นเจ้าเสด็จกลับมาในฟ้าอากาศ ดวงวิญญาณที่
อยู่ในสถานที่รอคอยของสวรรค์จะถูกรวมเข้ากับร่างกายของตนซึ่ง
จะเป็นขึ้นมาจากหลุมศพ เพราะเหตุนี้พระคัมภีร์จึงกล่าวว่าผู้คนที่
เสียชีวิตในขณะที่มีความเชื่อนั้นไม่ได้ตาย เขาเพียงแต่ล่วงหลับไป
ร่างกายที่ตายไปและถูกฝังไว้จะเป็นขึ้นมาใหม่และถูกรับขึ้นไปใ
นฟ้าอากาศและถูกรวมเข้าเป็นอันหนึ่งอันเดียวกันกับวิญญาณ-
จิตใจของตน เราเรียกร่างกายที่ถูกรวมเข้าเป็นหนึ่งเดียวกันนี้ว่า
"ร่างกายที่เป็นขึ้นมาใหม่"

ถ้าร่างกายกลายเป็นผงคลีดินอยู่ในหลุมศพหลังจากช
วงเวลาอันยาวนาน หรือถ้าร่างกายนั้นถูกเผา ร่างกายนั้น
จะเป็นขึ้นมาใหม่และถูกรวมเข้ากับวิญญาณได้อย่างไร
แม้เราจะมองไม่เห็นด้วย แต่ธาตุต่าง ๆ ที่ประกอบกันเข้าเป็นร่า
งกายก็ยังคงอยู่บนโลกนี้ ในการเสด็จกลับมาขององค์พระผู้เป็น
เจ้า ธาตุต่าง ๆ เหล่านั้นจะรวมตัวเข้าด้วยกันและจะเป็นขึ้นมาใ
หม่ด้วยฤทธิ์อำนาจของพระเจ้า ร่างกายนี้จะนัดพบกับวิญญาณ-
จิตใจและกลายเป็นร่างกายของวิญญาณ จิตใจ และร่างกาย

อันดับต่อไป ร่างกายของผู้คนที่รอรับองค์พระผู้เป็นเจ้าในขณะที่มีชีวิตอยู่ก็จะเปลี่ยนเป็นร่างกายฝ่ายวิญญาณและถูกรับขึ้นไปในฟ้าอากาศ เราเรียกเหตุการณ์นี้ว่า "การถูกรับขึ้นไป" เราอาจเทียบปรากฏการณ์นี้กับแม่เหล็กขนาดมหึมาที่ดูดเอาเศษโลหะขึ้นไปในอากาศ

1 เธสะโลนิกา 4:16-17 กล่าวว่า "ด้วยว่าองค์พระผู้เป็นเจ้าเองจะเสด็จมาจากสวรรค์ ด้วยเสียงกู่ก้อง ด้วยสำเนียงของเทพบดี และด้วยเสียงแตรของพระเจ้า และคนทั้งปวงที่ตายแล้วในพระคริสต์จะเป็นขึ้นมาก่อน หลังจากนั้นเราทั้งหลายซึ่งยังเป็นอยู่และเหลืออยู่ จะถูกรับขึ้นไปในเมฆพร้อมกับคนเหล่านั้น เพื่อจะได้พบองค์พระผู้เป็นเจ้าในฟ้าอากาศ อย่างนั้นแหละเราก็จะอยู่กับองค์พระผู้เป็นเจ้าเป็นนิตย์"

1 โครินธ์ 15:51-53 กล่าวว่า "ดูก่อน ข้าพเจ้ามีความลึกลับที่จะบอกแก่ท่าน คือว่าเราจะไม่ล่วงหลับหมดทุกคน แต่เราจะถูกเปลี่ยนแปลงใหม่หมด ในชั่วขณะเดียว ในพริบตาเดียว เมื่อเป่าแตรครั้งสุดท้าย เพราะว่าจะมีเสียงแตร และคนที่ตายแล้วจะเป็นขึ้นมาปราศจากเปื่อยเน่า แล้วเราทั้งหลายจะถูกเปลี่ยนแปลงใหม่ เพราะว่าสิ่งซึ่งเปื่อยเน่านี้ต้องสวมซึ่งไม่เปื่อยเน่า และซึ่งจะตายนี้ต้องสวมซึ่งจะไม่รู้ตาย"

ดวงวิญญาณที่รอดเหล่านี้จะพบกับองค์พระผู้เป็นเจ้าในฟ้าอากาศและเข้าร่วมในงานเลี้ยงสมรสเป็นเวลาเจ็ดปี คำว่า "ฟ้าอากาศ" ในที่นี้หมายถึงพื้นที่พิเศษที่ถูกจัดเตรียมไว้ที่ด้านหนึ่งของเอเดนในสวรรค์ชั้นที่สอง เอเดนเป็นพื้นที่อันกว้างใหญ่ไพศาลซึ่งรวมถึงสวนเอเดน งานเลี้ยงสมรสเจ็ดปีเป็นช่วงเวลาเพื่อให้ดวงวิญญาณที่รอดได้รับการเล้าโลมและหาความสุขให้กับตนเอง งานเลี้ยงสมรสนี้เป็นช่วงเวลาของการเฉลิมฉลองความพยายามที่ถูกใช้ไปในช่วงของการเตรียมมนุษย์บนโลกนี้ นอกจากนั้น งานเลี้ยงนี้ยังเป็นช่วงเวลาที่จะขอบพระคุณพระเจ้าเมื่อเขาระลึกถึงชีวิตของตนบนโลกนี้

เมื่อเขาเปลี่ยนเข้าสู่ร่างกายที่เป็นขึ้นมาใหม่ คนเหล่านี้จะสามารถมองเห็นระดับของการชำระให้บริสุทธิ์ที่เขาได้บรรลุในการเพา

ะบ่มพระทัยขององค์พระผู้เป็นเจ้าไว้ในจิตใจของตน จากนั้นเขาจะมีความเข้าใจอย่างเลือนรางว่ารางวัลและสง่าราศีประเภทใดที่เขาจะได้รับในภายหลังในการพิพากษาครั้งสุดท้าย คนเหล่านี้จะเข้าร่วมในการงานเลี้ยงสมรสเจ็ดปีในฟ้าอากาศด้วยร่างกายที่เป็นขึ้นมาใหม่และหลังจากนั้นเขาจะลงมาบนโลกนี้เพื่อใช้เวลาอยู่ที่นี่เป็นเวลาหนึ่งพันปี

ถ้าเช่นนั้น ร่างกายที่เป็นขึ้นมาใหม่แตกต่างจากรูปร่างฝ่ายวิญญาณอย่างไร ร่างกายที่เป็นขึ้นมาใหม่และรูปร่างฝ่ายวิญญาณจะสัมผัสพื้นที่ฝ่ายวิญญาณในแนวทางที่แตกต่างกันมาก รูปร่างฝ่ายวิญญาณโดยลำพังไม่สามารถเป็นร่างกายที่สมบูรณ์แบบในพื้นที่ฝ่ายวิญญาณ เราสามารถพูดว่าคนหนึ่งมีรูปร่างพื้นฐานเพื่ออาศัยอยู่ในพื้นที่ฝ่ายวิญญาณเมื่อเขามีร่างกายที่เป็นขึ้นมาใหม่ รูปร่างฝ่ายวิญญาณจะมีรูปร่างหน้าตาของบุคคลในช่วงเวลาการเสียชีวิตของเขา แต่ร่างกายที่เป็นขึ้นมาใหม่จะเป็นเหมือนคนอายุสามสิบสามปีสำหรับทุกคน

พระชนม์ชีพของพระเยซูบนโลกนี้สิ้นสุดลงในวัยสามสิบสามปี ดวงอาทิตย์จะสว่างสดใสที่สุดในยามเที่ยงวันฉันใด อายุสามสิบสามปีถือเป็นจุดสูงสุดของชีวิตของบุคคลด้วยฉันนั้น คนเหล่านี้จะมีวุฒิภาวะมากพอและกระนั้นก็ไม่แก่จนเกินไปที่เต็มไปด้วยพลังงานและความแข็งแรง คนเหล่านี้จะมีความงามแบบผู้ใหญ่หลังจากเขาผ่านช่วงอายุยี่สิบปีของตน ถ้าเทียบกับดอกไม้ คนเหล่านี้จะอยู่ในช่วงเวลาของการเบ่งบานอย่างเต็มที่

เพราะเหตุนี้พระเจ้าจึงทรงมอบร่างกายฝ่ายวิญญาณให้กับบุตรของพระองค์โดยทรงทำให้เขามีรูปร่างหน้าตาของตนอายุสามสิบสามปี ความสูงของผู้ชายจะอยู่ในราว 190 เซนติเมตร (ประมาณ 6 ฟุต 3 นิ้ว) และสำหรับผู้หญิงจะอยู่ในราว 170 เซนติเมตร (หรือประมาณ 5 ฟุต 7 นิ้ว) หรือประมาณนั้น ไม่มีใครอ้วนหรือผอมเกินไป ทุกคนจะมีรูปร่างหน้าตางดงามที่สุด

ร่างกายที่เป็นขึ้นมาใหม่เป็นสิ่งที่สัมผัสได้ เราสามารถสัมผัสร่างกายนี้ด้วยมือเนื่องจากร่างกายนี้เป็นการผสมรวมกันของวิญ

ญาณ จิตใจ และร่างกายที่เป็นขึ้นมาใหม่ พระเยซูคริสต์ทรงเป็นผู้ที่สำแดงร่างกายที่เป็นขึ้นมาใหม่นี้กับเรา องค์พระผู้เป็นเจ้าผู้คืนพระชนม์ทรงปรากฏพระองค์ต่อหน้าพวกสาวกและตรัสว่า "จงดูมือของเราและเท้าของเราว่า เป็นเราเอง จงคลำตัวเราดู เพราะว่าผีไม่มีเนื้อและกระดูกเหมือนท่านเห็นเรามีอยู่นั้น" (ลูกา 24:39) พระองค์ตรัสว่าร่างกายที่เป็นขึ้นมาใหม่มีเนื้อและกระดูก

ร่างกายที่เป็นขึ้นมาใหม่เป็นร่างกายที่ไม่เสื่อมสูญเช่นกัน ซึ่งกายนี้จะไม่ถูกจำกัดด้วยข้อจำกัดฝ่ายร่างกายของโลกนี้ องค์พระผู้เป็นเจ้าผู้คืนพระชนม์ทรงปรากฏพระองค์ต่อพวกสาวกด้วยการเสด็จผ่านผนังห้องตามที่บันทึกไว้ในยอห์น 20:19, 26 ยอห์น 20:22 กล่าวว่าพระเยซู "ทรงระบายลมหายใจออกเหนือเขา" ร่างกายที่เป็นขึ้นมาใหม่สามารถหายใจรวมทั้งกินและดื่ม อาหารที่บริโภคเข้าไปจะสลายตัวและถูกระบายออกมาเป็นลมหายใจ นี่เป็นสิ่งที่อัศจรรย์อย่างยิ่งที่อาหารซึ่งเราบริโภคเข้าไปจะถูกระบายออกมาเป็นลมหายใจพร้อมกับกลิ่นหอมที่น่าพอใจและจากนั้นก็จางหายไปในอากาศ

ลูกา 24:41-43 บันทึกไว้ว่า "เมื่อเขาทั้งหลายยังไม่ปลงใจเชื่อ เพราะเป็นเรื่องน่ายินดีอย่างเหลือเชื่อและกำลังประหลาดใจอยู่ พระองค์จึงตรัสถามเขาว่า 'พวกท่านมีอาหารกินที่นี่บ้างไหม' เขาก็เอาปลาย่างชิ้นหนึ่งกับรวงผึ้งชิ้นหนึ่งมาถวายพระองค์ พระองค์ทรงรับมาเสวยต่อหน้าเขาทั้งหลาย" องค์พระผู้เป็นเจ้าทรงรับประทานอาหารต่อหน้าพวกสาวกเพื่อช่วยให้เขามีความเชื่อในเรื่องการเป็นขึ้นมาและเพื่อช่วยให้เขารู้จักร่างกายที่เป็นขึ้นมาใหม่ พระองค์ต้องการให้เขารู้ความจริงที่ว่าร่างกายฝ่ายวิญญาณสามารถกินอาหารได้เช่นกัน ครั้งแรกมารีย์ชาวมักดาลาและพวกสาวกจำพระเยซูผู้เป็นขึ้นมาจากความตายไม่ได้ สาเหตุเกิดจากความสว่างที่ส่องออกมาจากพระกายที่เป็นขึ้นมาใหม่นั้นเอง พระกายที่เป็นขึ้นมาใหม่มีรอยแผล แต่พระเยซูทรงสำแดงให้โธมัสขี้สงสัยดูพระหัตถ์ของพระองค์ พระเยซูทรงสำแดงให้โธมัสเห็นรอยแผล แต่เป็นการสำแดงให้เห็นในชั่วครู่เพื่อเขาจะมีความเชื่อ

ร่างกายแห่งสวรรค์ที่สมบูรณ์แบบ

ผมอธิบายไปแล้วว่าผู้คนที่มีร่างกายที่เป็นขึ้นมาใหม่จะถูกรับขึ้นไปในฟ้าอากาศเพื่อเข้าร่วมในงานเลี้ยงสมรสเจ็ดปี หลังจากนั้นด้วยร่างกายเดียวกันนั้น เขาจะลงมายังโลกนี้ในช่วงยุคพันปี เมื่อยุคพันปีสิ้นสุดลง คนเหล่านี้จะได้รับที่อยู่อาศัยของตนในสวรรค์เป็นมรดกผ่านการพิพากษาใหญ่บนพระที่นั่งสีขาว เมื่อสิ่งนี้เกิดขึ้นร่างกายของคนเหล่านี้จะถูกเปลี่ยนไปเป็นร่างกายแห่งสวรรค์ที่สมบูรณ์แบบซึ่งถือเป็นร่างกายฝ่ายวิญญาณที่อยู่ระดับสูงกว่าร่างกายที่เป็นขึ้นมาใหม่ เพราะเหตุใดพระเจ้าจึงทรงอนุญาตให้เราอยู่ในขั้นตอนชั่วคราว ทำไมเราได้รับร่างกายที่เป็นขึ้นมาใหม่และไม่ได้รับร่างกายแห่งสวรรค์ที่สมบูรณ์ตั้งแต่แรก

สาเหตุสำคัญก็เพราะว่าอาณาจักรสวรรค์ซึ่งอยู่ในสวรรค์ชั้นที่สามและเป็นสถานที่จัดงานเลี้ยงสมรสเจ็ดปีอยู่ในสวรรค์ชั้นที่สองมีความแตกต่างกันหลายอย่างซึ่งรวมถึงความหนาแน่นของวิญญาณและกระแสของเวลา เพราะเหตุนี้พระเจ้าจึงทรงมอบร่างกายที่เหมาะสมที่สุดกับแต่ละพื้นที่ให้กับเรา ปัจจัยที่เหมือนกันสำหรับรูปร่างฝ่ายวิญญาณ ร่างกายที่เป็นขึ้นใหม่ และร่างกายแห่งสวรรค์ที่สมบูรณ์แบบก็คือว่าร่างกายเหล่านี้ล้วนสำแดงความสว่างที่มีลักษณะเหมือนแสงอรุโณทัยที่แตกต่างกันออกมาตามขนาดของความบริสุทธิ์ที่เขาบรรลุถึง นอกเหนือจากการส่องความสว่างตามขนาดแห่งความบริสุทธิ์ของแต่ละคนออกมาแล้ว ร่างกายแห่งสวรรค์ที่สมบูรณ์แบบยังสำแดงรางวัลและสง่าราศีที่แต่ละคนได้รับจากพระเจ้าออกมาด้วยเช่นกัน นี่คือข้อแตกต่างที่ใหญ่ที่สุดระหว่างร่างกายที่เป็นขึ้นมาใหม่กับร่างกายแห่งสวรรค์ที่สมบูรณ์แบบ

เมื่อการเตรียมมนุษย์สิ้นสุดลงจะมีการสรุปผลระดับของการชำระให้บริสุทธิ์และจำนวนของรางวัลที่แต่ละคนจะได้รับตามระดับการชำระให้บริสุทธิ์นั้น ดังนั้นบุคคลจึงสามารถแยกแยะความแตกต่างในเรื่องสง่าราศีและรางวัลเมื่อเขามองเห็นความสว่างฝ่ายวิญญาณข

องแต่ละคน แต่แน่นอน ทุกสิ่งจะถูกเปิดเผยให้ปรากฏหลังจากการ
พิพากษาใหญ่บนพระที่นั่งสีขาวแล้วเท่านั้น แต่ละคนจะได้รับร่างก
ายแห่งสวรรค์ที่สมบูรณ์แบบหลังจากที่พระเจ้าทรงรับรองและทรงป
ระกาศถึงสง่าราศีและรางวัลที่บุคคลจะได้รับอย่างเป็นทางการแล้ว
เท่านั้น

ความสว่างแห่งสง่าราศี

ความสว่างเจิดจ้าของรูปร่างฝ่ายวิญญาณซึ่งลักษณะเหมือนแส
งอรุโณทัยจะแตกต่างกันออกไปตามระดับของความบริสุทธิ์ที่แต่ล
ะคนบรรลุถึงในโลกนี้ เพราะเหตุนี้เราจึงเรียกความสว่างเจิดจ้านี้ว่า
"ความสว่างแห่งสง่าราศี" ยิ่งคนหนึ่งมีความบริสุทธิ์และเป็นเหมือน
องค์พระผู้เป็นเจ้ามากขึ้นเท่าใด ความสว่างนี้ก็ยิ่งจะมีความชัดเจน
และเจิดจ้ามากขึ้นเท่านั้น เรายังสามารถบอกถึงระดับขั้นในลำดับฝ
ายวิญญาณเพียงแค่เราเห็นความเจิดจ้าของความสว่างด้วยเช่นกัน
โดยเฉพาะอย่างยิ่ง ผู้คนที่อยู่ในอาณาจักรที่สองและอาณาจักรที่สา
มของสวรรค์จะมีรูปร่างหน้าตาที่แตกต่างกันมาก สาเหตุก็เพราะว่า
ความสว่างแห่งสง่าราศีของเขา เสื้อผ้าที่เขาสวมใส่ ลวดลายและเครี
องประดับบนเสื้อผ้าของเขา และทรงผมของเขาจะแตกต่างกัน

วิวรณ์ 19:8 กล่าวว่า "และทรงโปรดให้เธอสวมผ้าป่านเนื้อละเอี
ยด สะอาดและขาว เพราะผ้าป่านเนื้อละเอียดนั้นเป็นความชอบธรร
มของพวกวิสุทธิชน" ข้อนี้กล่าวว่าผู้หญิงและผู้ชายในสวรรค์ล้วนสว
มเสื้อผ้าป่านเนื้อละเอียดสีขาว

เสื้อผ้าอ่อนนุ่มเหมือนผ้าไหมและปลิวไสวเพราะเสื้อผ้าเหล่านี้มี
น้ำหนักเบามาก ที่นั่นไม่มีฝุ่นละอองและผู้คนไม่มีเหงื่อ ดังนั้นเสื้อผ้
าของเขาจึงไม่มีวันสกปรกแม้เขาจะสวมใส่เป็นเวลานานก็ตาม เสื้อ
ผ้าที่นั่นมีเครื่องประดับหลายแบบและมีลวดลายแตกต่างกัน สิ่งนี้ทำ
ให้เสื้อผ้าของเขาหรูหราและงดงามมากจนไม่มีเสื้อผ้าชนิดใดในโล
กนี้เทียบได้ นอกจากนี้ สีต่าง ๆ ของรุ้งและของความสว่างยังสาดส

องออกมาจากเสื้อผ้าเหล่านี้ด้วยเช่นกัน

เสื้อผ้าที่นั้นประกอบด้วยเสื้อผ้าที่ใช้สวมใส่ในแต่ละวัน เสื้อผ้าสำหรับงานเลี้ยง เสื้อผ้าสำหรับการนมัสการ เสื้อผ้าสำหรับเล่นกีฬา และเสื้อผ้าสำหรับเล่นเกมต่าง ๆ เช่นกัน ผู้คนที่นั้นมีเสื้อผ้าหลากหลายชุดตามโอกาสต่าง ๆ ในสวรรค์ผู้คนได้รับรางวัลตามการกระทำของตนในโลกนี้ ดังนั้นแต่ละคนจึงได้รับเสื้อผ้าในจำนวนและชนิดที่แตกต่างกัน บางคนมีเสื้อผ้าหลายชุดในขณะที่บางคนมีเสื้อผ้าชนิดต่าง ๆ จำนวนนับไม่ถ้วน แน่นอน การรู้จักสง่าราศีของแต่ละคนไม่ใช่เฉพาะในเรื่องที่เกี่ยวกับเสื้อผ้าเท่านั้น เราสามารถรู้จักสง่าราศีและรางวัลของแต่ละคนผ่านทางมงกุฎที่เขาสวมใส่และเครื่องประดับอย่างอื่นด้วยเช่นกัน

จำนวน ชนิด ความสว่าง และความรุ่งเรืองของมงกุฎที่ผู้คนได้รับจะแตกต่างกันไปตามขนาดของความบริสุทธิ์ที่เขาได้เพาะบ่มเอาไว้และตามการงานที่เขาทำอย่างสัตย์ซื่อด้วยความเชื่อเพื่อแผ่นดินของพระเจ้า ความหนาแน่น แบบแผน และความแจ่มใสของความสว่างเจิดจ้าของสีต่าง ๆ ในที่อยู่อาศัยแต่ละแห่งในสวรรค์จะแตกต่างกัน แม้กระทั่งเสื้อผ้าที่ผู้คนสวมใส่ในที่อยู่อาศัยระดับต่ำที่สุดในสวรรค์ก็ยังมีความหรูหรา ความงดงาม และมีสีสันสดใสมากยิ่งกว่าเสื้อผ้าชนิดใด ๆ ของโลกนี้ ร่างกายแห่งสวรรค์ที่สมบูรณ์แบบมีความงดงามมากจนร่างกายนี้ไม่ต้องการเครื่องประดับหรือการตกแต่งใดเพิ่มเติม แต่พระเจ้าทรงมอบเสื้อผ้า มงกุฎ และอุปกรณ์เสริมอื่นให้กับผู้คนตามการกระทำของแต่ละคน

2. จิตใจและร่างกายที่เป็นของวิญญาณ

บุตรของพระเจ้าที่ได้รับความรอดจะอาศัยอยู่ในสวรรค์ด้วยร่าง
กายแห่งสวรรค์ที่สมบูรณ์แบบหลังจากการพิพากษาบนพระที่นั่งให
ญ่สีขาว ร่างกายแห่งสวรรค์ที่สมบูรณ์แบบนี้ประกอบไปด้วยจิตใจที
เชื่อฟังวิญญาณและร่างกายฝ่ายวิญญาณที่ไม่ผลิตของเสียในร่างกา
ยชนิดใดเลย

เพราะเหตุใดการทำความเข้าใจในเรื่องวิญญาณ จิตใจ
และร่างกายจึงเป็นสิ่งสำคัญ สาเหตุก็เพราะเราต้องรื้อฟื้นวิญญาณ
จิตใจ และร่างกายที่เปลี่ยนไปเนื่องจากบาปของความบาปของอาดั
มขึ้นมาใหม่ นี่คือเหตุผลเช่นกันว่าทำไมพระเจ้าจึงทรงเตรียมมนุษ
ย์ในโลกนี้ เมื่อเราต้อนรับเอาพระเยซูคริสต์และได้รับพระวิญญาณ
บริสุทธิ์ วิญญาณจิตของเราที่ตายไปแล้วก็ฟื้นคืนชีพขึ้นมาใหม่และ
จากนั้นเราจำเป็นต้องรื้อฟื้นวิญญาณจิตของเราขึ้นมาใหม่ ยิ่งเรารื้อ
ฟื้นวิญญาณจิตของตนขึ้นมาใหม่มากเท่าใด เราก็จะมีจิตใจและร่าง
กายที่เป็นของวิญญาณมากยิ่งขึ้นเท่านั้น จากนั้นเราก็สามารถเป็นค
นที่เป็นของวิญญาณ

เมื่อบุคคลมีจิตใจและร่างกายที่เป็นของวิญญาณ พระคัมภีร์กล่า
วว่าคนนี้ก็อยู่ในสถานะที่ "จำเริญขึ้นในฝ่ายวิญญาณ" 3 ยอห์น 1:2
บันทึกไว้ว่า "ท่านที่รัก ข้าพเจ้าปรารถนามากกว่าทุกสิ่งที่จะให้ท่าน
จำเริญขึ้นและมีสุขภาพดี เหมือนอย่างที่จิตวิญญาณของท่านจำเริญ
อยู่นั้น"

เมื่อจิตวิญญาณของบุคคลจำเริญขึ้น เขาก็สามารถตัดความคิดที
เป็นของเนื้อหนังทิ้งไป ถ้าเขาต้องการหยุดคิดเกี่ยวกับบางสิ่งเขาก็สา
มารถทำได้ในทันที บุคคลสามารถหยุดดมกลิ่นและหยุดฟังบางสิ่งบ
างอย่างได้ เขาสามารถรู้สึกถึงความเจ็บปวดได้หรือไม่ได้ตามที่บุค
คลต้องการ เนื่องจากความคิดและความรู้สึกเป็นสิ่งที่สามารถควบคุ
มได้ตามอำเภอใจ ดังนั้นจึงมีความชื่นชมยินดีและการของพระคุณ
อย่างเต็มเปี่ยมอยู่เสมอ (โรม 8:6) บุคคลเช่นนี้มีพลานามัยสมบูรณ์
และเขาจะจำเริญสุขทุกประการ โรคภัยไข้เจ็บไม่สามารถส่งผลกระ

ทบเขาเพราะเขาสามารถควบคุมร่างกายของตนเช่นกัน แม้ในยาม
ที่เขาได้รับโรคภัยไข้เจ็บเนื่องจากความผิดพลาดของตน เขาก็สามา
รถเอาชนะความป่วยไข้นั้นได้ในทันทีด้วยความเชื่อ

จิตใจที่เป็นของวิญญาณ

อาดัม (มนุษย์คนแรกที่พระเจ้าทรงสร้างขึ้น) เป็นวิญญาณผู้
มีชีวิตและเขามีวิญญาณ จิตใจ และร่างกายที่เป็นของวิญญาณ
วิญญาณของอาดัมคือเจ้านายของเขา วิญญาณควบคุมจิตใจและร่า
งกายของอาดัมด้วยความจริง แต่จากช่วงเวลาที่เขาทำบาปและวิญ
ญาณของเขาตาย วิญญาณ จิตใจ และร่างกายของอาดัมก็เป็นของเ
นื้อหนัง เมื่อมนุษย์เป็นวิญญาณที่มีชีวิต เขาก็จะได้รับความจริงจาก
พระเจ้าเพียงอย่างเดียว ดังนั้นการทำงานของของจิตใจของมนุษย์จึ
งเป็นของวิญญาณเพียงอย่างเดียว แต่ซาตานเข้ามาควบคุมจิตใจขอ
งมนุษย์นับจากช่วงเวลาที่วิญญาณของมนุษย์ตายลง การทำงานของ
จิตใจของมนุษย์จึงไม่ได้เป็นของวิญญาณอีกต่อไปเนื่องจากวิญญา
ณที่ตายไปแล้วของเขา

อย่างไรก็ตาม หลังจากคนหนึ่งต้อนรับเอาพระเยซูคริสต์แล้วเขา
ก็สามารถรับเอาการทำงานของจิตใจที่เป็นของวิญญาณกลับคืนมาใ
หม่ตามขนาดของการให้กำเนิดกับวิญญาณจิตของเขาโดยพระวิญ
ญาณบริสุทธิ์และการเชื่อฟังพระคำของพระเจ้า ความรู้ ทฤษฎี และ
ความคิดที่มีข้อผิดพลาดของเขาซึ่งไม่เป็นที่พอพระทัยพระเจ้าก็จะไ
ด้รับการเปลี่ยนแปลงไปสู่ความจริง สิ่งนี้จะเป็นไปตามที่บันทึกไว้ใ
น 2 โครินธ์ 10:5 ว่า "คือทำลายความคิด และทิฐิมานะทุกประการ
ที่ตั้งตัวขึ้นขัดขวางความรู้ของพระเจ้า และน้อมนำความคิดทุกประ
การให้เข้าอยู่ใต้บังคับจนถึงเชื่อฟังพระคริสต์"

ยิ่งจิตใจของมนุษย์เป็นของเนื้อหนังมากขึ้นเท่าใดเขาก็จะรับ
เอาการทำงานของซาตานเข้าไปมากยิ่งขึ้นเท่านั้น แม้เขาพยายา
มที่จะทำให้การทำงานของจิตใจของเขาเป็นของวิญญาณ แต่เขา
ก็ไม่สามารถทำตามที่ตนต้องการได้ ด้วยเหตุนี้ เขาต้องพยายาม

ที่จะเปลี่ยนการทำงานของจิตใจของตนให้เป็นของความจริงด้ว
ยการตรวจสอบความคิด คำพูด และการกระทำของตนอย่างต่อเ
นืองตลอดเวลา เมื่อเขาพยายามอย่างต่อเนื่องด้วยการอธิษฐานอ
ย่างร้อนรนเขาก็สามารถทำให้การทำงานของจิตใจของเขาเป็น
ของวิญญาณโดยพระคุณและฤทธิ์อำนาจของพระเจ้าและความ
ช่วยเหลือของพระวิญญาณบริสุทธิ์

จิตใจที่เป็นของวิญญาณจะเชื่อฟังวิญญาณเพราะวิญญาณซึ่งเ
ป็นเจ้านายดั้งเดิมของมนุษย์จะทำหน้าที่ของตนในฐานะเจ้านาย
จากนั้น บุคคลนี้ก็จะมีเฉพาะความคิดเรื่องความดี ความรัก และ
ความจริงเท่านั้นเพราะการทำงานของจิตใจของเขาเป็นของวิญ
ญาณเพียงอย่างเดียว ยกตัวอย่าง แม้คนอื่นจะแสดงความหยาบค
ายหรือทำสิ่งชั่วร้ายต่อเขา คนที่มีการทำงานของจิตใจที่เป็นของ
วิญญาณจะไม่รู้สึกเจ็บปวด เขาปรารถนาความสงบสุขและเข้าใจ
คนอื่นโดยไม่เผชิญหน้ากับคนเหล่านั้นไม่ว่าในรูปแบบใดก็ตาม
แทนที่จะมีความรู้สึกขุ่นเคือง เขาจะมีความเห็นอกเห็นใจคนอื่นที่ค
นเหล่านั้นมีความชั่วร้ายอยู่ในเขา

แน่นอน แม้แต่ผู้คนซึ่งมีวิญญาณจิตที่จำเริญขึ้นเองก็ยังมีความเ
ท็จที่เขาใส่ไว้ในความจำของตน แม้ว่าความจำจะมีอยู่ที่นั้น แต่ซาต
านก็ไม่สามารถทำอะไรกับความจำนั้นเมื่อความเท็จถูกกำจัดทิ้งไป
จากจิตใจของเขา โดยธรรมชาติการทำงานของจิตใจของคนเหล่านี้
เป็นของวิญญาณเพียงอย่างเดียว เขาทำตามการทรงนำของพระวิญ
ญาณบริสุทธิ์ ดังนั้นเขาจึงไม่ดูในสิ่งที่เขาไม่สมควรดู เขาไม่พิพาก
ษาหรือประณามคนอื่นและเขาดำเนินชีวิตตามความจริง

ถ้าการทำงานของจิตใจของเขาเป็นของวิญญาณอย่างต่อเนื่
อง การทำงานของจิตใจที่เป็นของเนื้อหนังก็จะหายไปจนหมดสิ้น
เขาจะเกลียดชังการดู การฟัง หรือการพูดสิ่งใดก็ตามที่เป็นความเ
ท็จ สิ่งนี้หมายความว่าภาชนะแห่งจิตใจของเขาถูกเติมเต็มด้วยคว
ามจริง เนื่องจากความเท็จถูกกำจัดทิ้งไปจากจิตใจของเขาจนหมด
สิ้น ความเท็จก็จะหายไปจากความคิดของเขาด้วยเช่นกัน ถ้าเราเติ
มจิตใจของเราให้เต็มด้วยความจริงอย่างสมบูรณ์ด้วยวิธีนี้ การทำงา

นของจิตใจของเราก็จะเป็นของความจริงเพียงอย่างเดียว

จิตใจล่วงรู้ทุกสิ่งแต่คิดในสิ่งที่เป็นความจริงเท่านั้น

เมื่อเราไปสวรรค์ไม่ใช่วิญญาณของเราเท่านั้นที่ไปสู่สวรรค์ จิต
ใจของเราก็จะอยู่ในรูปร่างฝ่ายวิญญาณด้วยเช่นกัน จิตใจนี้คือจิตใจ
ที่เป็นของวิญญาณซึ่งได้แก่ความจริง จิตใจที่ปราศจากความเท็จและ
จะได้รับการปลูกฝังความจริงเท่านั้นที่จะผสมรวมเข้ากับวิญญาณ สิ่ง
นี้ก็หมายความเราจะไม่รู้จักอะไรเลยเกี่ยวกับความเท็จเมื่อเราอยู่สว
รรค์ใช่หรือไม่ ไม่ใช่เลย เราจะรู้เกี่ยวกับความเท็จและรู้ในรายละเอี
ยดมากกว่าที่เรารู้ในเวลานี้ด้วยซ้ำไป

1 โครินธ์ 13:12 กล่าวว่า "เพราะว่าบัดนี้เราเห็นสลัว ๆ
เหมือนดูในกระจก แต่เวลานั้นจะได้เห็นหน้ากันชัดเจน เดียวนี้
ข้าพเจ้ารู้แต่ส่วนหนึ่ง แต่เวลานั้นข้าพเจ้าจะรู้แจ้งเหมือนได้รู้จั
กข้าพเจ้าแล้วด้วย" กระจกที่ใช้เมื่อสองพันปีที่แล้วเป็นแผ่นเงิน
แผ่นทองแดง หรือแผ่นเหล็กและพร่ามัวกว่ากระจกที่ใช้อยู่ในปั
จจุบัน ผู้คนสามารถมองเห็นภาพรวมของสิ่งต่าง ๆ แต่สิ่งเหล่านั้
นจะไม่ชัดเจนในกระจก แต่ในปัจจุบันกระจกมีความชัดเจนมาก
เช่นเดียวกันกับในสวรรค์ เราจะรู้จักทุกสิ่งอย่างชัดเจนและแม่นยำ
แม้กระทั่งสิ่งที่เราไม่รู้บนโลกนี้ในเวลานี้

ตราบใดที่จิตใจของเราเป็นของวิญญาณ
แม้ในยามที่เราคิดถึงสิ่งต่าง ๆ ที่นำความอับอายหรือความอัปยศอ
ดสูมาสู่เราในโลกนี้ เราจะไม่มีความคิดแห่งความเท็จหรือความรู้สึ
กขุ่นเคืองใจกับสิ่งเหล่านั้นเลย เราจะมีเพียงความคิดแห่งวิญญาณ
และความคิดแห่งความจริงด้วยความสุภาพอ่อนน้อม ความสงบสุข
และความเมตตา

เข้าใจจิตใจของคนอื่นด้วยวิญญาณ

ในสวรรค์เราสามารถรู้สึกถึงจิตใจของคนอื่นและวินิจฉัยจิตใจข

องเขาอย่างถูกต้องและเราจะสามารถเข้าใจและสัมผัสถึงความรู้สึก
ของคนอืน ผู้คนในสวรรค์ไม่มีความชัวร้ายในจิตใจของตน ดังนัน
คนเหล่านันจึงไม่เข้าใจผิดกันและไม่มีอคติหรือพิพากษากันและกัน
โดยเฉพาะอย่างยิงในนครเยรูซาเล็มใหม่ ผู้คนเข้าใจจิตใจของกันแ
ละกันอย่างสมบูรณ์แบบด้วยวิญญาณ คำพูดทุกคำทีเขากล่าวออกม
าจะประกอบด้วยความเห็นใจ ความรัก และการรับใช้ซึงสัมผัสจิตใ
จของคนอืน คนเหล่านีเข้าใจพระทัยของพระเจ้าพระบิดาและพระทั
ยขององค์พระผู้เป็นเจ้ารวมทังเข้าใจจิตใจของคนอืน ดังนันเขาจึงเ
ข้าใจว่าพระเจ้าทรงมีความคิดและความรู้สึกแบบใดในขณะทีเขาก
ำลังเข้าสู่การเตรียมมนุษย์ในโลกนี คนเหล่านีจะเข้าใจเช่นกันว่าอง
ค์พระผู้เป็นเจ้าทรงมีความรู้สึกแบบไหนเมือพระองค์ทรงถูกตรึงบ
นกางเขน

ครังหนึงพระเจ้าทรงอนุญาตให้ผมรู้สึกถึงจิตใจของโมเสสโดยผ่
านการดลใจ ผมเห็นโมเสสยืนอยู่ในความสว่างอันเจิดจ้าและท่านเต็
มไปด้วยกลินหอมแห่งความดี เมือท่านจับมือของผม ความรักของ
พระเจ้าก็แผ่ซ่านเข้ามาในตัวของผม เมือท่านเปิดปากพูด ท่านมีคว
ามกล้าหาญและความสง่างามทีท่านเคยมีเมือครังทีท่านกล่าวพระคำ
ของพระเจ้ากับลูกหลานของชนชาติอิสราเอลในถินทุรกันดาร

โมเสสอนุญาตให้ผมรู้ถึงสิงต่าง ๆ เกียวกับวัยเด็กของท่านในรา
ชวังของอียิปต์ ท่านบอกให้ผมรู้ว่าท่านเรียนรู้เกียวกับพระเจ้าผู้ยิงใ
หญ่อย่างไรและรู้ว่าท่านเป็นคนฮีบรูผ่านทางแม่นมซึงแท้ทีจริงเป็น
มารดาของท่านเอง ท่านช่วยให้ผมรู้ถึงเหตุการณ์ทีลูกหลานของคน
อิสราเอลกราบไหว้รูปเคารพในถินทุรกันดารและบอกให้ผมรู้ว่าท่า
นมีอารมณ์และความรู้สึกอย่างไรในฐานะผู้นำของการอพยพ น้ำตา
ของโมเสสไหลนองใบหน้าเมือท่านระลึกถึงช่วงเวลาเหล่านัน

เมือคนหนึงหลังน้ำตาในขณะทีเขาระลึกถึงสิงทีเกิดขึนบนโลกนี
ในไม่ช้าน้ำตาเหล่านันจะเปลียนสภาพเป็นแสงสว่างอันงดงาม ผู้คน
ทีฟังสิงทีเขาพูดออกมาจะรู้สึกถึงความดีและความรักอันน่าประทับใ
จทีเขามีต่อดวงวิญญาณ

ผู้ฟังจะรู้สึกขอบพระคุณอีกครังหนึงสำหรับความรักของพระ

เจ้าซึ่งได้ประทานความสุขและสง่าราศีให้กับเขาในสวรรค์จากส่วนลึกแห่งจิตใจของตน คนเหล่านั้นรักพระเจ้าอย่างสืนสุดจิตใจ สืนสุดความคิด และสืนสุดวิญญาณของตน ความรักและการขอบพระคุณของเขาไม่มีวันเปลียนแปลง เขาเข้าใจถึงการจัดเตรียมล่วงหน้าของพระเจ้าอย่างลึกซึ้ง (ซึ่งได้แก่การทีพระเจ้าทรงต้องการมีบุตรทีแท้จริงเพือพระองค์จะแบ่งปันความรักกับเขา) แม้สิงนีจะหมายความว่าเขาต้องพบกับหลายสิงหลายอย่างในขันตอนของการเตรียมมนุษย์ก็ตาม เพราะเหตุนีเขาจึงรู้สึกขอบพระคุณตลอดไปจากส่วนลึกแห่งจิตใจของตน

ร่างกายที่เป็นของวิญญาณ

เช่นเดียวกับวิญญาณทีมีชีวิต อาดัมเป็นวิญญาณทีไม่สมบูรณ์แบบ วิญญาณทีไม่รู้เกียวกับเนือหนังถือเป็นวิญญาณทีไม่สมบูรณ์แบบ ในทำนองเดียวกัน เนือหนังทีไม่รู้จักวิญญาณก็ไม่มีคุณค่า ทุกคนทีไม่ต้อนรับเอาพระเยซูคริสต์เป็นพระผู้ช่วยให้รอดส่วนตัวล้วนเป็นมนุษย์ฝ่ายเนือหนัง ดังนันเขาจึงไม่สามารถรู้เกียวกับแผ่นดินของพระเจ้าและมิติฝ่ายวิญญาณอย่างแท้จริง ในทีสุดคนเหล่านีจะทนทุกข์ทรมานอยู่ในบึงไฟนรกชัวนิรันดร์ คนเหล่านีจะมีค่าอะไร ผู้คนทีรู้จักมิติฝ่ายเนือหนังและมิติฝายวิญญาณและผู้คนทีกำจัดเนือหนังทิงไปเพือจะเข้าสู่วิญญาณเท่านันทีจะมีคุณค่าของความเป็นมนุษย์

ยิงเราเพาะบ่มความบริสุทธิ์ไว้ในใจของตนมากขึนเท่าใด เนือหนังของเราก็จะเปลียนเป็นของวิญญาณมากยิงขึนเท่านัน ผู้คนทีอ่อนแอและขีโรคก็จะกลายเป็นคนทีสุขภาพร่างกายแข็งแรงตามขนาดของการเปลียนเข้าสู่ฝ่ายวิญญาณของเขาแม้เขาจะไม่ได้รับการชำระให้บริสุทธิ์อย่างสมบูรณ์ก็ตาม

เมือเราเข้าสู่ฝ่ายวิญญาณ วิญญาณจิตของเราก็จะโอบอุ้มดวงจิตใจและร่างกายเพือทังสามส่วนจะเคลือนทีไปด้วยกันทังหมดเป็นหนึ

งเดียว แม้เราอาศัยอยู่ในพื้นที่ฝ่ายร่างกาย แต่เราก็สามารถควบคุม
จิตใจและร่างกายของเราโดยผ่านวิญญาณ ดังนั้นสิ่งนี้จึงเป็นเหมือน
กับการที่เราอาศัยอยู่ในพื้นที่ฝ่ายวิญญาณ ยิ่งเรารื้อฟื้นพระฉายาขอ
งพระเจ้าที่สูญเสียไปเพราะบาปของอาดัมมากขึ้นเท่าใด เราก็ยิ่งสา
มารถสื่อสารกับพระเจ้าได้มากยิ่งขึ้นเท่านั้น เราจะได้รับพระพรแล
ะจำเริญสุขทุกประการมากขึ้นเช่นกัน

นอกจากนั้น เมื่อเราเป็นมนุษย์ฝ่ายวิญญาณ เราจะแก่ชราช้าลง
และถ้าเราเข้าสู่ฝ่ายวิญญาณอย่างสมบูรณ์เราก็จะมีความกระปรี้กร
ะเปร่ามากขึ้นเช่นกัน ในกรณีของโมเสส ตาของท่านไม่พร่ามัวและ
กำลังของท่านก็ไม่ได้ลดน้อยลงจนกระทั่งท่านเสียชีวิตเมื่ออายุ 120
ปี อับราฮัมมีอิสอัคเป็นบุตรชายเมื่อท่านแก่ชราเกินกว่าที่จะมีบุตรช
าย ยิ่งกว่านั้น สี่สิบปีหลังจากอิสอัครเกิดมา อับราฮัมมีบุตรอีก 6 คน
(ปฐมกาล 25) ในกรณีของเอลียาห์และเอโนค ทั้งสองท่านได้กำจัด
เนื้อหนังทุกรูปแบบทิ้งไปและเข้าสู่ฝ่ายวิญญาณในระดับที่ลึกซึ้งมา
กจนท่านทั้งสองสามารถสำแดงพระลักษณะของพระเจ้าให้ปรากฏ
เพราะเหตุนี้ ท่านทั้งสองจึงไม่ได้อยู่ภายใต้กฎของมิติฝ่ายวิญญาณที่
กำหนดว่า "ค่าจ้างของความบาปคือความตาย" อีกต่อไป ดังนั้นเอลี
ยาห์และเอโนคจึงสามารถหลีกหนีความตาย

ร่างกายที่ไม่ต้องการอาหาร

เมื่อบุตรของพระเจ้าเข้าไปสู่แผ่นดินสวรรค์ในที่สุดเขาจะมีร่า
งกายแห่งสวรรค์ที่สมบูรณ์แบบ ร่างกายของเขาจะไม่เสื่อมสลายหรื
อเน่าเปื่อยและเขาจะชื่นชมกับชีวิตนิรันดร์ มัทธิว 26:29 กล่าวว่า
"เราบอกท่านทั้งหลายว่า เราจะไม่ดื่มน้ำผลแห่งเถาองุ่นต่อไปอีกจน
วันนั้นมาถึง คือวันที่เราจะดื่มกันใหม่กับพวกท่านในอาณาจักรแห่ง
พระบิดาของเรา"
องค์พระผู้เป็นเจ้าผู้ทรงคืนพระชนม์จะไม่ทรงเสวยสิ่งใดจนกว่า
พระองค์จะทรงร่วมเสวยกับผู้เชื่อที่ได้รับความรอดหลังจากการเตรี

ยมมนุษย์สิ้นสุดลง เช่นเดียวกับองค์พระผู้เป็นเจ้าผู้ทรงคืนพระชนม์ พวกเราไม่จำเป็นต้องรับประทานอาหารเพื่อจะมีชีวิตอยู่ต่อไปหลัง จากที่เรามีร่างกายฝ่ายวิญญาณ

แต่กลิ่นหอมและปัจจัยต่าง ๆ ที่บรรจุอยู่ในอาหารในสวรรค์จะ มีผลกระทบที่ดีต่อรูปร่างฝ่ายวิญญาณ ดังนั้นคนเหล่านี้จึงสามารถ รับประทานหรือสูดดมเอากลิ่นหอมนั้นเข้าไป เขาสามารถสูดเอา กลิ่นหอมของดอกไม้หรือผลไม้เข้าไปและเขาสามารถทำสิ่งนั้นด้ วยจมูกเพียงอย่างเดียวก็ได้ แต่เขายังสามารถรับเอาสิ่งเหล่านั้นได้ ด้วยร่างกายและจิตใจของตนเช่นกัน เมื่อผู้คนถวายสัตว์เป็นเครื่อ งบูชาในสมัยพระคัมภีร์เดิม พระเจ้าทรงสูดดมเอากลิ่นหอมแห่งจิ ตใจที่มาจากผู้คนที่กำลังถวายเครื่องบูชาเข้าไป แม้แต่ในปัจจุบัน เมื่อเราถวายการนมัสการ บทเพลงสรรเสริญ และการถวายทรัพย์ พระเจ้าทรงยอมรับเอากลิ่นหอมแห่งจิตใจของเรา

การสูดดมเอากลิ่นหอมเข้าไปจะช่วยให้เราสามารถสัมผั สถึงความชื่นชมยินดีและความสุขแห่งสวรรค์ที่ยิ่งใหญ่กว่า แม้กระทั่งในโลกนี้ เราจะรู้สึกเป็นสุขมากขึ้นเมื่อเรารับประทานอา หารหลากหลายชนิด ในทำนองเดียวกัน ร่างกายฝ่ายวิญญาณจะสุข ใจกับการสูดดมเอากลิ่นหอมเข้าไป ในสวรรค์จะไม่มีใครเหน็ดเหนี อยกับสิ่งหนึ่งสิ่งใดและสามารถสัมผัสถึงความสุขและความพอใจแ บบเดียวกันแม้เขาจะสูดดมเอากลิ่นหอมแบบเดียวกันเข้าไปตลอดเ วลา เมื่อเขาสูดดมเอากลิ่นหอมของผลไม้และดอกไม้เข้าไป กลิ่นห อมเหล่านี้จะถูกซึมซับเข้าไปในร่างกายในชั่วเวลาหนึ่งและจากนั้นร่ างกายจะส่งกลิ่นหอมนี้ออกไปในอากาศ ในขั้นตอนนี้จิตใจของผู้ค นจะเต็มล้นไปด้วยความสุขมากยิ่งขึ้น

ไม่มีของเสียจากร่างกาย

ร่างกายแห่งสวรรค์ที่สมบูรณ์แบบเป็นร่างกายชนิดหนึ่ง ร่างกาย

นีสามารถดมกลืนและรับประทานอาหาร ร่างกายนีสามารถกินผลไม้และดีมเครืองดืมหลากหลายชนิดทีทำมาจากน้ำแห่งชีวิต นอกเหนีอจากผลทังสิบสองชนิดจากต้นไม้แห่งชีวิตแล้วยังมีผลไม้แห่งสวรรค์อีกหลายชนิดและเราสามารถกินผลไม้ชนิดต่าง ๆ เหล่านันได้อย่างมากมายตามทีเราต้องการ นอกจากนันยังมีเครืองดืมหลากหลายชนิดด้วยเช่นกัน

ในสวรรค์เราจะได้รับประทานอาหารทีเราชอบรับประทานในโลกนีหรือไม่ ทีนันจะมีเนือ ขนมปัง และขนมเค้กหรือเปล่า เราจะพลาดการรับประทานอาหารบางอย่างทีเราชอบในโลกนีหรือไม่ เมือเราไปสวรรค์เราจะไม่มีความต้องการอาหารชนิดใดทีเราเคยรับประทานบนโลกนี เมือเราได้รับร่างกายทีเหมาะสมทีสุดสำหรับพืนทีของสวรรค์ชันทีสาม เราก็สามารถมีชีวิตอยู่ทีนันไปชัวนิรันดร์โดยไม่มีการรับประทานอาหาร

แน่นอนท่านอาจคิดถึงอาหารบางชนิดทีท่านเคยชืนชอบบนโลกนีและอยากรับประทานบางอย่างทีคล้ายคลึงกับอาหารประเภทนันในสวรรค์ จากนันท่านก็สามารถทำอาหารทีคล้ายคลึงกันกับอาหารชนิดนันรับประทาน แต่เนืองจากผลไม้และเครืองดืมแห่งสวรรค์มีรสชาติดีกว่า ดังนันท่านจึงไม่ชืนชอบอาหารฝ่ายร่างกายชนิดใดในอดีตอีกเลย

เมือเรากินบางสิงบางอย่างในสวรรค์ สิงนันจะสลายตัวและถูกปล่อยออกมาในช่วงการหายใจ ดังนันในร่างกายจึงไม่มีสิงทีถูกขับถ่ายออกมารูปแบบหนึงรูปแบบใดเหมือนในโลกนี อาหารทีเราบริโภคจะระเหยออกมาโดยธรรมชาติพร้อมกับลมหายใจ มีสภาพเป็นกลืนหอมอยู่ชัวขณะหนึง และจางหายไปในอากาศ นีเป็นสิงทีสะดวกสบายและน่าประหลาดอย่างยิงทีเราไม่ต้องย่อยสลายหรือขับถ่ายเหมือนทีอยู่ในโลกนี แน่นอน ทีนันไม่มีห้องน้ำซึงอาจก่อให้เกิดกลืนทีไม่พืงปรารถนา ในสวรรค์เราจะมีร่างกายแห่งสวรรค์ทีสมบูรณ์แบบ

สิ่งนี้จะเป็นเหมือนกันในที่อยู่อาศัยทุกแห่งในแผ่นดินสวรรค์ แต่ถ้าจิตใจของเราเป็นจิตใจที่เป็นของเนื้อหนังมากกว่าเป็นของวิญญาณ ความสว่างสุกใสของรูปร่างฝ่ายวิญญาณก็จะไม่เจิดจ้าเท่าที่ควร พระเจ้าจะทรงมอบที่อยู่อาศัยให้กับเราตามขนาดของการเพาะบ่มจิตใจของเราให้เป็นของวิญญาณโดยเริ่มต้นจากเมืองบรมสุขเกษมอาณาจักรที่หนึ่งหรืออาณาจักรที่สองของสวรรค์ เราจะสามารถเข้าไปสู่อาณาจักรที่สามของสวรรค์หรือนครเยรูซาเล็มใหม่ได้ก็ต่อเมื่อเราทำให้จิตใจของเราเป็นของวิญญาณอย่างสมบูรณ์โดยไม่มีส่วนใดของจิตใจเป็นของเนื้อหนัง

พระเจ้าทรงอนุญาตให้เราเก็บเกี่ยวในสิ่งที่เราได้หว่านลงไปและทรงตอบแทนเราตามการกระทำของเราด้วยความรักและความยุติธรรมของพระองค์ ที่อยู่อาศัยและลำดับชั้นของเราในสวรรค์จะถูกกำหนดตามความเจิดจ้าแห่งความสว่างฝ่ายวิญญาณของเรา ด้วยเหตุนี้เราต้องพยายามอย่างเต็มที่ด้วยการอธิษฐานอย่างร้อนรนเพื่อทำให้วิญญาณ จิตใจ และร่างกายของเราเป็นของวิญญาณ

3. ของประทานจากพระเจ้า

พระเจ้าได้ทรงจัดเตรียมของประทานไว้ให้กับบุตรของพระองค์ที่ได้รับความรอดและของประทานนี้คือชีวิตนิรันดร์ในแผ่นดินสวรรค์ เราจะได้รับที่อยู่อาศัยในสวรรค์แตกต่างกันไปตามข้อเท็จจริงที่ว่าเราเข้าสู่การเตรียมมนุษย์เพื่อจะเป็นบุคคลที่แสวงหาพระทัยของพระเจ้าแค่ไหน

โครงการใหญ่ของพระเจ้าในการเก็บเกี่ยวผู้เชื่อที่เป็นเหมือนการเก็บเกี่ยว "ข้าวสาลี" ยังคงดำเนินอยู่ต่อไปในปัจจุบัน พระองค์ทรงกำลังมองหาผู้คนที่เชื่อในฤทธิ์อำนาจและธรรมชาติของพระเจ้าที่ปรากฏอยู่ในสิ่งสารพัดในธรรมชาติและผู้ที่ดำเนินชีวิตด้วยพระคำของพระเจ้า คนเหล่านี้เป็นดวงวิญญาณที่สุกใสและงดงามเหมือนแก้ว พระคัมภีร์บอกให้เราทราบถึงวาระสุดท้าย ผู้คนที่ตื่นตัวฝ่ายวิญญาณจะรู้สึกว่าวาระสิ้นสุดของการเตรียมมนุษย์กำลังใกล้เข้ามาแล้ว

นับจากการล้มลงในความบาปของอาดัมเป็นต้นมามนุษย์ได้ให้กำเนิดลูกหลานมากมายและได้สร้างอารยธรรมจำนวนมากขึ้น มนุษย์ยังมีประสบการณ์กับชีวิต ความแก่ชรา ความป่วยไข้และความตายด้วยเช่นกัน หลังจากการเตรียมมนุษย์สิ้นสุดลงพระเจ้าจะทรงเชิญชวนผู้ทุกคนให้เข้าไป "ฟ้าอากาศ" ซึ่งตั้งอยู่ในสวรรค์ชั้นที่สอง พระองค์จะทรงจัดงานเลี้ยงสมรส "อันน่าปีติยินดี" และทรงอนุญาตให้เราแบ่งปันความรักของเรากับองค์พระผู้เป็นเจ้าเป็นเวลาเจ็ดปี

วิวรณ์ 19:7-9 อธิบายถึงเหตุการณ์ที่เกิดขึ้นไว้ดังนี้
ขอให้เราทั้งหลายร่าเริงยินดีและถวายพระเกียรติแด่พระองค์ เพราะว่าถึงเวลามงคลสมรสของพระเมษโปดกแล้ว และมเหสีของพระองค์ได้เตรียมตัวพร้อมแล้วและทรงโปรดให้เธอสวมผ้าป่านเนื้ออละเอียด สะอาดและขาว เพราะผ้าป่านเนื้ออละเอียดนั้นเป็นความชอบธรรมของพวกวิสุทธิชน และทูตสวรรค์องค์นั้นสั่งข้าพเจ้าว่า

„จงเขียนไว้เถิดว่า ความสุขมีแก่คนทั้งหลายที่ได้รับเชิญมาในการมงคลสมรสของพระเมษโปดก" และท่านบอกข้าพเจ้าว่า „ถ้อยคำเหล่านี้เป็นพระดำรัสแท้ของพระเจ้า"

ความรักของพระเจ้าไม่ได้จบลงที่นี่ หลังจากงานเลี้ยงสมรสเสร็จสิ้นลง พระเจ้าจะทรงอนุญาตให้เราลงมายังโลกนี้พร้อมกับองค์พระผู้เป็นเจ้าและครอบครองร่วมกับพระองค์เป็นเวลาหนึ่งพันปี สิ่งนี้เป็นเหมือนกับคู่สมรสที่เพิ่งแต่งงานใหม่เดินทางไปดื่มน้ำผึ้งพระจันทร์หลังจากงานเลี้ยงสมรส พระองค์จะทรงรื้อฟื้นสวรรค์ชั้นที่หนึ่ง (ซึ่งเคยเป็นเวทีของการเตรียมมนุษย์) ขึ้นมาใหม่และทรงอนุญาตให้ผู้เชื่อที่ได้รับความรอดแบ่งปันความรักของตนกับองค์พระผู้เป็นเจ้าอย่างเต็มที่

วิวรณ์ 20:6 กล่าวว่า "ผู้ใดที่ได้มีส่วนในการฟื้นจากความตายครั้งแรกก็เป็นสุขและบริสุทธิ์ ความตายครั้งที่สองจะไม่มีอำนาจเหนือคนเหล่านั้น แต่เขาจะเป็นปุโรหิตของพระเจ้าและของพระคริสต์ และจะครอบครองร่วมกับพระองค์ตลอดเวลาพันปี"

พระเจ้าจะทรงเปิดเผยของประทานและรางวัลที่พระองค์ได้ทรงจัดเตรียมไว้สำหรับบุตรที่รักของพระองค์หลังจากอาณาจักรพันปีสิ้นสุดลง ในการพิพากษาใหญ่บนพระที่นั่งสีขาวพระองค์จะทรงประทานรางวัลสำหรับสิ่งที่เขาได้กระทำในขณะที่อยู่บนโลกนี้และพระองค์จะทรงมอบที่อยู่อาศัยในสวรรค์ให้กับเขาตามขนาดแห่งความเชื่อของแต่ละคน คนเหล่านี้จะได้รับที่อยู่อาศัยถาวรในสวรรค์ชั้นที่สามซึ่งที่นั่น ไม่มีน้ำตา ความโศกเศร้า ความเจ็บปวด โรคภัยไข้เจ็บ และความตาย เพื่อคนเหล่านี้จะสามารถดำเนินชีวิตที่เต็มเปี่ยมไปด้วยความดี ความรัก ความชื่นชมยินดี และความสุขในร่างกายแห่งสวรรค์ที่สมบูรณ์แบบ

พระเยซูทรงสัญญาไว้ในยอห์น 14:2-3 ว่า "ในพระนิเวศของพระบิดาเรามีคฤหาสน์หลายแห่ง ถ้าไม่มีเราคงได้บอกท่านแล้ว เราไปจัดเตรียมที่ไว้สำหรับท่านทั้งหลายและถ้าเราไปจัดเตรียมที่ไว้สำหรับท่านแล้ว เราจะกลับมาอีกรับท่านไปอยู่กับเรา เพื่อว่าเราอยู่ที่ไห

นท่านทั้งหลายจะอยู่ที่นั่นด้วย"
แผ่นดินสวรรค์นิรันดร์มีลักษณะอย่างไรและเราจะมีชีวิตแบบใดเมื่อเราไปอยู่ที่นั่น

ท้องฟ้าใหม่และแผ่นดินโลกใหม่

ท้องฟ้าในสวรรค์เป็นท้องฟ้าสีครามที่ใสสะอาด สาเหตุที่พระเจ้าทรงสร้างท้องฟ้าให้มีสีครามก็เพราะพระองค์ทรงต้องการให้เราสัมผัสถึงความลึก ความสูง และความชัดเจนของสิ่งนั้น พระองค์ทรงต้องการให้บุตรที่รักของพระองค์มีชีวิตอยู่อย่างมีความสุขตลอดชั่วนิรันดร์พร้อมกับมีจิตใจที่สดใสและงดงามเหมือนแก้ว
นอกจากนั้นยังมีเมฆอยู่ในท้องฟ้าของแผ่นดินสวรรค์ด้วยเช่นกัน เมฆเป็นเครื่องประดับรูปแบบหนึ่งเพื่อเพิ่มความงดงาม เมฆเพิ่มความสุขให้กับจิตใจของพลเมืองสวรรค์ เมื่อผู้คนที่อยู่ในนครเยรูซาเล็มใหม่คิดถึงและยกย่องความรักของพระเจ้าด้วยการมองขึ้นไปในท้องฟ้า ทูตสวรรค์จะอ่านความคิดของเจ้านายของตนและบางครั้งทูตเหล่านั้นจะใช้ก้อนเมฆปั้นเป็นรูปหัวใจหรือเขียนสิ่งต่าง ๆ ที่อยู่ในจิตใจของคนเหล่านั้น

ในสวรรค์มีความสว่างแห่งพระสิริของพระเจ้าซึ่งเจิดจ้ายิ่งกว่าแสงอาทิตย์ ความสว่างนี้ส่องสว่างไปทั่วทุกมุมโดยเริ่มจากนครเยรูซาเล็มใหม่ไปจนถึงเมืองบรมสุขเกษม (วิวรณ์ 22:5)
ความสว่างแห่งพระสิริของพระเจ้าชัดแจ้งและสุกใสมากจนกระทั่งว่าถ้าความสว่างนี้ส่องเข้าไปยังผู้คนที่อยู่ในเมืองบรมสุขเกษมคนเหล่านั้นจะไม่กล้าเงยหน้าของตนขึ้นเนื่องจากความสว่างเจิดจ้าของแสงนั้น เพราะเหตุนี้ พระเจ้าจึงทำให้ความเจิดจ้าของแสงสว่างในที่อยู่อาศัยแห่งอื่นลดน้อยลงกว่าความสว่างเจิดจ้าของนครเยรูซาเล็มใหม่ เมื่อท่านเคลื่อนตัวออกไปจากนครเยรูซาเล็มใหม่และอาณาจักรที่สามของสวรรค์เพื่อเข้าไปสู่อาณาจักรที่สองของสวรรค์ อาณาจักรที่หนึ่งของสวรรค์ และเมืองบรมสุขเกษม ความสว่างเจิด

จ้าของแสงจะลดน้อยลง

ด้วยฤทธิ์อำนาจของพระเจ้า ในสวรรค์มีอยู่สี่ฤดู ได้แก่ ฤดูใบไม้ผลิ ฤดูร้อน ฤดูใบไม้ร่วง และฤดูหนาว ปกติผู้คนที่นั่นไม่ต้องการฤดูกาลทั้งสี่ แต่พระเจ้าทรงจัดเตรียมฤดูกาลเหล่านี้ไว้ให้กับบุตรของพระองค์เพื่อเขาจะได้ชื่นชมกับปรากฏการณ์ตามธรรมชาติของแต่ละฤดูกาล คนเหล่านั้นสามารถมองเห็นใบไม้ร่วงในฤดูใบไม้ร่วงและเห็นหิมะในฤดูหนาว

พระเจ้าทรงสร้างสิ่งต่าง ๆ ด้วยวิธีการที่สมบูรณ์แบบและงดงามที่สุดเพื่อเราจะสามารถสัมผัสถึงความงดงามที่เราเคยได้สัมผัสในฤดูกาลต่าง ๆ ในโลกนี้ แต่สิ่งนี้ไม่ได้หมายความว่าในสวรรค์จะมี "ความหนาว" หรือ "ความร้อน" ที่มาพร้อมกับอากาศและฤดูกาล ฤดูกาลมีความแตกต่างกัน แต่ความแตกต่างของฤดูกาลเหล่านั้นไม่ได้ถูกกำหนดโดยความร้อนหรือความหนาวของฤดูกาล อุณหภูมิจะเหมาะสมที่สุดกับการดำรงชีวิตตลอดเวลา

ดินในสวรรค์ไม่ได้ประกอบด้วยผงคลีดินแต่ประกอบด้วยทองคำ เงิน และเพชรนิลจินดาชนิด

ต่าง ๆ เหล็กมีความหนาแน่นพอประมาณในโลกนี้ แต่เมื่อเหล็กถูกละลายให้เป็นผง ผงเหล็กก็จะถูกพัดไปด้วยลม แต่ถ้าผงเหล็กเหล่านั้นรวมตัวกันอยู่ในรูปของลูกบอล ลมก็ไม่สามารถพัดผงเหล็กก้อนนั้นไปได้ ทองคำ เงิน และเพชรนิลจินดาชนิดต่าง ๆ อยู่ในรูปทรงกลม ดังนั้นในสวรรค์จึงไม่มีฝุ่นละออง

ถนนทองคำและถนนเพชรพลอย

ถนนในที่อยู่อาศัยทุกแห่งในสวรรค์จะเป็นทองคำ แน่นอน แสงระยิบระยับที่สะท้อนออกมาจากถนนทองคำในสถานที่แต่ละแห่งในสวรรค์จะแตกต่างกัน ยิ่งท่านเข้าใกล้นครเยรูซาเล็มใหม่มากขึ้นเท่าใด ความสว่างสุกใสของแสงระยิบระยับนั้นก็จะเจิดจ้ามากยิ่งขึ้นเท่านั้น ทองคำในสวรรค์แตกต่างจากทองคำในโลกนี้เพราะทองคำใน

สวรรค์มีเนื้อแข็ง แต่จะให้ความรู้สึกอ่อนนุ่มเมื่อเราเดินบนทองคำ
นั้น ในโลกนี้ทองคำชิ้นหนึ่งที่มีขนาดเท่ากำปั้นของมนุษย์เป็นสิ่งที่ค่
อนข้างหาได้ยาก แต่เมื่อเรามองเห็นถนนทองคำสายยาวสุดลูกหูลูก
ตาที่ส่องแสงสุกใสเหมือนแก้ว ลองคิดดูซิว่าสิ่งนั้นจะโอ่อ่าสง่างามม
ากเพียงใด ทองคำบริสุทธิ์เป็นสัญลักษณ์ของความเชื่อฝ่ายวิญญาณ
ที่ไม่เปลี่ยนแปลง ความสว่างสุกใสของแสงระยิบระยับของถนนทอ
งคำในที่อยู่อาศัยแต่ละแห่งจะแตกต่างกันเพราะที่อยู่อาศัยในสวรร
ค์จะถูกกำหนดโดยขนาดแห่งความเชื่อของแต่ละคน

พระเจ้าไม่ทรงใส่ความหมายของทองคำในเมืองบรมสุขเกษมมม
ากนัก อย่างไรก็ตาม เมื่อท่านเคลื่อนจากอาณาจักรที่หนึ่งของสวรร
ค์ไปสู่อาณาจักรที่สองและอาณาจักรที่สามของสวรรค์ ท่านจะเห็นว่
าผู้คนที่อาศัยอยู่ในสถานที่เหล่านั้นมีขนาดความเชื่อที่ใกล้เคียงกับค
วามเชื่อที่สมบูรณ์แบบ ดังนั้นทองคำบริสุทธิ์ในที่อยู่อาศัยระดับที่สูง
ขึ้นไปแต่ละแห่งจะมีความหมายที่ลึกซึ้งมากขึ้น ซึ่งสิ่งนี้จะสะท้อนใ
ห้เห็นผ่านทางความสว่างสุกใสของแสงระยิบระยับ

นอกเหนือจากถนนทองคำแล้วในสวรรค์ยังมีถนนชนิดอื่นด้
วยเช่นกัน อาทิ เช่น ถนนดอกไม้และถนนเพชรพลอย เป็นต้น
มีถนนบางสายที่ท่านสามารถเดินทางท่องเที่ยวไปด้วยฤทธิ์อำ
นาจของพระเจ้าโดยที่ท่านเพียงแค่ยืนอยู่บนถนนสายนั้น รูปร่
างฝ่ายวิญญาณมีน้ำหนักเบามากราวกับว่าไม่มีน้ำหนักอยู่เลย
ดังนั้นถ้าท่านเดินไปบนดอกไม้ ดอกไม้ก็จะไม่ได้รับความเสียหาย
ดอกไม้จะชื่นชมยินดีและส่งกลิ่นหอมออกมามากขึ้นเมื่อบุตรของพ
ระเจ้าเดินเข้าไปหาดอกไม้เหล่านั้น

ถนนเพชรพลอยมีเพชรนิลจินดานานาชนิดที่สะท้อนแสงอันงด
งามออกมา ถ้าท่านเดินไปบนถนนเหล่านี้ ถนนก็จะสะท้อนแสงอันง
ดงามมากยิ่งขึ้นออกมา แต่ถนนเพชรพลอยไม่ได้ปรากฏอยู่ในทุกที
ทุกแห่งในแผ่นดินสวรรค์ ถนนเหล่านี้ถูกสร้างขึ้นรอบและใกล้เคียง
กับบ้านเรือนของผู้คนที่มีลักษณะเหมือนองค์พระผู้เป็นเจ้าอย่างสม

บูรณ์และผู้คนที่มีส่วนอย่างมากในการทำให้การจัดเตรียมล่วงหน้า
ของพระเจ้าเรื่องการเตรียมมนุษย์สำเร็จลุล่วงเท่านั้น

แม่น้ำที่มีน้ำแห่งชีวิต

แม่น้ำที่มีน้ำแห่งชีวิตมีแหล่งกำเนิดมาจากพระที่นั่งของพระเจ้า
แม่น้ำสายนี้ไหลไปทั่วแผ่นดินสวรรค์และไหลกลับมาสู่แหล่งกำเนิด
ของมัน แม่น้ำสายนี้บริสุทธิ์และสุกใสดุจแก้วและไหลไปอย่างเงียบ
ๆ ราวกับว่าแม่น้ำนั้นไม่ไหลเลย น้ำในแม่น้ำไม่มีวันระเหยหรือเกิ
ดมลพิษ น้ำในแม่น้ำจะเป็นเหมือนคลื่นทะเลที่สะท้อนแสงเหมือนแ
พชรนิลจินดาออกมาเมื่อน้ำนั้นกระทบกับแสงอาทิตย์ในวันที่มีฟ้าส
ดใส สิ่งนี้แสดงถึงพระทัยของพระเจ้าผู้ทรงเป็นแหล่งของน้ำแห่งชีวิ
ตที่รื้อฟื้นสิ่งต่าง ๆ ที่อยู่ในธรรมชาติขึ้นมาใหม่ พระทัยของพระเจ้า
เป็นพระทัยที่งดงามที่สว่างสุกใสและปราศจากตำหนิและจุดด่างพร้
อย พระทัยของพระเจ้าสมบูรณ์แบบในทุกสิ่ง

ความจริงที่ว่าแม่น้ำที่มีน้ำแห่งชีวิตไหลไปตามที่ต่าง ๆ ทั่วไปใ
นแผ่นดินสวรรค์หมายความว่าพระเจ้าทรงครอบครองเหนือวิญญา
ณทุกดวงในสวรรค์และทรงอนุญาตให้ดวงวิญญาณเหล่านั้นมีชีวิต
ประจำวันที่ชื่นชมยินดีด้วยพระคุณของพระองค์ น้ำแห่งชีวิตมีรสช
าติค่อนข้างหวานและเป็นรสชาติที่เราไม่เคยลิ้มรสมาก่อนในโลกนี้
น้ำแห่งชีวิตให้ชีวิต กำลัง และความสุขกับเราเมื่อเราดื่มน้ำนี้เข้าไป
วิวรณ์ 22:2 กล่าวว่าแม่น้ำนี้ไหลไปกลางถนน นั่นแสดงว่ามีถน
นสองสายทอดตัวไปตามสองฝั่งแม่น้ำสายนี้ แม่น้ำสายนี้มีแหล่งกำ
นิดมาจากพระที่นั่งของพระเจ้าและไหลผ่านทุกซอกทุกมุมของแผ่น
ดินสวรรค์ ดังนั้นถ้าท่านเดินไปตามถนนที่อยู่ทั้งสองฝั่งแม่น้ำในที่สุ
ดท่านก็จะเดินทางไปถึงพระที่นั่งของพระเจ้า ในฝ่ายวิญญาณ ควา
มจริงข้อนี้แสดงให้เห็นว่าถ้าเราดำเนินชีวิตด้วยพระคำของพระเจ้า
(ซึ่งเป็นเหมือนน้ำแห่งชีวิต) เราจะไม่ไปถึงเฉพาะแผ่นดินสวรรค์เ
ท่านั้น แต่เราจะไปถึงนครเยรูซาเล็มใหม่ซึ่งเป็นสถานที่อยู่อาศัยที่ง

ดงามทีสุดของสวรรค์ด้วยเช่นกัน

ในระหว่างแม่น้ำทีมีน้ำแห่งชีวิตและถนนทีอยู่บนฝังแม้น้ำทั้งสองด้านนันมีตลิงแม่น้ำทีมีทรายสีทองและสีเงินอยู่ทีนัน แม้ทรายนันแข็ง แต่ทรายในสวรรค์ทีมีเม็ดกลมเหมือนลูกบอลจะมีความอ่อนนุ่ม ผู้คนจะไม่ได้รับบาดเจ็บแม้เขาจะกลิงตัวหรือวิงไปบนทรายนันและเขาจะไม่ถูกขีดข่วนด้วยทรายนัน ทรายในสวรรค์จะไม่ถูกพัดพาไปด้วยลมและไม่เกาะตัวกันเหมือนฝุนละออง

ท่านสามารถลงไปว่ายน้ำในแม่น้ำได้เช่นกัน แม้ในโลกนีท่านจะว่ายน้ำไม่เป็น แต่ท่านสามารถว่ายน้ำได้อย่างอิสระในสวรรค์ ปกติการไปว่ายน้ำในโลกนีเราต้องเปลียนเป็นชุดว่ายน้ำ แต่น้ำในสวรรค์ไม่แทรกซึมผ่านเสือผ้าแห่งสวรรค์ เพียงแต่กลิงอยู่บนพืนผิวของเสือผ้า ดังนันท่านจึงสามารถว่ายน้ำได้อย่างอิสระด้วยเสือผ้าธรรมดาทัวไป

ม้านังอันงามถูกสร้างไว้บนสองข้างทางของถนนทองคำซึงทอดตัวยาวไปตามสองฝังของแม่น้ำ ผลไม้สิบสองชนิดจากต้นไม้แห่งชีวิตถูกนำมาวางไว้รอบม้านังเหล่านัน วิวรณ์ 22:2 กล่าวว่า "ท่ามกลางถนนในเมืองนันและริมแม่น้ำทั้งสองฟากมีต้นไม้แห่งชีวิตซึงออกผลสิบสองชนิด ออกผลทุก ๆ เดือน..." สิงนีไม่ได้หมายความว่าผลไม้จะหล่นจากต้นและผลใหม่จะขึนมาแทนทีทุกเดือน แต่หมายความว่าผลไม้ทั้งสิบสองชนิดจะอยู่ทีนันตลอดเวลา

ผลไม้แห่งชีวิตมีขนาดใหญ่เท่ากับลูกแตงโม แต่มีรูปทรงคล้ายคลึงกับลูกแอปเปิลซึงมีสีค่อนข้างแดงอันงดงาม ผลไม้สิบสองชนิดอาจแตกต่างกันบ้างเล็กน้อยในเรืองความเป็นเงา ขนาด รูปทรงและรสชาติ ถ้ามีคนเก็บผลไม้ลูกหนึงไป ผลไม้ลูกใหม่ก็จะเติบโตขึนมาแทนทีผลไม้ลูกนันทันที ผลไม้ทีนันมีกลินหอมกว่าผลไม้ทุกชนิดของโลกนีและมีรสชาติทีอยู่เหนือถ้อยคำบรรยายของมนุษย์ ผลไม้นีจะละลายอยู่ในปากของท่านเหมือนลูกอมปุยฝ้าย

ครั้งหนึงพระเจ้าทรงสำแดงให้ผมเห็นภาพของแม่น้ำทีมีน้ำแห่งชีวิตในนิมิต บรรดาบุตรของพระเจ้ากำลังนังอยู่บนม้านังทีได้รับกา

รตกแต่งด้วยทองคำและเพชรนิลจินดาหลากชนิด คนเหล่านั้นกำลัง
สนทนากันอย่างมีความสุข ในระหว่างการสนทนาของเขาถ้าเขาคิด
ว่าเขาอยากกินผลไม้แห่งชีวิต ทูตสวรรค์ทีคอยปรนนิบัติอยู่ทีนันก็จ
ะอ่านความคิดของเขาและนำผลไม้ใส่ตะกร้าทองคำมาให้เขา ท่าน
สามารถมองดูแม่น้ำในขณะทีนังอยู่บนม้านังพร้อมกับคนทีท่านรัก
อยู่รอบข้างท่านหรือท่านสนทนากับคนเหล่านันในขณะทีท่านเดินก็
ได้ ลองคิดดูซิว่าชีวิตทีนันจะมีความสุขมากเพียงใด

สัตว์และพืชแห่งสวรรค์

ในสวรรค์ จำนวนของสัตว์ชนิดต่าง ๆ นก
และปลาเป็นสิงทีไม่อาจนับได้ สัตว์บางชนิดทีอยู่ในสวรรค์ไ
ม่มีอยู่ในโลกนีและสัตว์ทีอยู่ในโลกนีบางชนิดก็ไม่มีอยู่ในสวร
รค์ สัตว์ทีไม่มีอยู่ในสวรรค์ได้แก่สัตว์ทีเป็นมลทินชนิดต่าง ๆ
ตามทีระบุไว้ในเลวีนิติบทที 11

สัตว์ในสวรรค์มีขนาดใหญ่กว่าสัตว์ในโลกนีบ้างเล็กน้อย สัตว์ใ
นสวรรค์ค่อนข้างจะสง่าผ่าเผยกว่าบ้างเล็กน้อย แต่กระนันสัตว์เห
ล่านีก็อารมณ์ดีและเชือฟัง ขนของสัตว์ทีเลียงลูกด้วยนมและขนข
องนกจะสะท้อนแสงอันเจิดจ้าและส่งกลินหอมละมุนละไมออกมา
แม้แต่สิงโตก็ไม่ดุร้าย แต่จะสุภาพอ่อนโยน ขนทีสะอาดสะอ้านและ
แผงคอสีทองสวยงามและน่ามองมาก
สัตว์ในสวรรค์จะต้อนรับบุตรของพระเจ้าและชืนชมยินดีทีได้
เจอคนเหล่านี โดยเฉพาะอย่างยิงในนครเยรูซาเล็มใหม่ ผู้อาศัยใ
นเมืองนีบางคนจะได้รับสัตว์ไว้เป็นสัตว์เลียงของตนหรือได้รับสว
นสัตว์เป็นรางวัลส่วนตัว สัตว์เลียงเหล่านีจะแสดงท่าทางแปลก ๆ
เพือทำให้เจ้านายของตนพอใจ ไม่ใช่เพราะว่าสัตว์เหล่านีเข้าใจควา
มคิดของเจ้านายของตนเพราะสัตว์มีจิตใจ แต่เพราะสัตว์ในสวรรค์เ
ป็นสิงมีชีวิตฝ่ายวิญญาณ สัตว์เหล่านีจึงแสดงท่าทางทีจะทำให้ตนเป็
นทีรักของเจ้านายโดยอัตโนมัติ เหมือนดังทีทูตสวรรค์เชือฟังคำสังข

องพระเจ้า

ในสวรรค์มีพืชพันธุ์อยู่หลายชนิดซึ่งรวมถึงต้นไม้แห่งชีวิต ต้นไม้ต่าง ๆ ที่มีผล และดอกไม้นานาพันธุ์ พืชบนโลกนี้ได้รับการบำรุงเลี้ยงจากรากและกระบวนการสร้างคาร์โบไฮเดรต (โดยรวมกันกับคาร์บอนไดออกไซด์และน้ำเมื่อมีแสงกับคลอโรฟิลล์) เพื่อสร้างแหล่งพลังงาน พืชในสวรรค์ดำรงชีวิตอยู่ชั่วนิรันดร์โดยผ่านกระบวนการเหล่านี้ แต่ด้วยพลังของชีวิตที่พระเจ้าทรงมอบให้ รากของพืชไม่ดูดซึมเอาอาหาร รากของพืชเพียงแต่เปิดเผยลักษณะของพืชแต่ละชนิด แน่นอน รูปทรงของดอกไม้ กลิ่นของดอกไม้ และผลของต้นไม้สามารถแสดงให้เห็นถึงความแตกต่างกัน แต่รากของต้นไม้ก็เป็นสิ่งที่แสดงให้เห็นถึงความแตกต่างดังกล่าวด้วยเช่นกัน

พืชในสวรรค์ส่งกลิ่นหอมของตนออกไปอย่างเข้มข้นแต่ก็ละมุนละไม พืชเหล่านี้อาจสั่นหรือโค้งกิ่งก้านของตนเพื่อแสดงความหมายบางอย่างออกมา พืชเหล่านี้สามารถเคลื่อนไหวได้ราวกับทูตสวรรค์ที่เต้นรำกับเพลงสรรเสริญ พืชในสวรรค์อาจสรรเสริญพระเจ้าด้วยการส่งกลิ่นหอมของตนออกไปให้มากที่สุดเท่าที่จะมากได้

ใบ ดอก หรือผลของพืชเหล่านี้ไม่มีวันร่วงหล่นแม้ว่าเวลาจะผ่านพ้นไป กลิ่นหอมและสีสันของพืชในสวรรค์ไม่มีวันเปลี่ยนแปลง ถ้าท่านเด็ดดอกไม้ดอกหนึ่งออกมา ดอกไม้ดอกใหม่ก็จะงอกขึ้นมาแทนที่ดอกเดิมในทันที ในกรณีของผลไม้ก็เช่นเดียวกัน ดอกไม้ที่ถูกเด็ดออกไปก็จะไม่เหี่ยวแห้งเช่นกันและจะคงความสดใหม่ของมันเอาไว้เสมอ ถ้าท่านต้องการรักษาดอกไม้เอาไว้ ดอกไม้นั้นก็จะคงอยู่เป็นเวลาอันยาวนานตามที่ท่านต้องการ ถ้าท่านต้องการกำจัดดอกไม้นั้นทิ้งไป ดอกไม้นั้นก็จะสลายตัวและจางหายไปในอากาศ ดอกไม้บางชนิดมีกลิ่นหอมมากกว่าเมื่อมันถูกบดจนละเอียด ถ้าท่านต้องการท่านสามารถเก็บรักษาดอกไม้ชนิดนี้ไว้ในขวดเป็นเวลาตามที่ท่านต้องการ

พืชแต่ละอย่างจะมีกลิ่นหอมเฉพาะตัว พืชเหล่านี้มีกลิ่นหอม

สดชื่นละมุนละไม กลิ่นหอมในที่อยู่อาศัยแต่ละแห่งในสวรรค์จะมีความหมายแตกต่างกัน ยกตัวอย่าง ดอกกุหลาบในเมืองบรมสุขเกษมเป็นเพียงดอกไม้ชนิดหนึ่งในดอกไม้หลากหลายชนิดในสถานที่แห่งนั้น แต่ภายในบ้านส่วนบุคคลที่อยู่ในนครเยรูซาเล็มใหม่ จิตใจของเจ้าของบ้านจะถูกบรรจุไว้ในกลิ่นหอมของดอกกุหลายในบ้าน เมื่อมีผู้มาเยี่ยม ดอกกุหลาบจะส่งกลิ่นหอมเฉพาะออกไปสู่ผู้มาเยือนเพื่อแสดงให้เห็นถึงจิตใจของเจ้าของบ้าน ดอกกุหลาบในบ้านหลังต่าง ๆ ในนครเยรูซาเล็มใหม่จะส่งกลิ่นหอมชนิดต่าง ๆ ออกไป

นอกจากนั้น พืชบางชนิดที่อยู่ในนครเยรูซาเล็มใหม่ไม่มีอยู่ในที่อยู่อาศัยแห่งอื่น เมื่อท่านเดินลงไปจากนครเยรูซาเล็มใหม่เพื่อไปยังเมืองบรมสุขเกษม จำนวนของดอกไม้ชนิดต่าง ๆ ก็จะลดลงตามลำดับ นอกจากนั้น เสรีภาพที่จะใช้ดอกไม้เหล่านั้นเป็นส่วนตัวก็จำกัดเพิ่มมากขึ้น ความสบายใจของการนั่งอยู่บนสนามหญ้าและสีสันของสนามหญ้าจะแตกต่างกันออกไปในพื้นที่แต่ละแห่งด้วยเช่นกัน

พระเจ้าทรงจัดเตรียมสิ่งสารพัดในสวรรค์ (ซึ่งรวมถึงสัตว์และพืช) ไว้ให้กับบุตรของพระองค์ที่ได้รับความรอด ผู้คนที่เป็นบุตรที่แท้จริงของพระเจ้าซึ่งดำเนินชีวิตด้วยน้ำพระทัยของพระเจ้าเพียงอย่างเดียวบนโลกนี้จะได้รับทุกสิ่งที่เขาต้องการในสวรรค์

ชีวิตด้านวัฒนธรรมในสวรรค์

พระเจ้าทรงสร้างสถานที่พักผ่อนหย่อนใจมากมายไว้ในที่อยู่อาศัยแต่ละแห่งเพื่อมอบความชื่นชมยินดีและความสุขมากขึ้นให้กับบุตรของพระองค์ สถานที่พักผ่อนหย่อนใจเหล่านี้มีขนาดใหญ่กว่าสวนสนุกที่ใหญ่ที่สุดของโลกนี้ สถานที่เหล่านี้มีสิ่งที่น่าตื่นเต้นอีกมากมายเช่นกัน

เนื่องจากเราอยู่ในร่างกายแห่งสวรรค์ที่สมบูรณ์แบบในสว

รรค์เราจึงไม่ต้องมีความกลัว ท่านจะไม่กลัวการผจญภัยต่าง ๆ เช่น การนั่งรถไฟตีลังกา เป็นต้น ท่านจะรู้สึกตื่นเต้นกับสิ่งเหล่านั้นเพียงอย่างเดียว นอกเหนือจากสวนสนุกแล้วยังมีความบันเทิงสันทนาการ และความสนุกสนานอีกหลายอย่างเช่นกัน เราสามารถมีงานอดิเรกเพื่อพัฒนาตะลันต์ในทักษะบางด้านในสวรรค์เหมือนอย่างที่เราทำในโลกนี้เช่นกัน

เราสามารถชื่นชมกับสิ่งที่เราเคยชื่นชอบในโลก ยิ่งกว่านั้น ถ้ามีบางสิ่งที่เราเคยหักห้ามใจตนเองไม่ให้ทำในโลกนี้เพื่อจะทำพันธกิจของพระเจ้าให้สำเร็จมากขึ้น เราจะชื่นชมกับสิ่งเหล่านั้นอย่างมากตามที่เราต้องการ เราจะเรียนรู้สิ่งใหม่ ๆ ด้วยเช่นกัน ยกตัวอย่าง เราสามารถเรียนรู้จักวิธีการเล่นเครื่องดนตรีชนิดต่าง ๆ เช่น ไวโอลิน ขลุ่ย หรือพิณ เป็นต้น ในสวรรค์ทุกคนจะเฉลียวฉลาดและมีความเป็นเลิศ ดังนั้นเราจึงสามารถเรียนรู้ที่จะเล่นอุปกรณ์เหล่านั้นได้อย่างรวดเร็ว

กีฬาต่าง ๆ ในสวรรค์จะไม่รวมเอาการแข่งขันใดที่อาจทำให้คนอื่นได้รับบาดเจ็บหรือทำร้ายคนอื่นไว้ด้วย เกมแต่ละอย่างจะมีกฎเกณฑ์ด้วยเช่นกัน เราสามารถเล่นกีฬาประเภททีม เช่น วอลเลย์บอล บาสเกตบอล ฟุตบอล หรือเบสบอล เป็นต้น นอกจากนั้นยังเรายังสามารถเล่นกีฬาประเภทเดียวอย่างเช่น เทนนิส สกี กอล์ฟ โบว์ลิ่ง และว่ายน้ำ ด้วยเช่นกัน เราสามารถชื่นชมกับกีฬาประเภทอื่นอย่างเช่น การเล่นเครื่องร่อน การโต้คลื่น หรือการล่องเรือ เป็นต้น สถานที่พักผ่อนหย่อนใจและอุปกรณ์เหล่านี้จะปลอดอุบัติเหตุและถูกตกแต่งไว้ด้วยทองคำและเพชรนิลจินดาเพื่อเพิ่มความชื่นชมยินดีให้กับเรา

สวรรค์ไม่ใช่พื้นที่ซึ่งเราจะหาความสนุกสนานกับการได้รับชัยชนะในการแข่งขัน ท่านจะได้รับความสนุกสนานและความพึงพอใจกับความจริงที่ว่าท่านสามารถเล่นกีฬาได้ ท่านอาจถามว่าเกมกีฬาจะมีความหมายอะไรถ้าไม่มีผู้ชนะ แต่เนื่องจากในสวรรค์ไม่มีความชั่ว การให้ความสนุกสนานและประโยชน์กับผู้อื่นคือการมีชัยชนะใ

นเกมกีฬา

แน่นอน มีเกมกีฬาหลายอย่างที่ทำให้ท่านได้รับความสนุกสนาน จากการแข่งขันด้วยความสุจริตใจเช่นกัน ยกตัวอย่าง ผู้คนสูดดมเอา กลิ่นหอมของดอกไม้เข้าไปให้มากที่สุดเท่าที่ตนทำได้และระบายล มหายใจนั้นออกไปต่อหน้าคนอื่น เขาจะได้รับคะแนนตามขนาดข องการทำให้พระเจ้าพอพระทัยด้วยการระบายกลิ่นหอมนั้นออกไป หรือตามความสามารถของเขาในการผสมผสานกลิ่นหอมหลายชนิ ดเข้าด้วยกัน นี่เป็นการแข่งขันกันว่าท่านสามารถให้ความสนุกสนา นกับคนอื่นมากแค่ไหนและการแข่งขันนี้เป็นที่โปรดปรานในสายพ ระเนตรของพระเจ้าเช่นกัน ในสวรรค์ยังมีความบันเทิงอีกหลายชนิ ดเช่นกันซึ่งให้ความสนุกสนานมากกว่าสิ่งใดบนโลกนี้ สิ่งเหล่านี้ไม่ ก่อให้เกิดความเหน็ดเหนื่อยเหมือนกับการเล่นเกมตู้หรือวีดีโอเกม และท่านจะไม่มีวันเบื่อหน่ายสิ่งเหล่านี้

ในสวรรค์ท่านสามารถชมภาพยนตร์ด้วยเช่นกัน ในโรงภาพยน ตร์ท่านสามารถชมเหตุการณ์สำคัญต่าง ๆ ที่เกิดขึ้นในช่วงของการ เตรียมมนุษย์ การทรงสร้าง เหตุการณ์น้ำท่วมใหญ่ในสมัยโนอาห์ การอพยพ พันธกิจของพระเยซู การจัดเตรียมเรื่องกางเขน การทำ งานอย่างร้อนแรงของพระวิญญาณบริสุทธิ์ในยุคสุดท้าย และเรื่องรา วของบิดาแห่งความเชื่อจะถูกสร้างเป็นภาพยนตร์

ยกตัวอย่าง ท่านสามารถชมภาพยนตร์เกี่ยวกับชีวิตทั้งสิ้นของอั ครทูตเปาโล ท่านสามารถดูวิธีการที่อัครทูตเปาโลพบกับองค์พระผู้เ ป็นเจ้าและดูว่าท่านได้อุทิศชีวิตทั้งหมดของท่านด้วยความรักที่ท่าน มีต่อองค์พระผู้เป็นเจ้าอย่างไร ท่านสามารถเรียนรู้สิ่งต่าง ๆ ที่ไม่ได้ บันทึกไว้ในพระคัมภีร์โดยละเอียด ท่านจะมองเห็นชีวิตของเปาโลร าวกับว่าตัวท่านอยู่กับเปาโลในเหตุการณ์ต่าง ๆ เช่น การถูกข่มเหง อย่างรุนแรงจนเกินขนาดความอดทนอดกลั้นของมนุษย์ เป็นต้น ท่ านสามารถมีประสบการณ์กับการจำคุกของเปาโลที่เมืองฟีลิปปีรวม ทั้งการขอบคุณพระเจ้าและการสรรเสริญพระองค์แม้ในขณะที่ท่าน ลอยคออยู่ในทะเลเนื่องจากเรืออับปาง ลองคิดดูซิว่าท่านจะรู้สึกตรา

ตรึงใจกับสิ่งนั้นมากเพียงใด

พาหนะขนส่งในสวรรค์

เราสามารถไปเยี่ยมสถานที่อันงดงามและลี้ลับในแผ่นดินสวรรค์ ท่านจะเห็นทัศนียภาพที่เป็นเอกลักษณ์และน่าตื่นตาตื่นใจมากมายในทุกที่ทุกแห่งที่ท่านไป ด้วยร่างกายแห่งสวรรค์ที่สมบูรณ์แบบท่านจะไม่รู้สึกเหน็ดเหนื่อยหลังจากการเดินทางเป็นเวลานาน จิตใจแห่งวิญญาณไม่เคยเปลี่ยนแปลง ดังนั้นเราจึงไม่มีวันเบื่อหน่ายแม้เราจะเดินทางไปเยี่ยมสถานที่เดียวกัน

การขนส่งเพื่อการเดินทางจะมีหลายรูปแบบ ในสวรรค์มีระบบขนส่งสาธารณะ อย่างเช่นรถไฟสวรรค์ นอกจากนั้นยังมียานพาหนะส่วนตัว อย่างเช่นรถก้อนเมฆหรือรถสี่ล้อทองคำ รถไฟสวรรค์ถูกตกแต่งด้วยเพชรพลอยหลากสีสันอันเจิดจ้าและพาหนะชนิดนี้ให้ความสะดวกสบายที่สุดกับผู้โดยสาร การมองเห็นทัศนียภาพด้านนอกหน้าต่างรถไฟถือเป็นสิ่งที่น่าปลาบปลื้มใจมากเช่นกัน เมื่อผู้เชื่อที่อยู่ในเมืองบรมสุขเกษมได้รับเชิญให้ไปเยี่ยมนครเยรูซาเล็มใหม่คนเหล่านั้นจะเดินทางไปโดยรถไฟสวรรค์ ที่จริงรถไฟสามารถลอยไปในท้องฟ้าด้วยความเร็วสูงมาก

แม้จะถูกเรียกว่ารถก้อนเมฆ แต่รถประเภทนี้ไม่ได้สร้างจากหมอกควัน แต่สร้างจากเมฆแห่งสง่าราศี พาหนะประเภทนี้เพิ่มความงดงามให้กับชีวิตในสวรรค์ เมื่อท่านนั่งอยู่บนรถก้อนเมฆ สิ่งนี้จะทำให้คนอื่นสัมผัสถึงศักดิ์ศรีและสิทธิอำนาจ เมื่อองค์พระผู้เป็นเจ้าเสด็จกลับมาอีกครั้งหนึ่งพระองค์จะทรงเสด็จมาในเมฆ (1 เธสะโลนิกา 4:16-17; วิวรณ์ 1:7) การเสด็จมาในเมฆแห่งสง่าราศีจะทำให้ดูมีศักดิ์ศรี เกียรติยศ และสง่างามมากขึ้น

พระเจ้าทรงมอบรถก้อนเมฆให้กับผู้คนที่เข้าไปสู่อาณาจักรที่สามของสวรรค์หรือสูงกว่า ในอาณาจักรที่สามของสวรรค์รถก้อนเมฆถูกใช้เป็นยานพาหนะขนส่งสาธารณะ แต่ในนครเยรูซาเล็มใหม่ผู้ค

นจะได้รับรถก้อนเมฆไว้ใช้เป็นรถส่วนตัว ในแง่นี้ การเป็นเจ้าของ
รถก้อนเมฆจึงแสดงให้เห็นถึงสง่าราศีของเจ้าของรถ

ผู้คนที่อยู่ในนครเยรูซาเล็มใหม่สามารถเดินทางไปกับองค์พ
ระผู้เป็นเจ้าในรถก้อนเมฆด้วยเช่นกัน ปกติทูตสวรรค์จะเป็นผู้ขั
บรถก้อนเมฆ รถก้อนเมฆบางคันมีลักษณะเหมือนรถยนต์นั่งข
นาดเล็กในขณะที่คันอื่นมีขนาดใหญ่กว่าและมีที่นั่งสำหรับผู้โดย
สารมากกว่า แบบ สีสัน และเครื่องตกแต่งก็แตกต่างกันเช่นกัน
รถบางคันสร้างจากก้อนเมฆขนาดเล็ก รถประเภทนี้มีไว้ใช้สำหรับ
การการเดินทางระยะสั้น รถนี้จะรับผู้โดยสารและนำเขาไปส่งที่จุด
หมายปลายทางอย่างนุ่มนวล รถประเภทนี้มีลักษณะเหมือนรถที่คน
ใช้ในสนามกอล์ฟเมื่อเขาไปเล่นกอล์ฟ

การนมัสการและการศึกษาในสวรรค์

เราจะเข้าร่วมนมัสการในสวรรค์ด้วยเช่นกัน พระเจ้าเองจะท
รงเป็นผู้ตรัสคำเทศนา เราจะเรียนรู้เกี่ยวกับมิติฝ่ายวิญญาณโด
ยละเอียดซึ่งรวมถึงแหล่งกำเนิดของพระเจ้า จุดเริ่มต้นของเวลา
และนิรันดรกาล เราจะมีเวลาฟังองค์พระผู้เป็นเจ้าด้วยเช่นกัน
เราจะพูดคุยกับพระเจ้า องค์พระผู้เป็นเจ้า และพระวิญญาณบริสุทธิ์
และนี่คือการอธิษฐานในสวรรค์ เราจะสรรเสริญพระเจ้าด้วยเพลงบ
ทใหม่ด้วยเช่นกัน

ในสวรรค์ถ้าท่านต้องเดินทางไปยังสถานที่ซึ่งอยู่ในระดับที่สูงกว่
าที่อยู่อาศัยของท่าน ท่านต้องเปลี่ยนเสื้อผ้าที่สอดคล้องกับสถานที่แ
ละโอกาส การนมัสการในนครเยรูซาเล็มใหม่จะถูกแพร่ภาพกระจา
ยเสียงออกไปทั่วทุกหนแห่งเพื่อว่าทุกคนในพื้นที่ต่าง ๆ ในสวรรค์จ
ะสามารถเข้าร่วมการนมัสการ แต่เครื่องมือที่สลับซับซ้อนไม่มีควา
มจำเป็นสำหรับสิ่งนี้ ทูตสวรรค์จะเป็นผู้กางสิ่งที่มีลักษณะเหมือนผืน
ผ้าขนาดใหญ่ออกซึ่งสิ่งนี้จะกลายเป็นจอภาพวีดิโอ ความสว่างและ
สีสันจะปรับตัวเองกับที่อยู่อาศัยแต่ละแห่งโดยอัตโนมัติเพื่อว่าผู้คนจ
ะสามารถชมวีดิโอได้อย่างชัดเจนมากจนทำให้เขารู้สึกราวกับว่าตน

อยู่ในสถานที่จริง

เหตุผลที่ต้องมีการปรับสีสันในที่อยู่อาศัยแต่ละแห่งก็เพราะว่าถ้า
ความสว่างของพระเจ้าถูกถ่ายทอดออกไปในสภาพที่เป็นอยู่ ผู้คนที่
อยู่ในอาณาจักรที่สามของสวรรค์หรือต่ำกว่าก็ไม่สามารถมองเห็นพ
ระองค์ได้โดยตรงเพราะว่าความสว่างนั้นเจิดจ้ามากเกินไป ผู้คนที่
อยู่ในอาณาจักรที่สองของสวรรค์และต่ำกว่าจะไม่สามารถเงยหน้าขอ
งตนขึ้นเพื่อมองดูพระพักตร์ของพระเจ้าพระบิดาของเราบนจอภาพ
ได้ด้วยซ้ำไปเนื่องจากจิตสำนึกของเขาจะไม่ยอมให้เขาทำเช่นนั้น

นี่คือสิ่งที่จะเกิดขึ้นโดยเฉพาะอย่างยิ่งกับผู้คนที่อยู่ในเมืองบรม
สุขเกษมซึ่งได้รับ "ความรอดด้วยความอับอาย" คนเหล่านี้ไม่สามา
รถมองดูแม้กระทั่งจอภาพวีดีโอเนื่องจากความลำบากใจและความ
รู้สึกอับอาย นอกเหนือจากการนมัสการที่พระเจ้าทรงเป็นผู้ตรัสคำ
เทศนา ท่านยังสามารถเชิญองค์พระผู้เป็นเจ้า พระวิญญาณบริสุทธิ์
หรือเหล่าบิดาแห่งความเชื่อ (เช่น โมเสสและเปาโล) มาแบ่งปันคำ
เทศนาในการนมัสการเช่นกัน

เราจะเรียนรู้สิ่งใหม่อย่างต่อเนื่องแม้หลังจากที่เราไปอยู่สวรรค์
แผ่นดินสวรรค์ไม่มีที่สิ้นสุด ด้วยเหตุนี้ ไม่ว่าเราจะศึกษามากเท่าไ
หร่ก็ตามเราจะไม่มีวันเรียนรู้ทุกสิ่งเกี่ยวกับพระเจ้าพระผู้สร้างผู้ทร
งดำรงอยู่ตั้งแต่ก่อนนิรันดรกาลและตลอดนิรันดรกาลได้เลย เป็นก
ารยากที่จะเข้าใจความล้ำลึกที่ไม่มีสิ้นสุดของพระเจ้าผู้ทรงครอบคร
องเหนือสิ่งสารพัดในจักรวาล เราจะรู้สึกว่าสวรรค์เต็มไปด้วยสิ่งที่เ
ราต้องเรียนรู้อย่างแท้จริง แต่การเรียนรู้ในสวรรค์ไม่เหมือนกับกา
รเรียนรู้ในโลกนี้เพราะการเรียนรู้ที่นั่นจะเป็นสิ่งที่น่าชื่นชมยินดีเพี
ยงอย่างเดียว เราจะเข้าใจทุกสิ่งเมื่อเราเรียนรู้สิ่งเหล่านั้น เราจะไม่
มีวันลืมสิ่งที่เราเข้าใจ ดังนั้นจึงไม่มีอะไรยุ่งยากเกี่ยวกับการเรียนรู้
ยิ่งกว่านั้น เราไม่ได้เพียงแค่นั่งฟังการบรรยาย ที่นั่นมีหลักสูตรสาม
มิติที่จะช่วยให้เราเข้าใจ

ลองวาดภาพของพระสุรเสียงดั้งเดิมของพระเจ้าที่ตรัส
ว่า "จงให้มีความสว่าง" ซึ่งดังก้องกังวานอยู่ทั่วไปในจักรวาล

ความสว่างเริ่มก่อตัวขึ้น ความสว่างถูกแยกออกไป และภาพเหตุการณ์ทั้งหมดเหล่านี้กำลังเกิดขึ้นอยู่ต่อหน้าท่าน นอกจากนั้น ลองวาดภาพว่าท่านสามารถมองเห็นพื้นอากาศที่ก่อตัวขึ้นเหนือน้ำและน้ำถูกแบ่งออกไปจากน้ำ ภาพนี้จะใหญ่โตมโหฬารและสูงส่งมากเพียงใด

งานเลี้ยงต่าง ๆ ในสวรรค์

เราอาจถือว่างานเลี้ยงต่าง ๆ ในสวรรค์เป็นจุดสุดยอดของความชื่นชมยินดีของชีวิตในสวรรค์ งานเลี้ยงเหล่านี้ช่วยให้เราสัมผัสและชำเลืองเห็นถึงความอุดมสมบูรณ์ เสรีภาพ ความงดงาม และสง่าราศีของสวรรค์ ในงานเลี้ยงเหล่านี้ผู้คนจะชมการแสดงพิเศษหรือการเต้นรำพร้อมกับคนที่เขารักด้วยเครื่องแต่งกายและเครื่องประดับที่งดงามที่สุดที่เขามีอยู่ แม้ในโลกนี้ท่านไม่ใช่นักเต้นรำที่เก่งกล้า แต่ท่านสามารถเรียนรู้ได้อย่างรวดเร็วและเต้นรำได้ดีในสวรรค์

ในโลกนี้เมื่อคนหนึ่งเต็มล้นด้วยการดลใจของพระวิญญาณบริสุทธิ์เขาอาจเข้าสู่สภาวะที่ทำให้เขาสามารถพูดภาษาใหม่และร้องเพลงใหม่ออกมา จากนั้นมือและเท้าของเขาจะขยับไปตามจังหวะโดยอัตโนมัติเพื่อจะเต้นรำและสรรเสริญพระเจ้า ในสวรรค์ ด้วยร่างกายแห่งสวรรค์ที่สมบูรณ์แบบ ทุกคนสามารถเต้นรำได้อย่างงดงามกับเพลงทุกชนิด คนหนึ่งสามารถถวายเกียรติแด่พระเจ้าด้วยการเต้นรำเดียว

ในสวรรค์มีงานเลี้ยงอยู่หลายประเภทหลายขนาดและระดับของงานเลี้ยงก็แตกต่างกันในที่อยู่อาศัยแต่ละแห่ง ในนครเยรูซาเล็มใหม่มีการจัดงานเลี้ยงขึ้นมากมายในพระนามของพระเจ้าตรีเอกานุภาพหรืองานเลี้ยงที่จัดขึ้นในพระนามของพระเจ้าพระบิดา พระเจ้าพระบุตร และพระเจ้าพระวิญญาณบริสุทธิ์ตามลำดับ บางครั้งทุกคนที่อาศัยอยู่ในที่อยู่อาศัยทุกแห่งในสวรรค์จะได้รับเชิญให้เข้าร่วมในงานเลี้ยงที่จัดขึ้นในพระนามของพระเจ้าตรีเอกานุภาพ

ยกตัวอย่าง หลังจากการพิพากษาใหญ่บนพระที่นั่งสีขาวเราจะ
ได้รับที่อยู่อาศัยของเราในสวรรค์และจากนั้นจะมีการจัดงานเลี้ยงค
รั้งแรกขึ้นในนครเยรูซาเล็มใหม่ พระเจ้าจะทรงเชิญชวนพลเมืองแ
ห่งสวรรค์ทุกคนเข้าร่วมในงานเลี้ยงนี้ ผู้คนที่อยู่ในนครเยรูซาเล็ม
ใหม่และอาณาจักรที่สามของสวรรค์สามารถเข้าร่วมในงานเลี้ยงนี้
แต่ผู้คนที่อยู่ในอาณาจักรที่สอง อาณาจักรที่สามของสวรรค์ และเมื
องบรมสุขเกษมสามารถส่งตัวแทนเข้าร่วมในงานเลี้ยงนี้เพียงอย่างเ
ดียว

เมื่อผู้คนจากที่อยู่อาศัยแห่งอื่นมาในงานเลี้ยงที่จัดขึ้นในนครเย
รูซาเล็มใหม่เขาต้องเปลี่ยนเสื้อผ้าและเครื่องประดับของตนเพื่อให้
เหมาะสมกับนครเยรูซาเล็มใหม่ สาเหตุก็เพราะว่าความสว่างของร่า
งกายแห่งสวรรค์ของผู้คนจะแตกต่างกันไปในที่อยู่อาศัยแต่ละแห่ง
เมื่อเขาสวมเสื้อผ้าที่เหมาะสมกับนครเยรูซาเล็มใหม่แล้วเขาก็สามา
รถปรับตัวเข้ากับสถานที่และเขาจะเหมาะสมกับงานเลี้ยงซึ่งจัดขึ้นที่
นั้น

มีพื้นที่บางแห่งซึ่งถูกกำหนดไว้เพื่อให้ผู้คนสามารถเปลี่ยนเสื้อผ้
าของตน เสื้อผ้าที่จัดเตรียมไว้ให้กับคนเหล่านั้นมีอยู่หลายชนิด ทูต
สวรรค์จะช่วยคนเหล่านั้นเปลี่ยนเครื่องแต่งกายเมื่อเขาเลือกชุดแล้ว
แต่ผู้คนที่มาจากเมืองบรมสุขเกษมต้องเปลี่ยนเสื้อผ้าด้วยตนเองโด
ยไม่มีความช่วยเหลือจากทูตสวรรค์ เมื่อเขาสวมใส่เสื้อผ้าที่สว่างสุก
ใสของนครเยรูซาเล็มใหม่แล้วเขาก็จะถูกนำตัวไปด้วยสง่าราศีที่ไม่
อาจบรรยายได้และเขาจะรู้สึกว่าตนเอง ไม่คู่ควรเนื่องจากเครื่องแต่
งกายที่เขาสวมใส่อยู่นั้นเขาไม่ได้รับสิทธิพิเศษที่จะสวมใส่

ในนครเยรูซาเล็มใหม่ไม่มีการเตรียมมงกุฎเอาไว้เหมือนกับ
การเตรียมเสื้อผ้า แต่ละคนต้องนำมงกุฎของตนเองมาด้วย มงกุ
ฎในอาณาจักรที่สามของสวรรค์จะแตกต่างจากมงกุฎของผู้คนที่
อยู่ในนครเยรูซาเล็มใหม่อย่างมากและมีเครื่องหมายรูปทรงกลม
อยู่ที่มุมขวาของมงกุฎ ผู้คนที่มาจากอาณาจักรที่สองของสวรรค์
อาณาจักรที่หนึ่งของสวรรค์ และจากเมืองบรมสุขเกษมจะใส่เครื่อง
หมายรูปทรงกลมไว้ที่หน้าอกด้านซ้ายของเขา ดังนั้นจึงไม่ใช่เรื่องย

ากที่จะแยกแยะคนเหล่านี้จากผู้คนที่มาจากนครเยรูซาเล็มใหม่หรือ
จากอาณาจักรที่สามของสวรรค์ ผู้คนที่มาจากอาณาจักรที่สองของส
วรรค์และอาณาจักรที่หนึ่งของสวรรค์สวมมงกุฎของตนเพื่อเข้าร่วม
ในงานเลี้ยง แต่ผู้คนที่มาจากเมืองบรมสุขเกษมไม่มีมงกุฎและเขาไ
ม่สวมมงกุฎ

งานเลี้ยงสำหรับที่อยู่อาศัยแห่งต่าง ๆ

ปกติทูตสวรรค์จะดูแลเครื่องประดับ การต้อนรับ
การบริการอาหาร และการเตรียมตัวด้านอื่น ๆ
ของงานเลี้ยงในสวรรค์ บนเครื่องบินมีการบริการที่แตกต่างกันไปต
ามระดับชั้นการเดินทางฉันใด ระดับของการบริการและการจัดเตรี
ยมงานเลี้ยงของที่อยู่อาศัยแต่ละแห่งในสวรรค์ก็แตกต่างกันด้วยฉัน
นั้น

ถ้าเราพูดว่างานเลี้ยงของนครเยรูซาเล็มใหม่เป็นเหมือนงานเลี้ย
งของเหล่าราชวงศ์หรือผู้สูงศักดิ์ งานเลี้ยงในเมืองบรมสุขเกษมก็คง
เป็นเหมือนงานสังสรรค์ของชาวนาผู้ยากจนที่จัดร่วมกับเพื่อนบ้าน
ของตน นี่เป็นเพียงการเปรียบเทียบและสิ่งนี้ไม่ได้หมายความว่างา
นเลี้ยงในเมืองบรมสุขเกษมมีการเตรียมการอย่างขัดสนและไม่ได้
มาตรฐาน แต่สิ่งนี้เป็นเพียงการชี้ให้เห็นความแตกต่างอย่างมากระ
หว่างงานเลี้ยงในนครเยรูซาเล็มใหม่กับงานเลี้ยงในเมืองบรมสุขเก
ษม

งานเลี้ยงในเมืองบรมสุขเกษมไม่ใช่งานเลี้ยงที่จัดให้กับปัจเจกบุ
คคล แต่งานเลี้ยงเหล่านั้นจัดขึ้นเพื่อสาธารณชนทั่วไปหรือกลุ่มคน
บางกลุ่ม ที่นั่นไม่มีทูตสวรรค์ที่คอยปรนนิบัติ ดังนั้นผู้คนต้องจัดเตรี
ยมทุกสิ่งทุกอย่างด้วยตนเอง แต่ในเมืองบรมสุขเกษมไม่มีความชั่ว
ที่นั่นมีแต่ความดีและความรัก ดังนั้นทุกคนจะจัดเตรียมทุกอย่างสำ
หรับตนเองด้วยความชื่นชมยินดีและความสุข ทุกคนรับใช้ซึ่งกันแล
ะกันด้วยความเคารพนับถือ ดังนั้นเขาจึงชื่นชมยินดีกับสิ่งที่ตนทำม
ากที่สุด แท้ที่จริงสิ่งนี้คือความสุขชนิดหนึ่งที่เราไม่สามารถสัมผัสได้

จากที่ใดในโลกนี้แม้แต่จากงานเลี้ยงสังสรรค์ที่หรูหราที่สุดก็ตาม ลอ
งคิดดูซิว่าความสุขและความเบิกบานใจของงานเลี้ยงในนครเยรูซาเล็มใหม่จะยิ่งใหญ่และล้นพ้นมากเพียงใด

การแสดงต่าง ๆ

เพลงและการเต้นรำเป็นส่วนสำคัญของงานเลี้ยงในสวรรค์และในโลกนี้เช่นกัน ทูตสวรรค์ที่สง่างามเต้นรำอย่างสละสลวยหรือเล่นเครื่องดนตรีและร้องเพลงอย่างไพเราะน่าฟัง นอกจากนั้นยังมีนักแสดงคนอื่นที่ร้องเพลงหรือเล่นเครื่องดนตรีร่วมกับทูตสวรรค์ การร้องเพลงสรรเสริญ การเต้นรำ และการเล่นเครื่องดนตรีของทูตสวรรค์เป็นสิ่งที่ไพเราะเพราะพริ้งและเต็มไปด้วยทักษะอย่างไม่มีข้อตำหนิ พระเจ้าทรงยอมรับบางสิ่งบางอย่างที่น่าพึงพอใจยิ่งกว่าการแสดงของเหล่าทูตสวรรค์ สิ่งเหล่านั้นได้แก่การร้องเพลงสรรเสริญการเต้นรำ และการเล่นเครื่องดนตรีของบรรดาบุตรของพระเจ้าเพราะเขาถวายสิ่งเหล่านี้ด้วยความเข้าใจถึงพระทัยของพระเจ้าและด้วยความรักที่มีต่อพระองค์

ในนครเยรูซาเล็มใหม่มีหอการแสดงพิเศษอยู่หลายประเภทเช่นกัน หอการแสดงบางแห่งมีขนาดใหญ่กว่า (รวมทั้งงดงาม โอ่อ่าและโอ่โถงกว่า) ห้องประชุมคาร์เนกีฮอลล์หรือเมดิสันสแควร์การเดนในนครนิวยอร์กหรือหอแสดงโอเปร่าในเมืองซิดนีย์ซึ่งจัดการแสดงอยู่ตลอดเวลา หอการแสดงเหล่านี้ไม่ได้มีไว้เพื่อให้นักแสดงได้อวดอ้างทักษะของตน แต่มีไว้เพื่อถวายเกียรติแด่พระเจ้าและถ่ายทอดความสุขและความชื่นชมยินดีไปยังองค์พระผู้เป็นเจ้าและผู้คนอื่นเพียงอย่างเดียว

ส่วนใหญ่นักแสดงเหล่านี้คือผู้คนที่เคยเป็นนักแสดงบนโลกนี้และบางครั้งเขาก็นำเอาสิ่งที่เขาเคยทำไว้ในโลกนี้มาแสดงใหม่ นอกจากนั้นยังมีผู้คนที่ต้องการเข้าร่วมในการแสดงบนโลกนี้แต่เขาไม่สามารถทำได้และคนเหล่านี้เรียนรู้เพลงบทใหม่และการเต้นรำท่าใหม่ในสวรรค์และนำเสนอสิ่งเหล่านั้น

คนเหล่านี้อาจทำการแสดงในนครเยรูซาเล็มใหม่ อาณาจักรที่สามของสวรรค์ อาณาจักรที่สองของสวรรค์ หรืออาณาจักรที่หนึ่งของสวรรค์ ทั้งนี้จะขึ้นอยู่กับว่าเขาได้รับการชำระให้บริสุทธิ์มากน้อยเพียงใด นักร้อง นักเต้นรำ และนักดนตรีสำหรับนครเยรูซาเล็มใหม่เป็นนักแสดงระดับสูงซึ่งเป็นที่รักของทุกคนที่อาศัยอยู่ในสวรรค์ ทุกคนในสวรรค์สามารถเห็นการแสดงของคนเหล่านี้เนื่องจากงานเลี้ยงต่าง ๆ หรือไม่เช่นนั้นก็มีการถ่ายทอดการแสดงที่จัดขึ้นในนครเยรูซาเล็มใหม่ในพระนามของพระเจ้าตรีเอกานุภาพออกไปยังที่อยู่อาศัยแห่งต่าง ๆ ในสวรรค์

จอภาพวีดีโอขนาดใหญ่จะถูกกางออกในฟ้าอากาศในระดับความสูงที่ผู้คนสามารถชมได้อย่างสบายตา เมื่อผู้คนเห็นภาพวีดีโอที่ชัดเจนเขาจะรู้สึกราวกับว่าตนได้ไปอยู่ในสถานที่จริง นี่คือวิธีการที่ผู้คนในที่อยู่อาศัยแห่งอื่น ๆ จะสามารถรับการสัมผัสจากงานเลี้ยงหรือการแสดงต่าง ๆ ที่จัดขึ้นในนครเยรูซาเล็มใหม่ ดาราในโลกนี้มีแฟนคลับติดตามมากมายฉันใด นักแสดงเหล่านี้ก็มีทูตสวรรค์ที่รับผิดชอบกับการร้องเพลงสรรเสริญจำนวนมากติดตามเขาไปด้วยฉันนั้น ทูตสวรรค์เหล่านี้เรียกนักแสดงเหล่านั้นว่า "เจ้านาย" และพยายามที่จะทำให้เขาพอใจและมอบความสุขและความชื่นชมยินดีให้กับเจ้านายของตน

การเป็นที่รักและเป็นที่เทิดทูนของทูตสวรรค์จำนวนนับไม่ถ้วน

ในนครเยรูซาเล็มใหม่มีผู้หญิงคนหนึ่งซึ่งชื่นชมอยู่กับเกียรติยศอันยิ่งใหญ่และมีทูตสวรรค์จำนวนนับไม่ถ้วนติดตามเธอ เธอเป็นคนที่เพาะบ่มจิตใจฝ่ายวิญญาณที่สมบูรณ์แบบในโลกนี้ เธอคือมารีย์ชาวมักดาลา เธอใส่เสื้อผ้าสุกสกาวงามที่ยาวถึงพื้น เส้นผมของเธอยาวลงมาถึงบั้นเอวของเธอ เธองดงามอร่ามตาด้วยการสวมใส่มงกุฎบนศีรษะของเธอ

มารีย์ชาวมักดาลาเพาะบ่มความดีที่สมบูรณ์แบบเอาไว้ในขณะที่มีชีวิตอยู่ในโลกนี้และรูปร่างฝ่ายวิญญาณของเธอส่องแสงแห่งสง่าราศีที่สว่างสุกใสออกไป น้ำเสียงของเธอเต็มไปด้วยความถ่อมใจและนุ่มนวลเหมือนเสียงการไหลของธารน้ำขนาดเล็ก เมื่อเธอพูด กลิ่นหอมแห่งความดีและความถ่อมใจของเธอจะถูกส่งออกมา ทูตสวรรค์และผู้คนทั้งหมดรู้สึกประทับใจกับถ้อยคำของเธอ ดังนั้นบางครั้งทูตสวรรค์ที่อยู่รอบข้างมารีย์ชาวมักดาลาจะล้อมตัวเธอเอาไว้และยกย่องกลิ่นหอมแห่งความดีของเธอ

เธออยู่ในตำแหน่งที่มีเกียรติมากที่เธอสามารถมองเห็นพระเจ้าตลอดเวลา ดังนั้นทุกคนจึงสามารถสัมผัสถึงจิตใจ ความสูงส่ง และความสว่างแห่งสง่าราศีของพระเจ้าเพียงแค่มองเห็นเธอ มารีย์ชาวมักดาลาขึ้นสู่ตำแหน่งอันทรงเกียรตินี้ได้อย่างไร

มารีย์ชาวมักดาลาได้รับการรักษาให้หายจากโรคนานาชนิดและได้รับการปลดปล่อยให้เป็นอิสระจากอำนาจของความมืดด้วยการได้พบกับองค์พระผู้เป็นเจ้า เธอขอบพระคุณสำหรับพระคุณขององค์พระผู้เป็นเจ้าเสมอและปรนนิบัติพระองค์โดยไม่เปลี่ยนแปลง เมื่อพระเยซูทรงถูกตรึง ผู้คนจำนวนมากที่เคยติดตามพระองค์ได้ทิ้งพระองค์ไป แต่เธอมีจิตใจที่แน่วแน่มั่นคงมากจนเธอสามารถยืนหยัดอยู่กับพระเยซูไปจนกระทั่งการสิ้นพระชนม์ของพระองค์ เธอเดินทางไปเยี่ยมพระองค์แม้กระทั่งที่อุโมงค์ฝังศพของพระองค์ ในที่สุดเธอก็ได้มาอยู่ใกล้กับพระที่นั่งของพระเจ้าในนครเยรูซาเล็มใหม่

พระเจ้าทรงต้องการที่จะแบ่งปันความรักนิรันดร์ของพระองค์กับบุตรที่แท้จริงของพระองค์และพระองค์ทรงต้องการรับเอาคำยกย่องสรรเสริญจากบุตรเหล่านี้ที่ได้เพาะบ่มจิตใจแห่งความดีอันงดงามเหมือนจิตใจของมารีย์ชาวมักดาลาเอาไว้

อิสยาห์ 43:21 กล่าวว่า "คือชนชาติที่เราปั้นเพื่อเราเอง เพื่อเขาจะถวายสรรเสริญเรา" สิ่งที่พระเจ้าทรงต้องการไม่ใช่เพียงแค่น้ำเสียงที่ไพเราะ จังหวะท่าเต้นที่งดงาม หรือเสียงดนตรีที่จับใจ

แต่พระองค์ทรงต้องการคำสรรเสริญที่ออกมาจากจิตใจที่ดีงามและสัตย์จริง บางครั้งพระเจ้าทรงร้องเพลงด้วยเช่นกัน พระองค์ทรงร้องเพลงเกี่ยวกับสิ่งมหัศจรรย์ที่พระเยซูพระบุตรองค์เดียวของพระองค์ได้ทรงกระทำหรือพระราชกิจอันอัศจรรย์ที่สำแดงโดยพระวิญญาณบริสุทธิ์ด้วยน้ำเสียงอันไพเราะและสัมผัสที่คล้องจอง

ไม่มีใครสามารถลอกเลียนพระสุรเสียงของพระองค์ในการร้องเพลงได้ พระสุรเสียงของพระองค์ไพเราะมากจนทุกคนเกิดรู้สึกจับใจแค่ได้ยินพระสุรเสียงนั้นเพียงครั้งเดียว พระสุรเสียงของพระองค์ดังกังวานมากจนพระองค์สามารถเขย่าโลกทั้งโลกได้ด้วยพระสุรเสียงนี้ แต่ไม่ใช่ทุกคนในสวรรค์ที่จะสามารถได้ยินพระสุรเสียงของพระองค์ ผู้คนที่อยู่ใกล้กับพระที่นั่งของพระเจ้าในนครเยรูซาเล็มใหม่เท่านั้นที่จะได้ยินพระสุรเสียงนี้ ด้วยเหตุนี้ พระเจ้าจึงทรงปรารถนาที่จะให้เราบรรลุถึงระดับฝ่ายวิญญาณอย่างสมบูรณ์ สรรเสริญพระเจ้าในแผ่นดินสวรรค์นิรันดร์ และเข้าสู่ตำแหน่งอันรุ่งเรืองซึ่งจะทำให้เราสามารถได้ยินแม้กระทั่งการร้องเพลงของพระเจ้า

เหนือความจำกัดของมนุษย์

การมีประสบการณ์กับพื้นที่ของพระเจ้า

การมองเห็นพระเจ้าผู้ทรงเป็นความสว่าง

"เราบอกความจริงแก่ท่านทั้งหลายว่า ผู้ที่เชื่อในเราจะกระทำกิจการซึ่งเราได้
กระทำนั้นด้วย และเขาจะกระทำกิจการที่ยิ่งใหญ่กว่านั้นอีก เพราะว่าเราจะไปถึง
งพระบิดาของเรา"
ยอห์น 14:12

บทที่ 1

พื้นที่ของพระเจ้า

พื้นที่ของพระเจ้าไม่เหมือนกับพื้นที่ฝ่ายร่างกายเพราะพื้นที่ของพระเจ้าไม่มีขอบเขตจำกัด
เมื่อเราเป็นบุตรที่แท้จริงของพระเจ้าแล้วเราก็สามารถอยู่เหนือข้อจำกัดของมนุษย์ด้วยฤท
ธิ์อำนาจที่ไม่จำกัดของพระเจ้า ในพื้นที่ของพระเจ้า สิ่งสารพัดสามารถถูกสร้างขึ้นจากควา
มว่างเปล่า คนตายสามารถมีชีวิตขึ้นมาใหม่และทุกสิ่งที่พระเจ้าทรงเก็บไว้ในพระทัยของพระอ
งค์สามารถเกิดขึ้นได้ ไม่มีสิ่งใดที่เป็นไปไม่ได้ในพื้นที่แห่งนี้

การครอบครองพื้นที่ของพระเจ้า

พระราชกิจแห่งการทรงสร้างเกิดขึ้นในพื้นที่ของพระเจ้า

พระราชกิจที่อยู่เหนือกาลเวลาและสถานที่

ประสบการณ์กับความเคลื่อนไหวผ่านพื้นที่ต่าง ๆ

ความรักที่อยู่เหนือความยุติธรรม

พื้นที่คือขอบเขตหรือเขตแดนที่ขยายออกไปของผิวพื้นหรือข
องพื้นที่สามมิติ พื้นที่นี้อาจหมายถึงการขยายตัวออกไปของภาค
พื้นสามมิติซึ่งเป็นที่อยู่ของสสารทุกอย่าง ปัจจุบันมีพื้นที่ซึ่งเชื่อมต่
อกันด้วยระบบอินเตอร์เน็ตคอมพิวเตอร์ (หรือ "ไซเบอร์สเปซ")
พื้นที่นี้เปิดกว้างสำหรับทุกคน แต่ผู้คนสามารถใช้ประโยชน์จากพื้น
ที่นี้ในขนาดที่แตกต่างกันโดยขึ้นอยู่กับความรู้และความสามารถขอ
งเขาในการใช้คอมพิวเตอร์ ในทำนองเดียวกัน เราสามารถใช้พื้นที่
ของพระเจ้าและมีประสบการณ์กับสิ่งที่บันทึกไว้ในพระคัมภีร์ตามข
นาดความเข้าใจและการใช้ประโยชน์ในพื้นที่ของพระเจ้าของเรา

พื้นที่ฝ่ายวิญญาณไม่ใช่สถานที่ซึ่งอยู่ตรงสุดปลายจักรวาล พื้นที่
นี้อยู่ใกล้ชิดกับพื้นที่ฝ่ายร่างกายของเรามาก เราสามารถมองเห็นพื้
นที่ภายนอกเมื่อเราเปิดหน้าต่างบ้านฉันใด เราก็สามารถมองเห็นพื้
นที่ฝ่ายวิญญาณด้วยฉันนั้นถ้าประตูแห่งมิติฝ่ายวิญญาณเปิดออก

ในพระคัมภีร์เราสามารถพบเหตุการณ์ที่องค์พระผู้เป็นเ
จ้าผู้คืนพระชนม์ทรงเสด็จขึ้นสู่สวรรค์ต่อหน้าต่อตาสาวกจำ
นวนมาก กิจการ 1:9 กล่าวว่า "เมื่อพระองค์ตรัสเช่นนั้นแล้ว
ในขณะที่เขาทั้งหลายกำลังพินิจดู พระองค์ก็ถูกรับขึ้นไป และมีเมฆ
คลุมพระองค์ให้พ้นสายตาของเขา" พระเยซูเสด็จขึ้นสู่สวรรค์ด้วยพื้
นที่ฝ่ายวิญญาณที่เปิดออกซึ่งมีระดับความสูงอยู่ตรงที่มีเมฆคลุม ถ้า

เราเข้าใจพื้นที่ฝ่ายวิญญาณอย่างชัดเจนเราก็สามารถหาคำตอบให้กั
บพระคัมภีร์ตอนต่าง ๆ ที่เข้าใจยากหลายตอน นอกจากนั้นเราสาม
ารถมีความเชื่อและความหวังในเรื่องสวรรค์ที่สมบูรณ์แบบด้วยเช่น
กัน

ดูเหมือนว่ามนุษย์ทุกคนไม่มีทางเลือกอื่นนอกจากจะดำเนินชีวิ
ตตามความจำกัดของตนในเรื่องเวลาและสถานที่ แต่เราสามารถเอ
าชนะข้อจำกัดนี้ได้ถ้าเราเป็นบุตรที่แท้จริงของพระเจ้า แม้แต่วิญญ
าณชั่วก็จะไม่สามารถแตะต้องเราได้ ในที่สุดเราจะเข้าไปสู่แผ่นดิน
สวรรค์ซึ่งตั้งอยู่ในสวรรค์ชั้นที่สามซึ่งแม้แต่อาดัมผู้เป็นวิญญาณที่
มีชีวิตก็ไม่สามารถอาศัยอยู่ที่นั่นได้ นอกจากนี้ เราจะมีประสบการ
ณ์กับฤทธิ์อำนาจที่ไม่จำกัดของพระเจ้าซึ่งเป็นฤทธิ์อำนาจของสวร
รค์ชั้นที่สี่ "และเพราะท่านเป็นบุตรแล้ว พระเจ้าจึงทรงใช้พระวิญญ
าณแห่งพระบุตรของพระองค์เข้ามาในใจของท่าน ร้องว่า 'อับบา'
คือพระบิดา เหตุฉะนั้นท่านจึงไม่ใช่ทาสอีกต่อไป แต่เป็นบุตร และ
ถ้าเป็นบุตรแล้วท่านก็เป็นผู้รับมรดกของพระเจ้าโดยทางพระคริส
ต์" (กาลาเทีย 4:6-7)

พื้นที่และมิติในมุมมองของพระเจ้า

ตามที่กล่าวถึงในหัวข้อ "พื้นที่อันกว้างใหญ่ไพศาลของมิติฝา
ยวิญญาณ" ในภาค 1 ว่าหลังจากที่พระเจ้าทรงวางแผนการเตรีย
มมนุษย์ พระองค์ได้ทรงแบ่งพื้นที่ดั้งเดิมซึ่งมีพื้นเดียวออกเป็นห
ลายพื้นที่ในมิติต่าง ๆ โดยทั่วไปพระองค์ทรงแบ่งพื้นที่ดั้งเดิมนั้น
ออกเป็นสวรรค์สี่ชั้นจากสวรรค์ชั้นที่หนึ่งถึงสวรรค์ชั้นที่สี่ สวรรค์
ชั้นที่หนึ่งเป็นพื้นที่ส่วนเล็ก ๆ เมื่อเทียบกับพื้นที่ดั้งเดิมหนึ่งเดียว
เมื่อพระเจ้าทรงสร้างพื้นที่ต่าง ๆ ขึ้นมาด้วยมิติต่าง ๆ นั้นพระองค์ท
รงวางหลักการไว้ข้อหนึ่งในหลาย ๆ ข้อที่กำหนดไว้ว่ามิติที่สูงกว่าส
ามารถพิชิตและครอบครองเหนือมิติที่ต่ำกว่าและมิติที่ต่ำกว่าต้องย
อมจำนนต่อมิติที่สูงกว่า

สวรรค์ชั้นที่หนึ่ง (ซึ่งเป็นจักรวาลกายภาพที่เรามองเห็นซึ่งรวม
ถึงแผ่นดินโลก ดวงอาทิตย์ ดวงจันทร์ และดวงดาวที่เรามองเห็น)
เป็นมิติที่หนึ่ง สวรรค์ชั้นที่หนึ่งเป็นโลกกายภาพ ดังนั้นสิ่งต่าง ๆ
จึงเปลี่ยนแปลง เสื่อมสลาย หรือดับสูญ มิติที่สองคือพื้นที่ซึ่งอยู่ในส
วรรค์ชั้นที่สอง โดยทั่วไปสวรรค์ชั้นที่สองถูกแบ่งออกเป็นพื้นที่แห่ง
ความสว่างและพื้นที่แห่งความมืด พื้นที่แห่งความสว่างคือเอเดนซึ่ง
เป็นที่ตั้งของสวนเอเดน ติดกับเอเดนเป็นพื้นที่แห่งความมืดซึ่งที่นั้น
วิญญาณชั่วเป็นผู้มีอำนาจแห่งย่านอากาศ

มิติที่สามได้แก่แผ่นดินสวรรค์ซึ่งเป็นสวรรค์ชั้นที่สาม นี้เป็นสถ
านที่ซึ่งบุตรของพระเจ้าที่ได้รับความรอดจะอาศัยอยู่ชั่วนิรันดร์ นค
รเยรูซาเล็มใหม่ตั้งอยู่บริเวณใจกลางของพื้นที่แห่งนี้ซึ่งเป็นที่ประดิ
ษฐานของพระที่นั่งของพระเจ้า พื้นที่แห่งนี้ยังเป็นที่ตั้งของที่อยู่อา
ศัยแห่งต่าง ๆ ซึ่งถูกแยกไว้ตามขนาดแห่งความเชื่อของแต่ละคน
บนโลกนี้ มิติที่สี่ได้แก่สวรรค์ชั้นที่สี่และพระเจ้าองค์ดั้งเดิมทรงดำ
รงอยู่ในพื้นที่แห่งนี้ในรูปของความสว่างและพระสุรเสียง พระเจ้า
ตรีเอกานุภาพทรงครอบครองเหนือสิ่งสารพัดในสวรรค์ชั้นที่สาม
สวรรค์ชั้นที่สอง และสวรรค์ชั้นที่หนึ่งจากสวรรค์ชั้นที่สี่ในขณะที่สำ
แดงถึงพระราชกิจแห่งการทรงสร้างซึ่งอยู่เหนือกาลเวลาและสถาน
ที่

พื้นที่สี่มิติอันลี้ลับนี้เป็นพื้นที่ของพระเจ้า พระเจ้าองค์ดั้งเดิมทรง
ดำรงอยู่ที่นี่และพื้นที่แห่งนี้เป็นสถานที่อันงดงามมาก ไม่มีใครสาม
ารถเข้าไปในพื้นที่แห่งนี้ได้นอกจากพระเจ้าตรีเอกานุภาพและผู้คน
ที่ได้รับอนุญาตพิเศษจากพระเจ้าเพียงไม่กี่คน
พื้นที่ของพระเจ้าเป็นพื้นที่ซึ่งไม่สิ้นสุด
พระเจ้าทรงสามารถทำให้สิ่งต่าง ๆ ที่ดำรงอยู่จางหายไปและทรงสร้
างสิ่งสารพัดให้เกิดขึ้นจากความว่างเปล่า สสารสามารถดำรงอยู่ใน
รูปของของเหลว ก๊าซ และของแข็ง ผู้คนที่มีคุณสมบัติเท่านั้นจึงจะส

ามารถเข้าไปในพื้นที่แห่งนี้ได้ ตอนนี้ขอให้เราพิจารณาดูพื้นที่อันลี
ลับและอัศจรรย์ของพระเจ้าแห่งนี้ด้วยกัน

พระทัยของพระเจ้าคือพื้นที่ของพระเจ้า

พื้นที่ซึ่งพระเจ้าทรงดำรงอยู่ก่อนปฐมกาลเป็นมิติฝ่ายวิญญาณที่เ
ราไม่สามารถมองเห็นด้วยตา พื้นที่แห่งนี้ใหญ่โตและในช่วงเวลานั
นมิติฝ่ายวิญญาณและโลกกายภาพยังไม่ได้ถูกแบ่งออกจากกัน พร
ะเจ้าทรงดำรงอยู่ในฐานะความสว่างอันเจิดจ้าและงดงามโดยบรรจุ
พระสุรเสียงที่ดังกังวานเอาไว้ พระองค์ทรงเคลื่อนที่ไปทั่วจักรวาลด้
วยการครอบครองเหนือสิ่งสารพัดแต่เพียงพระองค์เดียว

พระเจ้าองค์ดั้งเดิมทรงคิดใคร่ครวญถึงจักรวาลทั้งหมดใน
พระทัยของพระองค์ กล่าวคือ พื้นที่ทั้งหมดของจักรวาลถูกบร
รจุไว้ในพระทัยของพระเจ้า ผมขอยกตัวอย่างเพื่อช่วยให้ท่าน
เข้าใจดีขึ้นเมื่อผมพูดถึง "การคิดใคร่ครวญถึงพื้นที่นั้นในใจ"
ถ้าท่านคิดถึงบ้านเกิดของท่าน ท่านก็สามารถวาดภาพบ้านเกิดของ
ท่านได้และท่านอาจสงสัยว่าเวลานี้บ้านเกิดของท่านเป็นอย่างไรบ้าง
หรือถ้าท่านคิดถึงใครบางคนที่ท่านรักและระลึกถึงช่วงเวลาที่ท่านเค
ยอยู่กับคนนั้น ความคิดของท่านก็หวนกลับไปยังสถานที่ซึ่งท่านเคย
อยู่กับเขา
สำหรับพระเจ้าพระองค์ทรงอยู่เหนือพื้นที่และกาลเวลาและทรง
สามารถสถิตอยู่ ณ ที่ใดก็ได้ในจักรวาลถ้าเพียงแต่พระองค์ทรงคิดถึ
งสถานที่แห่งนั้นในพระทัยของพระองค์ เราอธิบายถึงพระลักษณะ
นี้ของพระเจ้าด้วยการพูดว่าพระองค์ "ทรงสถิตอยู่ทุกหนแห่ง" เพรา
ะพระเจ้าทรงเป็นผู้ที่สามารถสถิตอยู่ทุกหนแห่ง พระองค์จึงสามารถ
คิดถึงและเสด็จไปทั่วทุกซอกมุมของจักรวาลและครอบครองเหนือสิ
งสารพัดได้
สดุดี 68:33 กล่าวว่า "ต่อพระองค์ผู้ทรงฟ้าสวรรค์

ฟ้าสวรรค์ดึกดำบรรพ์ ดูเถิด พระองค์ทรงเปล่งพระสุรเสียงของพระองค์ คือพระสุรเสียงอันทรงมหิทธิฤทธิ์" "พระองค์ผู้ทรงฟ้าสวรรค์" หมายความว่าพระเจ้าทรงครอบครองเหนือพื้นที่ทั้งสิ้นนับจากสวรรค์ชั้นที่หนึ่งถึงสวรรค์ชั้นที่สืออย่างเบ็ดเสร็จ พระคัมภีร์ข้อนี้กล่าวว่าพระสุรเสียงของพระองค์ทรงมหิทธิฤทธิ์ แต่พระสุรเสียงนี้ไม่ได้อยู่ระยะที่หูของเราจะสามารถได้ยิน เมื่อพระเจ้าตรัสออกมาด้วยพระสุรเสียงดั้งเดิมแห่งการทรงสร้างของพระองค์ สิงสารพัดจะเชื่อฟังพระสุรเสียงนั้นและสิทธิอำนาจและความสูงส่งของพระองค์จะเขย่าฟ้าสวรรค์ทั้งมวล

การครอบครองพื้นที่ของพระเจ้า

พระเจ้าทรงต้องการให้บุตรที่รักของพระองค์ครอบครองพื้นที่ของพระเจ้าและครอบครองเหนือพื้นที่ทั้งหมดด้วยเช่นกัน แต่มีเงื่อนไขอยู่ข้อหนึ่งที่จะทำให้เราสามารถครอบครองพื้นที่แห่งนี้เพราะพระเจ้าทรงตั้งกฎเกณฑ์แห่งความรักและความยุติธรรมเอาไว้สำหรับการเตรียมมนุษย์ ความยุติธรรมคือกฎเกณฑ์และหลักการ สังคมมีกฎหมายและการจราจรมีกฎระเบียบของตนฉันใด พระเจ้าก็ทรงมีกฎเกณฑ์ของพระองค์ด้วยฉันนั้นและนี่คือความยุติธรรมของพระเจ้า

ถ้าเช่นนั้น การครอบครองพื้นที่ในที่นี้หมายถึงอะไร การครอบครองพื้นที่หมายถึงการคิดใคร่ครวญถึงพื้นที่ดังกล่าวไว้ในจิตใจของเรา แน่นอน การคิดใคร่ครวญถึงพื้นที่ของพระเจ้าไว้ในจิตใจของเราไม่ได้หมายความว่าเราจะสามารถอยู่ในทุกหนแห่งเหมือนพระเจ้า แต่หมายความว่าสิ่งที่เหนือธรรมชาติสามารถเกิดขึ้นได้ด้วยการเปิดเผยพื้นที่ของพระเจ้าให้เป็นที่ประจักษ์ในโลกกายภาพใบนี้
เมื่อพระเจ้าทรงแบ่งพื้นที่ออกจากกันพระองค์ทรงแบ่งพื้นที่เหล่านั้นตามความยุติธรรมและความรักของพระองค์ซึ่งเหมาะสม

สำหรับแต่ละพื้นที่ เมื่อเราขึ้นไปสู่มิติต่าง ๆ จากสวรรค์ชั้นที่หนึ่ง สวรรค์ชั้นที่สอง สวรรค์ชั้นที่สาม และสวรรค์ชั้นที่สี่ มิติของความยุติธรรมก็จะกว้างขวางและลึกซึ้งมากยิ่งขึ้นเช่นกัน พระเจ้าทรงบำรุงรักษาสวรรค์แต่ละชั้นไว้ด้วยระเบียบแบบแผนที่ไร้ข้อผิดพลาด เหตุผลที่พื้นที่แต่ละแห่งมีมิติแห่งความยุติธรรมแตกต่างกันก็เพราะว่าสวรรค์แต่ละชั้นมีมิติแห่งความรักต่างกัน ความรักและความยุติธรรมไม่สามารถแยกออกจากกันได้ ยิ่งมิติแห่งความรักลึกซึ้งมากขึ้นเท่าใด มิติแห่งความยุติธรรมก็จะลึกซึ้งมากยิ่งขึ้นเท่านั้นเช่นกัน

เมื่อพระเยซูทรงยกโทษให้กับผู้หญิงที่ถูกจับฐานล่วงประเวณี การยกโทษนั้นเกิดจากความรักที่อยู่เหนือระดับของความยุติธรรม (ยอห์น 8) เมื่อผู้หญิงถูกจับในขณะที่กำลังล่วงประเวณี ฝูงชนที่ตัดสินเธอด้วยความยุติธรรมของสวรรค์ชั้นที่หนึ่งโต้แย้งว่าเขาต้องเอาหินขว้างเธอทันที แต่เพราะพระองค์มีความยุติธรรมของสวรรค์ชั้นที่สี่พระเยซูจึงตรัสว่า "เราก็ไม่เอาโทษเจ้าเหมือนกัน จงไปเถิด และอย่าทำบาปอีก" (ยอห์น 8:11) นี่คือความรักที่แท้จริงซึ่งบรรจุอยู่ในความยุติธรรม

เราจะสามารถครอบครองพื้นที่ของพระเจ้าและเคลื่อนที่ไปตามพื้นที่ต่าง ๆ อย่างอิสระได้ก็ต่อเมื่อเรามีความรักและความยุติธรรมของพระเจ้าอย่างสมบูรณ์เท่านั้น จากนั้นเราก็สามารถเข้าใจกฎเกณฑ์ของมิติฝ่ายวิญญาณและมองเห็นทุกสิ่งที่กำลังเกิดขึ้นในโลกกายภาพใบนี้อย่างทะลุปรุโปร่ง พระเยซูผู้ไม่มีบาปทรงสิ้นพระชนม์บนกางเขนแทนที่คนบาป เพราะพระองค์ทรงมีความรักที่อยู่เหนือความยุติธรรมพระเยซูจึงทรงสำแดงพระราชกิจอันอัศจรรย์แห่งฤทธิ์อำนาจของพระเจ้า เช่น การรักษาโรคที่ไม่มีทางรักษาให้หายและการทำให้ลมและคลื่นสงบนิ่ง เป็นต้น พระองค์ทรงสามารถอ่านความคิดและจิตใจของผู้คนที่เป็นของมิติที่หนึ่งด้วยเช่นกัน

ผู้คนที่อยู่ในมิติที่หนึ่งถูกผูกมัดด้วยข้อจำกัดของเวลาและสถาน

ที่ แต่หลังจากที่เราต้อนรับเอาพระเยซูคริสต์และบังเกิดใหม่ด้วยพระวิญญาณบริสุทธิ์เราก็สามารถเป็นอิสระจากข้อจำกัดเหล่านั้นตามขนาดที่เราเพาะบ่มจิตใจของเราให้เป็นจิตใจฝ่ายวิญญาณ ถ้าเราเป็นมนุษย์ฝ่ายวิญญาณและเป็นอยู่ฝ่ายวิญญาณอย่างสมบูรณ์ซึ่งเป็นของมิติที่ที่สามอันเป็นมิติฝ่ายวิญญาณ ผีมารซาตานที่เป็นของมิติที่สองจะกลัวเราแม้ในฝ่ายร่างกายเราจะอยู่ในมิติที่หนึ่งก็ตาม

ปฐมกาล 1:28 กล่าวว่า "พระเจ้าได้ทรงอวยพรพวกเขาและพระเจ้าตรัสแก่พวกเขาว่า 'จงมีลูกดกและทวีมากขึ้นจนเต็มแผ่นดิน จงมีอำนาจเหนือแผ่นดินนั้น และครอบครองฝูงปลาในทะเล ฝูงนกในอากาศ และบรรดาสัตว์ที่มีชีวิตที่เคลื่อนไหวบนแผ่นดินโลก'" อาดัมเป็นวิญญาณผู้มีชีวิต เขาเป็นผู้มีชีวิตฝ่ายวิญญาณในสวรรค์ชั้นที่สองและมีสิทธิอำนาจที่จะครอบครองเหนือสิ่งสารพัดที่อยู่ในสวรรค์ชั้นที่หนึ่ง

ในทำนองเดียวกัน ถ้าเราสามารถมีความยุติธรรมและความรักของพระเจ้าที่เป็นของสวรรค์ชั้นที่สี่เราก็สามารถสำแดงถึงฤทธิ์อำนาจของพระเจ้าซึ่งเป็นของสวรรค์ชั้นที่สี่ซึ่งอยู่เหนือข้อจำกัดทั้งสิ้นของมนุษย์ เพราะเหตุนี้พระเยซูจึงทรงสัญญาไว้ในยอห์น 14:12 ว่า "เราบอกความจริงแก่ท่านทั้งหลายว่า ผู้ที่เชื่อในเราจะกระทำกิจการซึ่งเราได้กระทำนั้นด้วย และเขาจะกระทำกิจการที่ยิ่งใหญ่กว่านั้นอีก เพราะว่าเราจะไปถึงพระบิดาของเรา"

พระราชกิจแห่งการทรงสร้างเกิดขึ้นในพื้นที่ของพระเจ้า

เราสามารถทำให้ทุกสิ่งสำเร็จลุล่วงในพื้นที่ของพระเจ้าเหนือสิ่งอื่นใด พระราชกิจแห่งการทรงสร้างจะบังเกิดขึ้น เมื่อพระเจ้าทรงสร้างฟ้าสวรรค์และแผ่นดินโลกรวมทั้งสิ่งสารพัดซึ่งอยู่ในที่หล่านั้น นั่นเป็นพระราชกิจแห่งการทรงสร้าง พระเยซูทรงสำแดงพระราชกิจแห่งการทรงสร้างเพราะพระองค์ทรงครอบครองพื้นที่ขอ

งพระเจ้า ตัวอย่างที่ดีที่สุดตัวอย่างหนึ่งได้แก่หมายสำคัญแรกที่พระ
องค์ทรงทำในการทำพันธกิจของพระองค์ซึ่งเป็นการเปลี่ยนน้ำให้เ
ป็นน้ำองุ่น

วันหนึ่งพระองค์เสด็จไปที่งานสมรสและน้ำองุ่นของเจ้าภาพห
มด นางมารีย์รู้สึกไม่สบายใจแทนเจ้าภาพและทูลขอให้พระเยซูช่วย
เหลือเจ้าภาพ ครั้งแรกดูเหมือนว่าพระองค์ทรงปฏิเสธคำขอร้องของ
มารีย์ แต่มารีย์ไม่ได้รู้สึกผิดหวัง แต่เธอกลับแสดงออกถึงความเชื่อ
ที่ไม่เปลี่ยนแปลงของตน เธอรู้ดีว่าพระเยซูคือใครและรู้ว่าพระองค์
ทรงสามารถเปลี่ยนน้ำเป็นน้ำองุ่นได้ มารีย์เชื่อว่าเธอได้รับคำตอบจ
ากพระเยซูแล้ว ดังนั้นเธอจึงสั่งให้พวกคนใช้ทำในสิ่งที่พระเยซูบอก
ให้เขาทำ

พระเยซูทรงมองเห็นความเชื่อของมารีย์และทรงสั่งให้พวกคนใ
ช้เอาน้ำเติมไหให้เต็มทั้งหกใบ เมื่อพวกคนใช้ตักน้ำในไหไปให้เจ้า
ภาพชิมน้ำนั้นได้เปลี่ยนเป็นน้ำองุ่นแล้ว เพียงแค่คิดใคร่ครวญถึงสิ่ง
นั้นในใจ น้ำที่อยู่ในไหทั้งหกใบก็เปลี่ยนเป็นน้ำองุ่นอย่างดี

ในพื้นที่ของพระเจ้า พระราชกิจแห่งการทรงสร้างเช่นนี้สามารถ
เกิดขึ้นได้ด้วยการคิดใคร่ครวญถึงสิ่งนั้นในจิตใจ แน่นอน พระเยซู
ทรงสำแดงพระราชกิจแห่งการทรงสร้างในเวลาที่เหมาะสมตามคว
ามยุติธรรมของพระเจ้า ไม่ใช่ในเวลาใดก็ได้ หมายสำคัญนี้เกิดขึ้น
ได้ก็เพราะนางมารีย์มีความเชื่อที่สมบูรณ์แบบมากพอที่จะทำให้คว
ามยุติธรรมของพระเจ้าสำเร็จ

พระเยซูทรงเลี้ยงดูคนห้าพันคนด้วยขนมปังห้าก้อนกับปลาสอง
ตัวและในอีกเหตุการณ์หนึ่งพระองค์ทรงเลี้ยงประชาชนด้วยขนมปั
งเจ็ดก้อนกับปลาสองตัว เพื่อให้หมายสำคัญนี้เกิดขึ้น อะไรคือสิ่งที่
ขาต้องทำเพื่อให้ความยุติธรรมของพระเจ้าสำเร็จ "ฝ่ายพระเยซูทร
งเรียกพวกสาวกของพระองค์มาตรัสว่า 'เราสงสารคนเหล่านี้ เพรา
ะเขาค้างอยู่กับเราได้สามวันแล้ว และไม่มีอาหารจะกิน เราไม่อยา

กให้เขาไปเมื่อยังอดอาหารอยู่ กลัวว่าเขาจะหิวโหยสิ้นแรงลงตามท
าง'" (มัทธิว 15:32)

ประชาชนหลายพันคนอยู่กับพระเยซูมาเป็นเวลาสามวันติดต่อกั
นด้วยใจปรารถนาที่จะฟังคำสั่งสอนของพระองค์ คนเหล่านั้นฟังคำ
สอนของพระเยซูและชื่นชมยินดีร่วมกันเมื่อคนป่วยไข้ได้รับการรัก
ษาให้หาย ความเชื่อของเขาในพระเยซูมีความสมบูรณ์แบบอย่างน้
อยในช่วงเวลานั้น บนพื้นฐานของความเชื่อของเขานี้เองความรักข
องพระเยซูจึงเพิ่มพูนขึ้นและทำให้ความยุติธรรมของพระเจ้าสำเร็จ
เพื่อทำให้พระราชกิจแห่งการทรงสร้างนั้นเกิดขึ้น

หญิงม่ายแห่งเมืองศาเรฟัทมีประสบการณ์กับพระราชกิจแห่งกา รทรงสร้าง

พระราชกิจแห่งการทรงสร้างคล้ายกันถูกกล่าวถึงใน 1
พงศ์กษัตริย์ 17 เช่นกัน เมื่อเอลียาห์ไปยังเมืองไซดอนและพบกับห
ญิงม่ายแห่งเมืองศาเรฟัทที่เชื่อฟังพระคำของพระเจ้า หญิงม่ายคนนั้
นอยู่ในสภาพที่ยากจนอย่างมาก เนื่องจากความแห้งแล้งอันยาวนา
นจึงทำให้ผู้คนขาดแคลนอาหาร เธอมีแป้งอยู่เพียงกำมือเดียวและน้
ำมันอีกเพียงเล็กน้อย เอลียาห์บอกให้เธอทำขนมปังจากอาหารที่เธอ
เหลืออยู่เพียงเล็กน้อยนั้นพร้อมกับอวยพรเธอว่า "เพราะพระเยโฮว
าห์พระเจ้าของอิสราเอลตรัสดังนี้ว่า `แป้งในหม้อนั้นจะไม่หมดและ
น้ำมันในไหนั้นจะไม่ขาด จนกว่าจะถึงวันที่พระเยโฮวาห์ทรงส่งฝน
ลงมายังพื้นดิน'" (1 พงศ์กษัตริย์ 17:14)

เมื่อได้ยินเช่นกันหญิงม่ายแห่งเมืองศาเรฟัทไม่ได้หาข้อแก้ตัว
ใด ๆ เธอเพียงแต่เชื่อฟัง ถ้าเราคิดด้วยสามัญสำนึกเราจะรู้ว่าหญิงม่
ายคนนี้ไม่ได้อยู่ในสถานการณ์ที่จะทำเช่นนั้นได้ เธออยู่ในสถานกา
รณ์ที่กำลังจะตายหลังจากกินอาหารส่วนสุดท้ายที่เธอมีอยู่และเอลียา
ห์กำลังขออาหารส่วนนั้นจากเธอ หญิงม่ายคนนั้นอาจคิดว่าเอลียาห์

ไม่รู้สึกละอายใจบ้างหรือไง แต่เธอไม่ได้คิดเช่นนั้น พระเจ้าทรงทำ
งานในจิตใจของเธอและช่วยให้เธอรู้ว่าเอลียาห์เป็นคนของพระเจ้า
และเธอเชื่อฟังสิ่งที่เอลียาห์บอกกับเธอ

พระพรชนิดใดที่เธอได้รับเป็นผลตอบแทน 1 พงศ์กษัตริย์
17:15-16 กล่าวว่า "นางก็ไปกระทำตามคำของเอลียาห์
แล้วนาง ตัวท่านและครอบครัวของนางก็รับประทานอยู่หลายวัน
แป้งในหม้อก็ไม่หมด น้ำมันในไหก็ไม่ขาด ตามพระวจนะของพระ
เยโฮวาห์ซึ่งตรัสทางเอลียาห์"
คำว่า "หลายวัน" ในที่นี้ไม่ได้หมายถึงแค่วันหลายวัน
แต่หมายถึงช่วงเวลาอันยาวนาน การที่แป้งและน้ำมันไม่เคยหมด
ถือเป็นพระราชกิจแห่งการทรงสร้าง เอลียาห์สำแดงพระราชกิจแห่
งการทรงสร้างเช่นนั้น (ซึ่งเป็นสิ่งที่เกิดขึ้นในพื้นที่ของพระเจ้าเท่า
นั้น) ได้อย่างไร

เอลียาห์ไม่ได้ครอบครองพื้นที่ของพระเจ้า แต่อย่างน้อยในช่วงเ
วลานั้นท่านอ่านและได้รับพระทัยและน้ำพระทัยของพระเจ้าสำหรับ
บางสิ่งบางอย่างในช่วงเวลาหนึ่ง บางครั้งพระเจ้าทรงอนุญาตให้มนุ
ษย์อ่านพระทัยของพระองค์เพื่อทำให้น้ำพระทัยของพระองค์สำเร็จ
เอลีชาได้รับฤทธิ์อำนาจของเอลียาห์เป็นสองเท่า แต่เมื่อพระ
เจ้าไม่ทรงอนุญาตให้ท่านเข้าใจเอลีชาก็ไม่รู้ด้วยซ้ำไปว่าเพราะเ
หตุใดหญิงชาวชูเนมจึงทุกข์ใจ เธอให้กำเนิดบุตรชายคนหนึ่งเพ
ราะเธอปรนนิบัติเอลีชาคนของพระเจ้าอย่างสุดความพยายามขอ
งเธอ แต่ในทันใดนั้นบุตรชายของเธอก็เสียชีวิตและเมื่อเขาเสียชี
วิต เธอจึงเดินทางไปหาเอลีชาในทันที แต่เอลีชาไม่รู้ว่าหญิงนั้น
มีปัญหาอะไรจนกระทั่งเธอบอกท่านถึงสิ่งที่เกิดขึ้น "และเมื่อนา
งมายังภูเขาถึงคนแห่งพระเจ้าแล้ว นางก็เข้าไปกอดเท้าของท่าน
เกหะซีจึงเข้ามาจะจับนางออกไป แต่คนแห่งพระเจ้าบอกว่า
„ปล่อยเขาเถอะ เพราะนางมีใจทุกข์หนัก และพระเยโฮวาห์ทรงซ่อ

นเรื่องนี้จากฉัน หาได้ตรัสสำแดงแก่ฉันไม่” (2 พงศ์กษัตริย์ 4:27)
เพื่อจะอ่านพระทัยของพระเจ้าและใช้พื้นที่ของพระองค์ การเพา
ะบ่มจิตใจที่อยู่ฝ่ายวิญญาณอย่างสมบูรณ์เป็นสิ่งที่สำคัญอย่างยิ่งเพื่อ
เราจะไว้วางใจในพระเจ้าและเชื่อฟังพระองค์อย่างสมบูรณ์ เหตุผล
ที่ผู้เผยพระวจนะอย่างเอลียาห์ อับราฮัม โมเสส และอัครทูตเปาโลใ
ช้พื้นที่ของพระเจ้าก็เพราะว่าคนเหล่านั้นมีจิตใจที่อยู่ฝ่ายวิญญาณอ
ย่างสมบูรณ์ เมื่อพระเจ้าทรงสั่งให้ท่านเหล่านั้นทำบางสิ่ง คนเหล่านั้
นเข้าใจเจตนารมณ์ของพระเจ้าซึ่งซ่อนอยู่ในคำสั่งของพระองค์ คน
เหล่านั้นสัมผัสได้ว่าพระเจ้าจะทรงกระทำการของพระองค์อย่างไร
และท่านเหล่านั้นสามารถมองเห็นภาพดังกล่าวในความคิดของตน
ดังนั้นคนเหล่านั้นจึงมีความมั่นใจฝ่ายวิญญาณ

เอลียาห์ประกาศถึงพระเจ้าผู้ทรงพระชนม์อยู่อย่างกล้าหาญและ
นำไฟลงมาจากสวรรค์เพราะท่านรู้สึกในจิตใจของท่านในสิ่งที่พระเ
จ้าจะทรงกระทำ เมื่อท่านขอให้หญิงม่ายแห่งเมืองศาเรฟัททำอาหา
รส่วนสุดท้ายที่เธอมีอยู่ให้กับท่านก็เหมือนกัน ถ้าเรามีความไว้วางใ
จในพระเจ้าอย่างสมบูรณ์เราก็สามารถเชื่อฟังแม้กระทั่งในสิ่งที่เราไ
ม่เข้าใจเลยก็ตามและเมื่อเราทำเช่นนั้น สิ่งนั้นก็จะเกิดขึ้นตามที่พระ
เจ้าได้ตรัสไว้ พระราชกิจแห่งการทรงสร้างเกิดขึ้นกับหญิงม่ายเพร
าะทั้งหญิงม่ายและเอลียาห์ทำให้ขนาดแห่งความยุติธรรมของพระเ
จ้าสำเร็จ

หญิงม่ายไว้วางใจเอลียาห์คนของพระเจ้าและเธอเชื่อในคำพูดข
องท่านเหมือนที่เธอเชื่อในพระคำของพระเจ้า เธอเชื่อฟังคำพูดของ
เอลียาห์โดยปราศจากความลังเลและไม่ใช้ความคิดของมนุษย์ ด้วย
วิธีนี้เธอจึงสามารถเข้าร่วมในพื้นที่ของพระเจ้าที่เอลียาห์กำลังใช้อยู่
นั้น

2 พงศาวดาร 20:20 กล่าวว่า “จงเชื่อพระเยโฮวาห์พระเจ้าของ
ท่าน และท่านจะตั้งมั่นคงอยู่ จงเชื่อบรรดาผู้พยากรณ์ของพระองค์

และท่านจะสำเร็จผล”

เอลียาห์ใช้พื้นที่ของพระเจ้า (ซึ่งเป็นของพระเจ้าแต่เพียงผู้เดียว) ด้วยการไว้วางใจในพระองค์อย่างสมบูรณ์ หญิงม่ายไว้วางใจเอลียาห์อย่างสมบูรณ์ สิ่งนี้ส่งผลให้พื้นที่ของพระเจ้าลงมาเหนือทั้งสองคนและทั้งสองเห็นถึงพระราชกิจแห่งการสร้าง พระเจ้าทรงปกคลุมผู้คนด้วยพื้นที่ของพระเจ้าเหมือนในกรณีดังกล่าวข้างต้นถ้าเขาเป็นอันหนึ่งอันเดียวกันกับคนของพระเจ้า (ในความเชื่อและการเชื่อฟัง) ซึ่งใช้พื้นที่ของพระเจ้า

สหายทั้งสามคนของดาเนียลไม่ได้รับอันตรายจากเตาไฟ

สหายทั้งสามคนของดาเนียลถูกโยนเข้าไปในเตาไฟเพียงเพราะคนเหล่านั้นไม่ยอมคุกเข่ากราบไหว้รูปเคารพ เตาไฟนั้นมีความร้อนมากกว่าไฟปกติถึงเจ็ดเท่าและพวกทหารที่เข้าใกล้เตาไฟเพื่อจะโยนบุคคลทั้งสามต่างก็ถูกเผาจนเสียชีวิต เห็นได้ชัดว่าสหายทั้งสามคนของดาเนียลต้องถูกเผาจนตายเช่นกัน แต่ที่จริงแล้วเกิดอะไรขึ้น

ดาเนียล 3:24-25 กล่าวว่า “ขณะนั้นกษัตริย์เนบูคัดเนสซาร์ประหลาดพระทัยทรงลุกขึ้นโดยฉับพลัน พระองค์ตรัสกับบรรดามนตรีของพระองค์ว่า ‘เรามัดสามคนโยนเข้าไปกลางไฟมิใช่หรือ’ เขาทูลตอบกษัตริย์ว่า ‘โอ ข้าแต่กษัตริย์ จริงพระเจ้าข้า’ พระองค์ตรัสตอบว่า ‘ดูเถิด เราเห็นสี่คนถูกปล่อยกำลังเดินอยู่กลางไฟ และเขาทั้งหลายก็ไม่เป็นอันตราย รูปร่างของคนที่สี่นั้นคล้ายคลึงกับพระบุตรของพระเจ้า”

คนที่ถูกโยนลงไปในเตาไฟมีอยู่สามคนอย่างแน่นอน แต่ในเตาไฟมีคนอยู่สี่คน กษัตริย์คิดว่าหนึ่งในคนเหล่านั้นเป็นบุตรของพระเจ้า ปกติผู้คนไม่สามารถมองเห็นสิ่งมีชีวิตฝ่ายวิญญาณ แต่พระเจ้าทรงเปิดตาฝ่ายวิญญาณของกษัตริย์และช่วยให้ท่านมองเห็นสิ่งมีชีวิตฝ่ายวิญญาณที่นั้น หลังจากทั้งสามคนเดินออกมาจากเตา

ไฟแล้ว ผู้คนเห็นว่าไฟไม่ได้ส่งผลกระทบใดกับร่างกายของชายทั้ง
สามคนนี้เลย แม้แต่เส้นผมของเขาก็ไม่หงิกงอ เสื้อผ้าของเขาก็ไม่ไ
ด้รับความเสียหาย และไม่มีกลิ่นไฟที่ตัวเขาเลย (ดาเนียล 3:27)

สิ่งนี้เกิดขึ้นได้อย่างไร เหตุผลที่สหายทั้งสามคนของดาเนียลได้รั
บการปกป้องก็เพราะว่าพื้นที่ของพระเจ้าได้ปกคลุมคนเหล่านั้นเอา
ไว้ เราสามารถสันนิษฐานว่าพื้นที่ของพระเจ้าปกคลุมเขาเอาไว้จาก
วลีที่ว่า "คนที่สี่นั้นคล้ายคลึงกับพระบุตรของพระเจ้า" แน่นอน พระ
เจ้าที่เนบูคัดเนสซาร์กล่าวถึงไม่ใช่ "พระทั้งหลาย" หากแต่เป็นพระเ
จ้าแต่เพียงองค์เดียว แต่การที่เนบูคัดเนสซาร์กล่าวเช่นนั้นก็เพราะท่
านเชื่อในพระของคนต่างชาติ

ถ้าเช่นนั้น "พระบุตรของพระเจ้า" ในข้อนี้คือใคร
นี่คือพระเจ้าพระวิญญาณบริสุทธิ์ พระเจ้าพระวิญญาณบริสุทธิ์เสด็จ
มาหาคนเหล่านั้นและพื้นที่ของพระเจ้าได้ปกคลุมพื้นที่ฝ่ายร่างกายเ
อาไว้

โมเสสเปลี่ยนน้ำขมที่มาราห์ให้เป็นน้ำจืด

อพยพบทที่ 15 บรรยายถึงภาพเหตุการณ์ที่น้ำขมแห่งรามาห์เป
ลี่ยนเป็นน้ำจืดและนี่เป็นเหตุการณ์ที่เกิดขึ้นในพื้นที่ของพระเจ้าเช่
นกัน ชนชาติอิสราเอลเดินข้ามทะเลแดงและมาถึงถิ่นทุรกันดารแล
ะคนเหล่านั้นไม่มีน้ำดื่มเป็นเวลาสามวัน คนเหล่านั้นเดินทางมาพบ
น้ำที่มาราห์ แต่น้ำที่นั้นขมจนไม่สามารถดื่มได้ ตอนนี้ประชาชนเ
ริ่มบ่นต่อว่าโมเสส เมื่อโมเสสอธิษฐานเกี่ยวกับเรื่องนี้พระเจ้าทรงส
ำแดงให้ท่านเห็นต้นไม้ต้นหนึ่ง เมื่อท่านโยนไม้ต้นนั้นลงไปในน้ำ
น้ำขมก็เปลี่ยนเป็นน้ำจืด ต้นไม้ต้นนั้นมีสสารบางอย่างที่สามารถเป
ลี่ยนรสชาติของน้ำได้ใช่หรือไม่ ไม่ใช่ พระเจ้าทรงปกคลุมน้ำนั้นด้
วยพื้นที่ของพระเจ้าและสำแดงพระราชกิจแห่งการทรงสร้างเพราะเ
ห็นแก่ความเชื่อและการเชื่อฟังของโมเสส

พระราชกิจแห่งการทรงสร้างแบบเดียวกันถูกสำแดงให้ปรากฏใ
นคริสตจักรของเราเช่นกันและถวายเกียรติแด่พระเจ้าอย่างยิ่งใหญ่
ผมอธิษฐานอยู่ที่กรุงโซลเพื่อขอให้น้ำเค็มในบ่อที่เมืองมวนเปลี่ยนเ
ป็นน้ำจืดและคำอธิษฐานของผมก็ได้รับคำตอบ

น้ำนั้นมาจากบ่อน้ำแห่งหนึ่งในคริสจักรมันมินที่เมืองมวน
คริสตจักรแห่งนี้ตั้งอยู่เฮเจ เมยอน มวนกูน จังหวัดยอนนัม เมืองนี้
ทั้งเมืองถูกล้อมรอบไว้ด้วยทะเล และเมื่อผู้คนขุดบ่อน้ำเขาก็ได้เพีย
งน้ำทะเลเท่านั้น เขาต้องต่อท่อน้ำไปยังพื้นที่อื่นซึ่งอยู่ห่างออกไปถึง
3 กิโลเมตรเพื่อให้ได้น้ำจืดมาบริโภค แต่ผู้คนในเมืองนี้ยังขาดแคล
นน้ำดื่มตลอดเวลา สมาชิกของคริสตจักรมันมินมวนระลึกถึงหมาย
สำคัญซึ่งเกิดขึ้นที่มาราห์และเชื่อว่าหมายสำคัญแบบเดียวกันสามาร
ถเกิดขึ้นกับเขา คนเหล่านั้นจึงเริ่มต้นอธิษฐานเพื่อขอให้สิ่งนั้นเกิด
ขึ้น สมาชิกที่นั่นขอให้ผมเดินทางมายังเมืองมวนหลายครั้งและอธิษ
ฐานขอให้น้ำเค็มเปลี่ยนเป็นน้ำจืด

ในเดือนกุมภาพันธ์ปี 2000 ผมกำลังจัดประชุมอธิษฐานสิบวันอ
ยู่บนภูเขาและผมอธิษฐานเผื่อคริสตจักรมันมินมวนเป็นพิเศษ ในช่
วงเวลานั้นสมาชิกคริสตจักรมันมินมวนก็จัดให้มีการผลัดกันอดอา
หารเพื่ออธิษฐานเผื่อคริสตจักรและเผื่อผม คนเหล่านั้นมองเห็นรุ้งกิ
นน้ำที่อยู่ในรูปของพระอาทิตย์ทรงกลดปรากฏอยู่เหนือคริสตจักรข
องตนทุกวันเป็นเวลาสิบวัน
หลังจากผมเสร็จสิ้นการอธิษฐานบนภูเขาผมก็ได้รับการดลใจจา
กพระวิญญาณบริสุทธิ์ให้อธิษฐานขอให้น้ำเค็มที่เมืองมวนเปลี่ยนเป็
นน้ำจืด ผมไม่ได้เดินทางไปที่เมืองมวนเพื่ออธิษฐานเผื่อบ่อน้ำนั้นด้
วยตนเอง แต่พระเจ้าทรงกระทำการของพระองค์เหนือกาลเวลาแล
ะสถานที่เพื่อเปลี่ยนน้ำเค็มให้กลายเป็นน้ำจืด
คำอธิษฐานของผมและความเชื่อของสมาชิกคริสตจักรมันมินม
วนทำให้ความยุติธรรมของพระเจ้าสำเร็จและทำให้พระราชกิจแห่ง

การทรงสร้างเกิดขึ้น ทุกวันนี้บ่อน้ำที่คริสตจักรมันมินมวนยังคงมีน้ำจืดผุดออกมาอย่างต่อเนื่อง สาเหตุก็เพราะว่าที่แห่งนี้ถูกปกคลุมด้วยพื้นที่ของพระเจ้าพระผู้สร้าง น้ำจืดที่เมืองมวนได้รับการตรวจพิสูจน์จากสำนักงานคณะกรรมการอาหารและยา (FDA) ของประเทศสหรัฐอเมริกาและได้รับการรับรองว่าเป็นน้ำดื่มเพื่อสุขภาพที่อุดมไปด้วยแร่ธาตุที่มีประโยชน์หลายชนิด นอกจากนั้นยังมีการรักษาโรคมากมายเกิดขึ้นผ่านทางน้ำจืดที่เมืองมวนจนทำให้มีผู้คนจำนวนมากเดินทางมายังคริสตจักรแห่งนี้อย่างไม่หยุดหย่อน

คนตายเป็นขึ้นมาใหม่'

พื้นที่ของพระเจ้าไม่เพียงแต่สามารถสำแดงถึงพระราชกิจแห่งการทรงสร้างเท่านั้น แต่ยังสามารถควบคุมเหนือชีวิตและความตายด้วยเช่นกัน พื้นที่ของพระเจ้าสามารถให้ชีวิตหรือพรากเอาชีวิตได้ด้วยเช่นกัน พื้นที่ของพระเจ้าใช้ได้กับทุกสิ่งที่มีชีวิตไม่ว่าจะเป็นสัตว์หรือพืชก็ตาม

กันดารวิถีบทที่ 17 บันทึกเกี่ยวกับไม้เท้าของอาโรนที่มีดอกตูมและดอกบานงอกออกมา สิ่งนี้เกิดขึ้นได้เพราะไม้เท้าถูกปกคลุมไว้ด้วยพื้นที่ของพระเจ้า ไม้เท้าแห้งมีดอกตูมและดอกบานแตกออกมาและดอกนั้นเกิดเป็นผลอัลมันด์สุกภายในวันเดียว แม้แต่ต้นไม้ที่มีชีวิตก็ต้องใช้เวลาหลายเดือนในการสร้างผลผลิตเช่นนั้น แต่ไม้เท้าของอาโรนใช้เวลาเพียงวันเดียวและเป็นไม้เท้าแห้งที่ผลิดอกออกผล สิ่งนี้เกิดขึ้นได้เพราะไม้เท้านั้นถูกปกคลุมด้วยพื้นที่ของพระเจ้า
เมื่อพระเยซูทรงสาปต้นมะเดื่อ ไม่นานต้นมะเดื่อนั้นก็แห้งตาย สาเหตุก็เพราะว่าต้นมะเดื่อนั้นถูกปกคลุมด้วยพื้นที่ของพระเจ้า "...และเมื่อพระองค์ทรงทอดพระเนตรเห็นต้นมะเดื่อต้นหนึ่งอยู่ริมทาง พระองค์ก็ทรงดำเนินเข้าไปใกล้ เห็นต้นมะเดื่อนั้นไม่มีผลมีแต่ใบเท่านั้น จึงตรัสกับต้นมะเดื่อนั้นว่า 'เจ้าจงอย่ามีผลอีกต่อไป' ทั

นใดนั้นต้นมะเดื่อก็เหี่ยวแห้งไป ครั้นเหล่าสาวกได้เห็นก็ประหลา
ดใจแล้วว่า 'เป็นอย่างไรหนอต้นมะเดื่อจึงเหี่ยวแห้งไปในทันใด'"
(มัทธิว 21:19-20)

กรณีที่พระเยซูทรงทำให้ลาซารัสเป็นขึ้นมาจากความ
ตายก็เช่นเดียวกัน ในยอห์นบทที่ 11 เราอ่านพบว่าลาซารั
สเสียชีวิตมาแล้วสี่วันและร่างกายของเขาเริ่มมีกลิ่นเหม็น
แต่พระเยซูทรงเรียกเขาออกมา วิญญาณของเขากลับมาสู่เขา และร่
างกายที่เน่าเปื่อยของเขาถูกสร้างขึ้นใหม่ สิ่งที่เป็นไปไม่ได้ในโลกก
ายภาพสามารถเป็นไปได้ในทันทีในพื้นที่ของพระเจ้า

เด็กวัยรุ่นชายคนหนึ่งในคริสตจักรของเราสูญเสียการมองเห็นอ
ย่างสิ้นเชิงที่ดวงตาข้างหนึ่งของเขา แต่การมองเห็นของเขากลับคืน
สู่สภาพเดิม เขาเข้ารับการผ่าตัดต้อกระจกที่ตาด้านซ้ายของตนเมื่อเ
ขาอายุสามขวบ แต่ผลกระทบข้างเคียงได้ทำลายม่านตาเขาและทำใ
ห้จอประสาทตาของเขาหลุดลอกผนังเลนส์ใกล้ตาของเขาหลุดออกแ
ละเขามองเห็นไม่ชัด ซ้ำร้ายกว่านั้นนัยน์ตาของเขาหรือลูกตาของเ
ขาก็แฟบลงหรือยุบหายไปด้วยเช่นกัน ในที่สุดเขาก็สูญเสียการมอง
เห็นที่ตาด้านซ้ายของเขาไปอย่างสิ้นเชิงในปี 2006

แต่ในเดือนกรกฎาคม 2007 ตาด้านซ้ายของเขาสามารถมองเห็
นได้อีกครั้งหนึ่งโดยการอธิษฐาน ก่อนหน้านี้ตาด้านซ้ายของเขาไม่
สามารถสัมผัสความสว่างได้ แต่ระดับการมองเห็นของเขาเริ่มพัฒ
นาขึ้นเป็น 0.1 ลูกตาที่ยุบหายไปของเขาได้รับการรื้อฟื้นให้มีขนา
ดปกติดังเดิมเช่นกัน นอกจากนี้ ระดับการมองเห็นของตาด้านขวา
ของเขาเคยอยู่ที่ 0.1 แต่พัฒนาขึ้นมาเป็น 0.9 กรณีนี้ถูกนำเสนอพ
ร้อมหลักฐานยืนยันทางการแพทย์โดยละเอียดต่อหน้าแพทย์มากก
ว่า 220 คนจาก 41 ประเทศในการประชุมหมอคริสเตียนนานาชา
ติครั้งที่ 5 ซึ่งจัดขึ้นที่ประเทศนอร์เวย์ กรณีนี้ได้รับเลือกให้เป็นกรณี
ที่น่าประทับใจที่สุดในหลาย ๆ กรณีที่นำเสนอในที่ประชุม

หลักการเดียวกันนี้สามารถประยุกต์ใช้กับอวัยวะ เนื้อเยื่อ หรือเส้นประสาทอื่น ๆ ด้วยเช่นกัน แม้แต่เส้นประสาทหรือเซลล์และเนื้อเยื่อที่ตายไปแล้วเนื่องจากอุบัติเหตุหรือโรคภัย สิ่งเหล่านี้สามารถกลับสู่สภาพปกติถ้าสิ่งเหล่านี้ได้รับการปกคลุมด้วยพื้นที่ของพระเจ้า แม้แต่ความพิการก็จะได้รับการรักษาให้หายในพื้นที่ของพระเจ้า ยิ่งกว่านั้น โรคภัยไข้เจ็บที่มีต้นเหตุมาจากเชื้อโรคหรือเชื้อไวรัส เช่น โรคมะเร็ง โรคเอดส์ วัณโรค โรคหวัด หรืออาการป่วยไข้ก็สามารถรับการรักษาให้หายในพื้นที่ของพระเจ้าเช่นกัน

ในกรณีของโรคภัย ไฟของพระวิญญาณบริสุทธิ์จะเสด็จมาและเผาผลาญเชื้อโรคหรือเชื้อไวรัสก่อน จากนั้นอวัยวะของร่างกายที่ได้รับความเสียหายเนื่องจากโรคนั้นจะหายโรค แม้แต่สามีภรรยาที่เป็นหมัน ถ้าอวัยวะในร่างกายของเขาที่เป็นปัญหาได้รับการปกคลุมด้วยพื้นที่ของพระเจ้าและหายจากอาการเป็นหมัน เขาก็สามารถมีบุตรได้ แต่เพื่อให้ได้รับการรักษาจากโรคภัยและความป่วยไข้ต่าง ๆ ในพื้นที่ของพระเจ้านั้นบุคคลแต่ละคนต้องมีคุณสมบัติข้อต่าง ๆ ครบถ้วนตามความยุติธรรมของพระเจ้า

พระราชกิจที่อยู่เหนือกาลเวลาและสถานที่

พระราชกิจแห่งฤทธิ์อำนาจที่สำแดงอยู่ในพื้นที่ของพระเจ้าสามารถเกิดขึ้นเหนือข้อจำกัดของกาลเวลาและสถานที่ สิ่งนี้เกิดขึ้นได้เพราะพื้นที่ของพระเจ้าพิชิตและอยู่เหนือมิติอื่น ๆ สดุดี 19:4 กล่าวว่า "เสียงฟ้าก็ออกไปทั่วแผ่นดินโลก และถ้อยคำก็แพร่ไปถึงสุดปลายพิภพ พระองค์ทรงตั้งพลับพลาไว้ให้ดวงอาทิตย์ ณ ที่นั้น" สิ่งนี้หมายความว่าพระคำของพระเจ้าที่ตรัสออกมาจากสวรรค์ชั้นที่สีจะแพร่สะพัดออกไปถึงสุดปลายแผ่นดินโลก

แม้แต่ระยะทางอันยาวไกลในสวรรค์ชั้นที่หนึ่งซึ่งเป็นโลกกายภ

าพก็เหมือนกับไม่ใช่ระยะทางในพื้นที่ของพระเจ้า ความสว่างเดินท
างไปรอบโลกเจ็ดรอบครึ่งในหนึ่งวินาที แต่ความสว่างแห่งฤทธิ์อำน
าจของพระเจ้าสามารถไปถึงสุดปลายแผ่นดินโลกและสุดปลายจักร
วาลภายในชั่วพริบตาเท่านั้น ระยะทางด้านกายภาพไม่ได้มีความห
มายอะไรเลยในพื้นที่ของพระเจ้า

ในมัทธิวบทที่ 8 นายร้อยแห่งกองทัพโรมคนหนึ่งมาหาพระเ
ยซูและทูลขอให้พระองค์ทรงรักษาคนใช้คนหนึ่งของเขาที่กำลัง
ล้มป่วยอยู่ พระเยซูตรัสกับเขาว่าพระองค์จะเสด็จไปตามคำทูลข
องเขา แต่นายร้อยคนนั้นทูลพระองค์ว่า "พระองค์เจ้าข้า ข้าพระ
องค์ไม่สมควรที่จะรับเสด็จพระองค์เข้าใต้ชายคาของข้าพระองค์
ขอพระองค์ตรัสเท่านั้น ผู้รับใช้ของข้าพระองค์ก็จะหายโรค" (ข้อ
8) พระเยซูตรัสกับนายร้อยคนนั้นว่า "ไปเถิด ท่านได้เชื่ออย่างไร
ก็ให้เป็นแก่ท่านอย่างนั้น" (ข้อ 13) ในวินาทีนั้นคนใช้ของเขาก็ได้รั
บการรักษาให้หาย

ผู้ป่วยคนหนึ่งได้รับการรักษาให้หายในสถานที่อีกแห่งหนึ่งเมื่อ
พระเยซูทรงบัญชาด้วยพระดำรัสของพระองค์เพราะพระเยซูทรงค
รอบครองพื้นที่ของพระเจ้า นายร้อยคนนั้นได้รับพระพรก็เพราะว่า
เขาสำแดงถึงความเชื่ออย่างสมบูรณ์ในพระเยซู พระเยซูทรงยกย่อง
ชมเชยความเชื่อของเขาว่า "เราบอกความจริงแก่ท่านทั้งหลายว่า เร
าไม่เคยพบความเชื่อที่ไหนมากเท่านี้แม้ในอิสราเอล" (ข้อ 10)

พระเจ้าทรงสำแดงการทำงานด้วยฤทธิ์อำนาจของพระองค์ที่อยู่เ
หนือกาลเวลาและสถานที่ต่อบรรดาบุตรที่เป็นอันหนึ่งอันเดียวกันกั
บพระองค์ในความเชื่อเสมอ คุณซินเธียที่อยู่ในประเทศปากีสถานก
ำลังจะเสียชีวิตด้วยโรคที่เกี่ยวกับหลอดเลือดแดงในช่องท้อง พี่สาวข
องซินเธียอยู่ในเกาหลีในเวลานั้นและเธอได้นำภาพถ่ายของซินเธีย
มาให้ผมอธิษฐานวางมือบนภาพถ่ายนั้น การรักษาโรคได้เกิดขึ้นเห

นือข้อจำกัดของกาลเวลาและสถานที ในสหรัฐอเมริกา โรเบิร์ต จอ
ห์นสันได้รับการรักษาให้หายจากโรคเหนือกาลเวลาและสถานทีด้ว
ยเช่นกัน เอ็นร้อยหวายของเขาฉีกขาดในการหกล้มครั้งหนึง เขาเดิ
นไม่ได้เนืองจากความเจ็บปวดอย่างแสนสาหัส หมอบอกเขาว่าเขา
จำเป็นต้องเข้ารับการผ่าตัดเพือให้หายจากอาการดังกล่าว แต่เขาไ
ด้รับการรักษาให้หายเป็นปกติในขณะทีใส่เฝือกเพียงเก้าสัปดาห์หลั
งจากนันด้วยคำอธิษฐานในประเทศเกาหลีโดยทีเขาไม่ต้องเข้ารับก
ารผ่าตัดใดเลย นีเป็นการทำงานด้วยฤทธิ์อำนาจของพระเจ้าทีสำแด
งในพืนทีของพระเจ้า

การอัศจรรย์อันพิสดารของอัครทูตเปาโล

กิจการบทที 19 กล่าวว่าพระเจ้าทรงกระทำการอัศจรรย์อันพิสด
ารด้วยมือของเปาโล เมือท่านสังในพระนามของพระเยซูคริสต์ วิญ
ญาณชัวก็ออกไปและการรักษาโรคก็บังเกิดขึนแม้ด้วยผ้าเช็ดหน้าห
รือผ้ากันเปือนทีอยู่บนตัวของท่าน ท่านไม่ได้รับอันตรายจากการถู
กงูพิษกัดและท่านเผยพระวจนะด้วยเช่นกัน "พระเจ้าได้ทรงกระทำ
การอัศจรรย์อันพิสดารด้วยมือของเปาโลจนเขานำเอาผ้าเช็ดหน้าก็
บผ้ากันเปือนจากตัวเปาโลไปวางทีตัวคนป่วยไข้ โรคนันก็หายและ
วิญญาณชัวก็ออกจากคน" (กิจการ 19:11-12)

ในทำนองเดียวกัน ในพืนทีของพระเจ้าพระราชกิจอันทรงอานุ
ภาพของพระเจ้าสามารถเกิดขึนแม้แต่ผ่านทางวัตถุสิงของต่าง ๆ
อย่างเช่น ผ้าเช็ดหน้า นีเป็นสิงทีมหัศจรรย์มากทีเดียว การรักษาโ
รคมากมายเกิดขึนผ่านทางผ้าเช็ดหน้าทีผมอธิษฐานเจิมเอาไว้เช่น
กัน ฤทธิ์อำนาจของพระเจ้าไม่เคยจางหายหรือดับสูญไม่ว่าเวลาผ่า
นไปยาวนานเพียงใดก็ตามตราบใดทีความยุติธรรมของพระเจ้าไม่
ถูกล่วงละเมิด ด้วยเหตุนี ผ้าเช็ดหน้าทีบรรจุฤทธิ์อำนาจของพระเจ้า
เอาไว้จึงเป็นสิงทีมีคุณค่าอย่างมากเพราะผ้าเช็ดหน้านีสามารถเปิด

พื้นที่ของพระเจ้าโดยไม่คำนึงเวลาและสถานที่

แต่ถ้าผ้าเช็ดหน้าเหล่านี้ถูกนำไปใช้ในทางที่ไม่ยำเกรงพระเจ้าโดยบุคคลที่ไม่มีความเชื่อ การทำงานของพระเจ้าก็จะไม่บังเกิดขึ้น คนที่อธิษฐานโดยใช้ผ้าเช็ดและคนที่รับเอาคำอธิษฐานต้องมีคุณสมบัติครบตามความยุติธรรมของพระเจ้า ทั้งสองฝ่ายต้องเชื่อว่าฤทธิ์อำนาจของพระเจ้าอยู่ในผ้าเช็ดหน้านั้นจริง พระเจ้าจะทรงวัดขนาดความเชื่อของคนที่อธิษฐานเผื่อผู้ป่วยและความเชื่อของผู้ป่วยอย่างแม่นยำ คนเหล่านี้สอดคล้องกับความยุติธรรมของพระเจ้ามากเท่าใด การทำงานของพระเจ้าก็จะเกิดขึ้นมากเท่านั้น

โยชูวาทำให้ดวงอาทิตย์และดวงจันทร์หยุดนิ่ง

เหตุผลที่มิติที่สูงกว่าสามารถพิชิตมิติที่ต่ำกว่าก็เพราะว่าพลังของความสว่างและการไหลของเวลาจะแตกต่างกัน พื้นที่ของมิติอยู่สูงมากขึ้นเท่าใด ความสว่างก็จะเจิดจ้ามากขึ้นเท่านั้นและการไหลของเวลาก็จะเร็วขึ้นเท่านั้น ความสว่างของสวรรค์ชั้นที่สี่เจิดจ้าที่สุด รองลงมาคือสวรรค์ชั้นที่สามและชั้นที่สอง

การไหลของเวลาในสวรรค์ชั้นที่สองจะเร็วกว่าสวรรค์ชั้นที่หนึ่งและการไหลของเวลาในสวรรค์ชั้นที่สามจะเร็วกว่านั้นอีก แต่ในสวรรค์ชั้นที่สี่การไหลของเวลาอาจเร็วกว่าหรือช้ากว่า ความช้าหรือเร็วของการไหลของเวลาจะเป็นไปตามที่พระเจ้าทรงใคร่ครวญไว้ในพระทัยของพระองค์ พระเจ้าทรงสามารถขยายเวลาออกไป ทำให้เวลาสั้นเข้า หรือทำให้เวลาหยุดนิ่ง

พระราชกิจแห่งการทรงสร้าง คนตายฟื้นคืนชีพ และการรักษาโรคของพระเจ้าที่เกิดขึ้นเหนือกาลเวลาและสถานที่เกิดขึ้นพร้อมกับการหยุดชะงักของการไหลของเวลา เพราะเหตุนี้เหตุการณ์บางอย่า

งจึงเกิดขึ้นได้ทันทีที่เราคิดใคร่ครวญถึงสิ่งนั้นในจิตใจของเราหรือเกิดขึ้นทันทีที่มีคำสั่งให้สิ่งนั้นเกิดขึ้น

เมื่อโยชูวาทำสงครามกับคนอาโมไรท์ ดวงอาทิตย์และดวงจันทร์หยุดนิ่งและนั่นคือ "การไหลของเวลาที่ยาวออกไป" โยชูวา 10:13 กล่าวว่า "ดวงอาทิตย์ก็หยุดนิ่ง และดวงจันทร์ก็ตั้งเฉยอยู่จนประชาชนได้แก้แค้นศัตรูของเขาเสร็จ" สิ่งนี้เกิดขึ้นเมื่อโยชูวาทำสงครามกับคนอาโมไรท์ในช่วงการยึดครองแผ่นดินคานาอัน อะไรคือปัจจัยที่ทำให้ดวงอาทิตย์หยุดนิ่งตลอดทั้งวันในสวรรค์ชั้นที่หนึ่ง

โลกต้องหมุนรอบตัวเองวันละหนึ่งรอบ เพื่อให้ดวงอาทิตย์หยุดนิ่ง โลกต้องหยุดหมุน ถ้าโลกหยุดหมุนแม้แต่เพียงชั่ววินาทีเดียว สิ่งนี้จะส่งผลกระทบมหาศาลไม่เพียงแต่ต่อโลกเท่านั้น แต่ต่อดาวเคราะห์ดวงอื่น ๆ ด้วยเช่นกัน แต่ดวงอาทิตย์จะหยุดนิ่งตลอดทั้งวันได้อย่างไร

เราสามารถค้นพบคำตอบในพื้นที่ของพระเจ้า ในวินาทีนั้นพระเจ้าทรงปกคลุมโลกและสวรรค์ชั้นที่หนึ่งทั้งหมดด้วยพื้นที่ของพระเจ้า ดังนั้น อย่างน้อยในวินาทีนั้น สิ่งสารพัดในสวรรค์ชั้นที่หนึ่งถูกทำให้เคลื่อนที่ไปในจังหวะเดียวกันกับการไหลของเวลาในมิติฝ่ายวิญญาณ นั่นเป็นการไหลของเวลาที่ยาวออกไปดวงอาทิตย์หยุดนิ่งตลอดทั้งวัน ดังนั้นผู้คนจึงรู้สึกว่าเวลาที่ผ่านพ้นไปนั้นยาวนานมาก แต่แท้ที่จริงเวลาที่ผ่านไปนั้นอาจเป็นเวลาเพียงแค่หนึ่งนาทีหรือหนึ่งวินาทีเท่านั้น

ในเวลานั้นสวรรค์ชั้นที่หนึ่งทั้งหมดอยู่ในการไหลของเวลาของมิติฝ่ายวิญญาณ การไหลของเวลาในโลกกายภาพจึงไม่มีผลกระทบใดเลย ถึงแม้สวรรค์ชั้นที่หนึ่งเพียงส่วนเดียว (ไม่ใช่สวรรค์ชั้นที่หนึ่งทั้งหมด) จะถูกปกคลุมด้วยพื้นที่ของพระเจ้า แต่นั่นก็ไม่เป็นปัญหา

อะไรเนื่องจากส่วนอื่นของพื้นที่ฝ่ายร่างกายยังคงอยู่ภายใต้การไหลของเวลาของพื้นที่ฝ่ายร่างกายอยู่

เอลียาห์วิ่งเร็วกว่ารถม้าของกษัตริย์

ในพระคัมภีร์เราสามารถเห็นตัวอย่างของคนบางคนที่อยู่ในการไหลของเวลาที่สั้นลง สิ่งนี้เกิดขึ้นเมื่อเอลียาห์วิ่งนำหน้ารถม้าของกษัตริย์อาหับซึ่งบันทึกไว้ใน 1 พงศ์กษัตริย์ 18 การไหลของเวลาที่สั้นลงตรงกันข้ามกับการไหลของเวลาที่ยาวออกไป สมมุติว่ามีคนหนึ่งถูกปกคลุมด้วยพื้นที่ของมิติที่สี่เป็นเวลาหนึ่งชั่วโมงตามเวลาของโลกกายภาพ ในพื้นที่ของพระเจ้าเขาสามารถทำให้เวลาหนึ่งชั่วโมงนี้สั้นลงตามที่เขาต้องการ ถ้าเขาทำให้สั้นลง 30 นาที สิ่งนี้ก็ไม่ได้หมายความว่าเวลาอีก 30 นาทีที่เหลือหายไป แต่หมายความว่าเวลาหนึ่งชั่วโมงนั้นถูกบีบให้เหลือ 30 นาที

ยกตัวอย่าง สมมุติว่าท่านขึงผ้ายาวขนาด 100 เมตรผืนหนึ่งเอาไว้และท่านวิ่งจากปลายผ้าด้านหนึ่งไปยังอีกด้านหนึ่งด้วยเวลา 20 วินาที จากนั้นถ้าท่านพับผ้านั้นไว้ครึ่งหนึ่ง ท่านคิดว่าท่านจะใช้เวลานานเท่าใดในการวิ่งจากด้านหนึ่งไปยังอีกด้านหนึ่ง ผ้าผืนนั้นยาว 50 เมตร ดังนั้นท่านจะใช้เวลา 10 วินาทีถ้าท่านพับผ้าอีกครั้งหนึ่ง ความยาวของผ้าก็จะสั้นลงและเวลาก็จะขมวดลง แต่ผ้าผืนนั้นไม่ได้หายไปไหน

การทำเวลาในพื้นที่ของพระเจ้าให้สั้นลงก็คล้ายคลึงกันเอลียาห์วิ่งด้วยความเร็วของท่าน แต่สามารถวิ่งเร็วกว่ารถม้าของกษัตริย์เพราะท่านอยู่ในการไหลของเวลาที่สั้นลง ปกติเครื่องบินพาณิชย์จะบินด้วยความเร็วประมาณ 900 กิโลเมตรต่อชั่วโมง แต่ผู้โดยสารในเครื่องจะไม่รู้สึกถึงความเร็วดังกล่าว

1 พงศ์กษัตริย์ 18:46 กล่าวว่า "และพระหัตถ์ของพระเยโฮวาห์ทรงสถิตอยู่บนเอลียาห์ และท่านก็คาดเอวของท่านไว้ และวิ่งขึ้นหน้าอาหับไปถึงทางเข้าเมืองยิสเรเอล" กษัตริย์อาหับเร่งรถม้าของพระองค์เพื่อหลบฝนและเอลียาห์วิ่งเร็วกว่ารถม้าคันนี้ ท่านสามารถวิ่งเร็วกว่ารถม้าเพราะท่านใช้พื้นที่ของพระเจ้าซึ่งไม่มีข้อจำกัดในเรื่องเวลาและสถานที่ พระคัมภีร์กล่าวว่า "พระหัตถ์ของพระเยโฮวาห์ทรงสถิตอยู่บนเอลียาห์" ด้วยฤทธิ์อำนาจของพระเจ้าร่างกายของเอลียาห์ถูกปกคลุมด้วยฤทธิ์อำนาจของพระองค์และสิ่งที่อยู่เหนือข้อจำกัดของมนุษย์ก็บังเกิดขึ้น

ประสบการณ์กับความเคลื่อนไหวผ่านพื้นที่ต่าง ๆ

ในกิจการบทที่ 8 ฟีลิปได้รับการทรงนำจากพระวิญญาณบริสุทธิ์ให้เดินทางไปพบขันทีชาวเอธิโอเปียบนเส้นทางไปยังเยรูซาเล็ม ท่านประกาศพระกิตติคุณของพระเยซูคริสต์กับขันทีผู้นี้และให้บัพติศมากับท่าน ฟีลิปอยู่ในถิ่นทุรกันดารบนเส้นทางไปยังเมืองกาซา แต่ในชั่วครู่ท่านได้ไปปรากฏตัวที่เมืองอาโซทัส นี่เป็นการเคลื่อนที่ผ่านพื้นที่ฝ่ายวิญญาณซึ่งคล้ายกับ "การล่วงหน" "เมื่อท่านทั้งสองขึ้นจากน้ำแล้ว พระวิญญาณขององค์พระผู้เป็นเจ้าทรงรับฟีลิปไปเสียและขันทีนั้นไม่ได้เห็นท่านอีกจึงเดินทางต่อไปด้วยความยินดี แต่มีผู้ได้พบฟีลิปที่เมืองอาโซทัสและเมื่อเดินทางมา ท่านได้ประกาศข่าวประเสริฐในทุกเมืองจนท่านมาถึงเมืองซีซารียา" (กิจการ 8:39-40)

การที่คนหนึ่งจะล่องหนได้นั้นเขาต้องเดินทางผ่านเส้นทางฝ่ายวิญญาณซึ่งถูกสร้างขึ้นด้วยพื้นที่ของพระเจ้า เมื่อการไหลของเวลาหยุดในเส้นทางฝ่ายวิญญาณนั้น เขาก็สามารถล่องหนได้

พระเจ้าทรงอนุญาตให้สมาชิกคริสตจักรของเรามีประสบการณ์ทางอ้อมกับการเคลื่อนในพื้นที่ฝ่ายวิญญาณประเภทนี้ สิ่งนั้นเกิดขึ้น

ผ่านทางฝูงแมลงปอ แมลงปอซึ่งอยู่ในอีกพื้นที่หนึ่งบินมายังสถานที่
ที่เราอยู่และหายตัวไปผ่านเส้นทางฝ่ายวิญญาณซึ่งถูกสร้างขึ้นในพื้
นที่ของพระเจ้า

แมลงปอฝูงใหญ่ปรากฏตัวขึ้นในสถานที่ที่เราจัดค่ายภาคฤดูร้
อนและแมลงปอเหล่านั้นกินยุงและแมลงมีพิษชนิดอื่นจนหมดสิ้น
ในเวลานั้น ฝูงแมลงปอตัวใหญ่เคลื่อนที่จากสถานที่แห่งหนึ่งไปยังอี
กแห่งหนึ่ง การเคลื่อนที่ของแมลงปอด้วยวิธีนี้เกิดขึ้นครั้งแรกในปี
2006 การเคลื่อนที่นี้เป็นการเคลื่อนแบบแนวตั้งและแนวนอนตาม
ลักษณะของเส้นทางฝ่ายวิญญาณ

สิ่งที่น่าประหลาดใจยิ่งกว่านั้นก็คือเมื่อสมาชิกคริสตจักรเรียกแม
ลงปอ แมลงเหล่านั้นไม่กลัวผู้คนแต่กลับบินมาเกาะตามปลายนิ้วมือ
และส่วนอื่น ๆ ของร่างกายของสมาชิกคริสตจักร แมลงปอมีประโย
ชน์เพราะแมลงเหล่านี้กินยุงและแมลงมีพิษชนิดอื่นในฤดูร้อน ผมจ
ำได้ว่าในวัยเด็กของผมเป็นการยากที่จะจับแมลงปอสักตัวหนึ่ง แม
ลงเหล่านี้จะบินหนีไปทันทีถ้ามันได้กลิ่นว่ามีมนุษย์เข้ามาใกล้มัน นั
บเป็นเวลานานมากที่เราไม่ได้พบเห็นแมลงปอแม้แต่ตัวเดียวในกรุ
งโซล การปรากฏตัวของฝูงแมลงปอจึงเป็นการทำงานของพระเจ้าอ
ย่างแน่นอน

ในปี 2007 ซึ่งเป็นปีต่อมา แมลงปอเริ่มปรากฏตัวขึ้นอีกในช่วง
ต้นเดือนกรกฎาคม ปกติแมลงปอจะปรากฏตัวในช่วงปลายฤดูร้อน
ไปจนถึงฤดูใบไม้ร่วง ในขณะที่แมลงปอที่เป็นตัวอ่อนกำลังบินผ่าน
เส้นทางฝ่ายวิญญาณนั้น พวกตัวอ่อนที่แก่ตัวก็เติบโตเป็นผู้ใหญ่ เมื่
อแมลงปอบินผ่านพื้นที่ในมิติที่สี่ การเจริญเติบโตของแมลงเหล่านี้
มีความรวดเร็วมากขึ้น ในปีนั้นแมลงปอจึงสามารถปรากฏตัวเร็วขึ้
นกว่าปกติ

ยิ่งกว่านั้น ในปี 2008 ไม่เพียงแต่ช่วงเวลาของการปรากฏต

วของแมลงปอเท่านั้นที่ถูกควบคุมไว้ แต่จำนวนของแมลงปอก็ถูกควบคุมไว้ด้วยเช่นกัน ฝูงแมลงปอจำนวนนับไม่ถ้วนเริ่มหลั่งไหลลงมาจากท้องฟ้าโดยเริ่มจากสัปดาห์แรกของเดือนกรกฎาคม กลุ่มพันธกิจกลุ่มต่าง ๆ ของคริสตจักรเราจัดค่ายภาคฤดูร้อนของกลุ่มตนขึ้นในสถานที่ต่าง ๆ ของเกาหลีใต้และสมาชิกคริสตจักรทุกคนมองเห็นแมลงปอบินลงมาจากรอบ ๆ ดวงอาทิตย์ในลักษณะแนวตั้งด้วยตาของตนเอง แมลงปอไม่ได้บินไปพื้นที่อื่น ๆ ในแถบนั้น แมลงปอเหล่านั้นลงมาและหยุดอยู่ในพื้นที่ที่แมลงปอเหล่านั้นลงมาและสมาชิกมองเห็นแมลงปอเกาะอยู่ตามมือ ใบหน้า หรือไหล่ของสมาชิกคริสตจักร

หัวข้อของการจัดค่ายภาคฤดูร้อนในปีนั้นคือ "พื้นที่ฝ่ายวิญญาณ" และผู้เชื่อมีความชื่นชมยินดีอย่างมาก คนเหล่านั้นสามารถเข้าใจคำเทศนาโดยเห็นตัวอย่างจากชีวิตจริงของเคลื่อนไหวของแมลงปอบินผ่านพื้นที่ฝ่ายวิญญาณและบินลงมาหาเขา ค่ายภาคฤดูร้อนครั้งนี้ทำให้ความเชื่อของสมาชิกคริสตจักรเพิ่มสูงขึ้นอีกระดับหนึ่ง พระราชกิจแบบเดียวกันเกิดขึ้นกับคริสตจักรสาขาทุกแห่ง ไม่เฉพาะในเกาหลีใต้เท่านั้นแต่ในทุกประเทศทั่วโลกด้วยเช่นกัน

เหตุการณ์แบบเดียวกันเกิดขึ้นในช่วงฤดูร้อนของปี 2009 ด้วยเช่นกัน กลุ่มพันธกิจแต่ละกลุ่มจัดค่ายภาคฤดูร้อนของกลุ่มตนขึ้นและในปีนั้นมีแมลงปอปรากฏตัวในจำนวนที่มากกว่าปีก่อน พวกผู้เชื่อมองเห็นแมลงปอนับหมื่นนับแสนตัวบินลงมาจากรอบดวงอาทิตย์ผ่านพื้นที่ฝ่ายวิญญาณที่เปิดออก ในขณะที่แมลงปอบินลงมาจากท้องฟ้าแมลงเหล่านั้นส่องแสงวาววับจนดูเหมือนกับเกล็ดของหิมะ

เมื่อชนชาติอิสราเอลกำลังเดินข้ามทะเลแดงที่ถูกแยกออกด้วยพายุกล้า เส้นทางฝ่ายวิญญาณได้ถูกสร้างขึ้นเพื่อคนอิสราเอลในสถา

นทีแห่งนั้น ลองคิดดูซิว่าพายุนั้นจะพัดกระหนำด้วยความแรงเพียง
ใดจนมันสามารถแยกทะเลออกจากกันได้ ไม่มีมนุษย์คนใดสามาร
ถยืนหยัดอยู่ในท่ามกลางพายุทีพัดกระหนำอย่างรุนแรงเช่นนั้นได้
แต่คนอิสราเอลมากกว่าสองล้านคนเดินไปท่ามกลางลมพายุนั้นอย่า
งสงบสุข สาเหตุก็เพราะว่าพระเจ้าได้ทรงสร้างเส้นทางฝ่ายวิญญาณ
ขึ้นในที่แห่งนั้นเพื่อป้องกันไม่ให้ลมพายุกระทบผู้คน จากนั้นเกิดอะ
ไรขึ้นหลังจากทีคนเหล่านั้นข้ามแม่น้ำจอร์แดนเพื่อเข้าไปสู่แผ่นดิน
คานาอัน

โยชูวา 3:15-16 กล่าวว่า "เมื่อคนหามหีบมาถึงแม่น้ำจอร์แดน
และเท้าของปุโรหิตผู้หามหีบก้าวลงในริมแม่น้ำแล้ว (แม่น้ำจอร์แ
ดนขึ้นท่วมฝั่งตลอดฤดูเกี่ยวข้าวเสมอ) น้ำที่ไหลมาจากข้างบนก็ห
ยุดตั้งขึ้นและนูนขึ้นเป็นกองไกลออกไปยิงนักตั้งแต่เมืองอาดัมซึง
เป็นเมืองอยู่ข้าง ๆ เมืองศาเรธานและน้ำที่ไหลลงสู่ทะเลแห่งที่ราบ
คือทะเลเค็มนั้นก็ขาดกันสืน แล้วประชาชนก็ข้ามไปที่ฝั่งตรงข้ามเมื
องเยรีโค"
จากจุดที่ชนชาติอิสราเอลยืนอยู่นั้นน้ำทีอยู่ต้นทางน้ำได้ก่อตัวกัน
ขึ้นเป็นกองเดียวและกระแสน้ำก็ยังเหลืออยู่อย่างต่อเนือง ในเวลานี
พื้นที่ฝ่ายวิญญาณถูกสร้างขึ้นในรูปทรงที่มีลักษณะคล้ายกับเขือน

วิธีการต่าง ๆ ในการใช้ประโยชน์จากเส้นทางฝ่ายวิญญาณ

ถ้าเราสามารถใช้ประโยชน์จากเส้นทางฝ่ายวิญญาณได้ดีเราก็สา
มารถควบคุมดินฟ้าอากาศได้เช่นกัน ยกตัวอย่าง สมมุติว่ามีพื้นที่ส
องแห่งกำลังประสบกับภัยพิบัติ พื้นที่แห่งหนึงเกิดน้ำท่วมและพื้นที่
อีกแห่งหนึงเกิดความแห้งแล้ง ถ้าเราสามารถเคลือนเมฆฝนจากพื้น
ที่มีเกิดน้ำท่วมไปยังพื้นที่ทีแห้งแล้งเราก็สามารถแก้ปัญหาให้กับทั้ง
สองพื้นที่ได้

การมีน้ำฝนตกลงมาในอิสราเอลโดยไม่คาดฝันคือตัวอย่างของเรื่องนี้ ในเดือนกันยายนปี 2009 ผมอธิษฐานเผื่อสิ่งหนึ่งในขณะที่ผมกำลังเตรียมตัวสำหรับการประกาศใหญ่ในอิสราเอล อิสราเอลกำลังประสบกับความยากลำบากอันเนื่องมาจากความแห้งแล้งอย่างรุนแรงที่เกิดขึ้นอย่างต่อเนื่องในช่วงห้าปีที่ผ่านมา ศิษยาภิบาลในอิสราเอลอธิบายถึงสถานการณ์และขอให้ผมอธิษฐานเผื่อเรื่องนี้

ถ้าข้อเสนอที่ถือเป็นความสนใจในระดับชาติเช่นนี้จะได้รับคำตอบ คนเหล่านั้นต้องทำตามเงื่อนไขบางอย่าง นั่นคือ ประธานาธิบดีหรือผู้นำในระดับเทียบเท่าต้องขอให้ผมอธิษฐานเผื่อด้วยความเชื่อ หรือผู้คนส่วนใหญ่ต้องขอให้ผมอธิษฐานเผื่อด้วยความเชื่อ แต่เพราะผมรู้สึกเห็นอกเห็นใจกับสถานการณ์ของคนเหล่านั้นผมจึงอธิษฐานขอให้มีฝนตกลงมาในอิสราเอลเพื่อดับความแห้งแล้งของประเทศนี้ในวันแรกและวันที่สองของการจัดประกาศ

อะไรคือผลลัพธ์ที่เกิดขึ้น ประเทศอิสราเอลมีเส้นแบ่งอย่างชัดเจนระหว่างฤดูฝนกับฤดูแล้ง เดือนกันยายนเป็นฤดูแล้งและแทบไม่มีฝนตกในเดือนกันยายน บางครั้งฝนอาจเริ่มตกบ้างเล็กน้อยในช่วงปลายเดือนตุลาคมและฤดูฝนที่แท้จริงเริ่มต้นจากเดือนธันวาคมถึงกุมภาพันธ์ของปีถัดไป นอกจากนั้น เนื่องจากความแห้งแล้งอันยาวนานระดับของน้ำในทะเลกาลิลีจะลดต่ำลงถึงจุดที่ต่ำกว่าจุดฉุกเฉินซึ่งอยู่ในระดับ 280 เมตร นี่เป็นจุดที่ต่ำที่สุดซึ่งทำให้ไม่สามารถดึงน้ำมาจากทะเลกาลิลีมาใช้ได้

แต่หนึ่งวันหลังจากการประกาศสิ้นสุดลงภาคเหนือของอิสราเอลเริ่มมีฝนตก ในวันที่ 13 กันยายน (ซึ่งเป็นวันอาทิตย์) ในเยรูซาเล็มและเทลอาวีฟมีน้ำฝนจำนวนมากตกลงมา ศิษยาภิบาลอิสราเอลชื่นชมยินดีและถวายเกียรติแด่พระเจ้าโดยพูดว่าเขาขอบคุณคำอธิษฐานของผมที่เขาได้รับน้ำฝน

แต่ไม่ใช่เท่านั้น ในสัปดาห์ต่อมามีฝนตกลงมาอย่างมากและกระทร
วงทรัพยากรน้ำของอิสราเอลรายงานว่าน้ำฝนที่เขาได้รับในช่วงเวล
าสองวันมีปริมาณเท่ากับจำนวนน้ำฝนโดยเฉลี่ยที่เขาได้รับในเดือน
กันยายนและเดือนตุลาคม ถ้าถือตามความยุติธรรมของพระเจ้าสิ่งนี้
ไม่สามารถเกิดขึ้นได้ แต่พระเจ้าทรงได้ยินคำอธิษฐานและพระอง
ค์ทรงกระทำการเหนือความยุติธรรมด้วยการทรงอนุญาตให้คนเหล่
านั้นได้รับน้ำฝน

พายุไต้ฝุ่นสองลูกกำลังมุ่งหน้ามายังประเทศฟิลิปปินส์เมื่อครั้งที่
ผมเดินทางไปจัดการประกาศใหญ่ขึ้นที่นั่นในปี 2001 พายุไต้ฝุ่น
"นาริ" (พายุลูกที่ 16) และพายุไต้ฝุ่น "เลกิมา" (พายุลูกที่ 19) กำ
ลังมุ่งหน้ามายังประเทศฟิลิปปินส์ด้วยความแรงของลมเท่ากับพ
ายุเฮอริเคน ถ้าพายุไต้ฝุ่นเข้ามาตามเส้นทางนั้นตามที่ได้พยาก
รณ์อากาศเอาไว้ เราคงไม่สามารถจัดการประกาศใหญ่ขึ้นที่นั่น
ในการพบปะกับสื่อสารมวลชน นักข่าวถามผมว่าการประกาศใหญ่
จะเกิดขึ้นได้หรือไม่เนื่องจากพายุไต้ฝุ่นกำลังมา

ในเวลานั้นผมตอบว่า "พายุไต้ฝุ่นจะสงบลงหรือไม่ก็จะเปลี่ยนทิ
ศทางของมัน ในช่วงการจัดประกาศใหญ่จะไม่มีฝนหรือพายุไต้ฝุ่นเ
กิดขึ้นแน่นอนครับ ดังนั้นผมขอเชิญชวนทุกคนให้เข้าร่วมในการป
ระกาศนั้น" พายุไต้ฝุ่น "นาริ" สงบลง ไม่นานก่อนการประกาศใหญ่
และพายุไต้ฝุ่น "เลกิมา" เปลี่ยนทิศทางของมันอย่างฉับพลันโดยเคลี
อนตัวอ้อมฟิลิปปินส์ไป เราสามารถจัดการประกาศใหญ่โดยไม่มีปั
ญหาใด

เราสามารถยับยั้งพายุไต้ฝุ่นและภัยพิบัติทางธรรมชาติอย่าง
อื่น (เช่น ภูเขาไฟระเบิด หรือ แผ่นดินไหว เป็นต้น) ถ้าเราใช้
ประโยชน์จากพื้นที่ฝ่ายวิญญาณ เราสามารถปกคลุมแหล่งแห่ง
การระเบิดของภูเขาหรือจุดของการเกิดแผ่นดินไหวได้ด้วยพื้น

ทีของพระเจ้าและสิ่งเหล่านี้สามารถเกิดขึ้นได้เมื่อสิ่งนั้นถูกต้องตามความยุติธรรมของพระเจ้า ยกตัวอย่าง เพื่อหยุดภัยพิบัติที่ก่อความเสียหายครั้งใหญ่ในระดับชาติ ผู้นำประเทศควรขอให้มีการอธิษฐานเผื่อ นอกจากนั้น แม้ในยามที่พื้นที่ฝ่ายวิญญาณเปิดออก ความยุติธรรมของสวรรค์ชั้นที่หนึ่งก็ไม่อาจถูกละเลยทั้งหมด การทำงานของพื้นที่ฝ่ายวิญญาณจะถูกจำกัดไว้ตามขนาดของความสับสนที่เกิดขึ้นในสวรรค์ชั้นที่หนึ่งหลังจากพื้นที่ฝ่ายวิญญาณถูกเปิดออก พระเจ้าทรงครอบครองสวรรค์ทั้งสิ้นด้วยฤทธานุภาพสูงสุดของพระองค์และพระองค์ทรงเป็นพระเจ้าแห่งความรักและความยุติธรรม

ความรักที่อยู่เหนือความยุติธรรม

ในปฐมกาลบทที่ 18 เราสามารถอ่านพบว่าพระเจ้าได้ตรัสกับอับราฮัมไว้ล่วงหน้าเกี่ยวกับสิ่งที่จะบังเกิดอะไรขึ้นกับเมืองโสโดมและเมืองโกโมราห์ที่เสื่อมลงเพราะบาป "พระเยโฮวาห์ตรัสว่า 'เพราะเสียงร้องของเมืองโสโดมและเมืองโกโมราห์ดังมากและเพราะบาปของพวกเขาก็หนักเหลือเกิน เราจะลงไปเดี๋ยวนี้ดูว่าพวกเขากระทำตามเสียงร้องทั้งสิ้นซึ่งมาถึงเราหรือไม่ ถ้าไม่ เราจะรู้'" (ปฐมกาล 18:20-21)

เมืองโสโดมและเมืองโกโมราห์ต้องถูกลงโทษเพราะความบาปของคนในเมืองนั้นตามกฎของความยุติธรรม แต่พระเจ้าทรงอนุญาตให้อับราฮัมรู้ล่วงหน้าเกี่ยวกับการลงโทษนี้เพราะโลทหลานชายของอับราฮัมอาศัยอยู่ที่นั่น นี่เป็นพระทัยของพระเจ้าผู้ทรงต้องการให้โอกาสคนเหล่านั้นอีกครั้งหนึ่ง

จากนั้นอับราฮัมทูลขอต่อพระเจ้าถึงห้าครั้งเพื่อช่วยเมืองโสโดมให้รอด ครั้งแรกท่านทูลขอพระเจ้าเพื่อไม่ให้ทำลายเมืองนั้นถ้าที่นั้นมีคนชอบธรรมอยู่ห้าสิบคนและจากนั้นสี่สิบห้าคน สี่สิบคน

สามสิบคน ยี่สิบคน และในที่สุดจำนวนที่ต่อรองลดลงเหลือเพีย
งสิบคน "เขาทูลว่า 'โอ ขอทรงโปรดอย่าให้องค์พระผู้เป็นเจ้าท
รงพระพิโรธเลย และข้าพระองค์จะยังกราบทูลครั้งนี้ครั้งเดียว
บางทีจะพบสิบคนที่นั่น' และพระองค์ตรัสว่า 'เราจะไม่ทำลายเมือง
นั้นเพราะเห็นแก่สิบคน'" (ปฐมกาล 18:32)

แม้จะเป็นเพียงสิ่งทรงสร้างคนหนึ่ง แต่อับราฮัมก็สามารถทูลขอ
กับพระเจ้าอย่างกล้าหาญ สิ่งนี้แสดงให้เราเห็นว่าท่านมีพระทัยของ
องค์พระผู้เป็นเจ้าและเป็นอันหนึ่งอันเดียวกันกับพระเจ้า ท่านทูลขอ
ด้วยความรักที่ร้อนรนเพื่อเปลี่ยนพระทัยของพระเจ้าและช่วยผู้คนใ
นเมืองนั้นให้รอดและพระเจ้าทรงประทับใจกับความรักของท่านแล
ะทรงสัญญาที่จะทำตามคำขอของท่าน

พระเจ้าทรงกระทำการด้วยความรักภายในขอบเขตของความยุ
ติธรรม ดังนั้นพระองค์จึงทรงต้องการที่จะสำแดงความกรุณาและพ
ระเมตตาแม้กระทั่งในยามที่พระองค์ทรงกำลังลงโทษโสโดมและโก
โมราห์และพระองค์ทรงให้โอกาสอีกครั้งหนึ่งกับเขาด้วยความรักที่
อยู่เหนือความยุติธรรมผ่านทางคำอธิษฐานของคนชอบธรรมอย่าง
อับราฮัม

ในที่สุดเมืองโสโดมและโกโมราห์ก็ถูกลงโทษเพราะเมืองเหล่านั้
นไม่มีคนชอบธรรมถึงสิบคนด้วยซ้ำไป แต่โลทหลานชายของอับร
าฮัมและครอบครัวของเขาได้รับการช่วยกู้ สาเหตุก็เพราะว่าโลทอยู่
ในพื้นที่ของอับราฮัมซึ่งเป็นบุคคลที่พระเจ้าทรงรัก กล่าวคือ เพราะ
พระเจ้าทรงรักอับราฮัมมากพระเจ้าจึงทรงปกคลุมโลทและครอบครั
วของเขาไว้ด้วยพื้นที่ฝ่ายวิญญาณเพราะพระองค์ทรงระลึกถึงอับรา
ฮัม

ตามที่อธิบายไปแล้วว่าสิ่งสารพัดสามารถถูกควบคุมได้ด้วยค
วามรักและความยุติธรรมของพระเจ้าในพื้นที่ของพระเจ้า ความ

รักทำให้ความยุติธรรมเป็นโมฆะโดยไม่ได้ละเมิดความยุติธรรม นั้น เพื่อทำให้สิ่งนี้เกิดขึ้น เราต้องเพาะบ่มจิตใจที่สอดคล้องกับคว ามยุติธรรมของสวรรค์ชั้นที่สี่ กล่าวคือ เมื่อเราเพาะบ่มจิตใจที่เป็น หนึ่งเดียวกับพระทัยของพระเจ้าเราก็สามารถสำแดงถึงการทำงาน ของพระเจ้าที่อยู่เหนือความยุติธรรมโดยไม่ได้ละเมิดความยุติธรร มของสวรรค์ชั้นที่สี่

ปัญหาก็คือเราจะเพาะบ่มพระทัยของพระเจ้าได้อย่างไร เราต้อง เอาชนะการทดลองและความยากลำบากที่เกินความเข้าใจของมนุษ ย์ด้วยความเชื่อและความรักเพียงอย่างเดียวจนกว่าเราจะเพาะบ่มพ ระทัยของพระเจ้า เราต้องพร้อมที่จะชดใช้ตามเงื่อนไขแห่งความยุ ติธรรมของพระเจ้าด้วยการเข้าสู่การทดลองและความยากลำบากที่ ละก้าวจนกระทั่งเราจะสามารถใช้ประโยชน์จากพื้นที่ของพระเจ้าด้ วยการเรียนรู้ถึงความยุติธรรมของสวรรค์ชั้นที่สี่

อับราฮัมพบกับความยากลำบากและการทดลองมากมายเช่นกัน กว่าที่ท่านจะถูกเรียกว่า "มิตรสหายของพระเจ้า" เมื่อท่านอายุเจ็ดสิ บห้าปีพระเจ้าตรัสกับท่านว่าชนชาติใหญ่ชนชาติหนึ่งจะเกิดขึ้นผ่าน ทางท่าน แต่ท่านไม่มีบุตรเลยแม้แต่คนเดียวเป็นเวลามากกว่ายี่สิบปี แต่เมื่อท่านมีอายุเก้าสิบเก้าปี (ในยามที่ซาราห์อายุแปดสิบเก้าปีและ มีบุตรไม่ได้) พระเจ้าตรัสกับท่านในที่สุดว่าท่านจะมีบุตรชายคนหนี่ งในปีต่อมา

สิ่งนี้เป็นไปไม่ได้อย่างสิ้นเชิงด้วยความรู้ของมนุษย์ แต่อับราฮัม ไว้วางใจในพระเจ้าและท่านไม่เคยสงสัย พระเจ้าทรงรับรองว่าควา มเชื่อของท่านคือความชอบธรรมและเมื่อท่านเชื่อท่านก็มีบุตรชาย คนหนึ่งชื่ออิสอัค แต่เมื่ออิสอัคกำลังเติบโตและน่ารัก พระเจ้าทรงบ อกให้อับราฮัมถวายอิสอัคเป็นเครื่องเผาบูชา อับราฮัมเชื่อว่าพระเจ้ จะทรงสามารถทำให้อิสอัคเป็นขึ้นมาจากความตายแม้ท่านจะถวา

ยเขาเป็นเครื่องเผาบูชาก็ตามเพราะพระเจ้าตรัสกับท่านแล้วว่าลูกห
ลานจำนวนมากจะเกิดมาผ่านทางอิสอัค อับราฮัมสามารถถวายบุตร
ชายคนเดียวของท่านเป็นเครื่องเผาบูชาโดยไม่มีความลังเลเพราะท่
านยำเกรงพระเจ้าอย่างแท้จริง

หลังจากที่อับราฮัมผ่านการทดลองและความยากลำบากทั้
งหมดแล้วพระเจ้าทรงเรียกท่านว่า "มิตรสหายของพระเจ้า"
และทรงตั้งให้ท่านเป็น "บิดาแห่งความเชื่อ" หลังจากการทดลองค
รั้งสุดท้ายในเรื่องการถวายอิสอัคบุตรชายคนเดียวของท่านเป็นเค
รื่องเผาบูชา อับราฮัมก็ได้รับพระพรทั้งสิ้นที่ผู้ชายคนหนึ่งจะสาม
ารถรับได้ เช่น พระพรของการมีบุตร สุขภาพ ทรัพย์สินเงินทอง
และชีวิตที่ยืนยาว

พระเจ้าทรงกำลังมองหาบุตรที่แท้จริงซึ่งเป็นผู้ที่ได้รับพร
ะพรมากมายและนำดวงวิญญาณจำนวนมากมาสู่หนทางแห่ง
ความรอดผ่านการอธิษฐานแห่งความเชื่อและความรักเหมือ-
นที่อับราฮัมได้กระทำ พระเจ้าทรงสำแดงให้เราเห็นถึงพระราชกิจแ
ห่งการทรงสร้างด้วยการควบคุมชีวิตและความตายและพระราชกิจ
ที่อยู่เหนือกาลเวลาและสถานที่เพราะพระองค์ทรงต้องการบุตรที่แท้
จริงที่มีพระทัยของพระเจ้า
ปฐมกาล 18:17-19 กล่าวว่า "พระเยโฮวาห์ตรัสว่า 'เราจะซ่อน
สิ่งซึ่งเรากระทำจากอับราฮัมหรือด้วยว่าอับราฮัมจะเป็นประชาชาติ
ใหญ่โตและมีกำลังมากอย่างแน่นอนและบรรดาประชาชาติทั้งหลาย
ในแผ่นดินโลกจะได้รับพระพรเพราะเขาเพราะว่าเรารู้จักเขา เขาจ
ะสั่งลูกหลานและครอบครัวของเขาที่สืบมา พวกเขาจะรักษาพระมร
รคาของพระเยโฮวาห์ เพื่อทำความเที่ยงธรรมและความยุติธรรมเพื่
อพระเยโฮวาห์จะประทานแก่อับราฮัมตามสิ่งซึ่งพระองค์ได้ตรัสไว้เ
กี่ยวกับเขา'"

ถ้าเพียงแต่เราสามารถเข้าใจหลักการพื้นฐานเกี่ยวกับพื้นที่ของ
พระเจ้าที่ผมได้อธิบายมาจนถึงจุดนี้ เราก็จะสามารถเข้าใจเหตุการ
ณ์มากมายในพระคัมภีร์ลึกซึ้งมากขึ้นและเราสามารถมีประสบการ
ณ์กับสิ่งเหล่านั้นในชีวิตของเราด้วยเช่นกัน เราสามารถอยู่เหนือข้
อจำกัดของมนุษย์ถ้าเราเป็นบุตรที่แท้จริงของพระเจ้าด้วยการเชื่อ
ในพระเจ้าและการรื้อฟื้นพระฉายาที่เสียไปของพระองค์ขึ้นมาให
ม่ เพราะเหตุนี้พระเยซูเจ้าผู้ทรงคืนพระชนม์จึงได้มอบคำตรัสสุดท้
ายให้กับเราก่อนที่พระองค์จะเสด็จขึ้นสู่สวรรค์ "แต่ท่านทั้งหลายจะ
ได้รับพระราชทานฤทธิ์เดช เมื่อพระวิญญาณบริสุทธิ์จะเสด็จมาเห
นือท่าน และท่านทั้งหลายจะเป็นพยานฝ่ายเราทั้งในกรุงเยรูซาเล็ม
ทั่วแคว้นยูเดีย แคว้นสะมาเรีย และจนถึงที่สุดปลายแผ่นดินโลก"
(กิจการ 1:8)

อะไรคือทางลัดไปสู่การได้รับฤทธิ์เดชของพระเจ้าและการเ
ป็นพยานขององค์พระผู้เป็นเจ้า ทางลัดก็คือการชำระจิตใจของ
เราให้บริสุทธิ์และการอธิษฐานอย่างร้อนรนเพื่อเป็นบุคคลที่เข้า
สู่ฝ่ายวิญญาณอย่างสมบูรณ์เพื่อเราจะสามารถใช้ประโยชน์จาก
พื้นที่ของพระเจ้า นอกจากนี้ เราต้องพยายามที่จะเพาะบ่มความยุติ
ธรรมและความรักของพระเจ้าเอาไว้อย่างสมบูรณ์แบบเพื่อเราจะส
ามารถรับเอานครเยรูซาเล็มใหม่ (ซึ่งเป็นที่อยู่อาศัยที่งดงามที่สุดใน
สวรรค์) และแม้กระทั่งพื้นที่ของพระเจ้าไว้เป็นมรดก

บทที่ 2

พระฉายาของพระเจ้า

บุคคลสามารถรื้อฟื้นพระฉายาที่เสียไปของพระเจ้าขึ้นมาใหม่เมื่อเขาเป็นบุตรที่แท้จริงของ
พระเจ้าซึ่งมีพระทัยของพระเจ้า แต่สิ่งนี้ไม่ได้หมายความว่าตัวเขาจะเป็นเหมือนพระเจ้า พระเจ้
าทรงดำรงอยู่ในฐานะความสว่างซึ่งไร้รูปร่างหรือพระองค์อาจมีสัณฐานแบบหนึ่งแบบใดก็ไ
ด้

พระเจ้าทรงมีสัณฐานเพื่อการเตรียมมนุษย์

มนุษย์ถูกสร้างขึ้นตามพระฉายาของพระเจ้า

เราไม่สามารถมองดูพระพักตร์ของพระเจ้าโดยตรง

ขนาดแห่งสัณฐานของพระเจ้า

พระฉายาของพระเจ้าในมุมมองของอัครทูตยอห์น

การเข้าส่วนในสภาพของพระเจ้า

พระเจ้าทรงมีรูปร่างหน้าตาอย่างไร พระองค์ทรงมีขนาดใหญ่แค่ไหน

เมื่อคนหนึ่งต้อนรับเอาพระเยซูคริสต์และเรียนรู้มากขึ้นเกี่ยวกับ
พระเจ้า เขาควรมีความอยากรู้อยากเห็นเกี่ยวกับพระฉายาของพระ
เจ้ารวมทั้งเกี่ยวกับแผ่นดินของพระเจ้า เมื่อลูกถูกแยกจากพ่อแม่ขอ
งตนเป็นเวลานานเขาจะรักและคิดถึงพ่อแม่ สิ่งนี้คล้ายคลึงกับการที่
เราแสวงหาและใฝ่หาพระเจ้าในส่วนลึกแห่งธรรมชาติของเรา

มัทธิว 5:8 กล่าวว่า "บุคคลผู้ใดมีใจบริสุทธิ์ ผู้นั้นเป็นสุข
เพราะว่าเขาจะได้เห็นพระเจ้า" "การมีจิตใจบริสุทธิ์" หมายถึง "การ
ไม่ปักใจอยู่กับสิ่งที่ไร้ความหมาย แต่เป็นการมีจิตใจสะอาดบริสุทธิ์
ในความจริง" นี่เป็นจิตใจที่ไร้ตำหนิและจุดด่างพร้อยและหมายถึงก
ารที่เราไม่คิดในสิ่งที่ชั่วหรือสิ่งที่หยาบคาย ข้อนี้กล่าวว่าคนที่มีใจบริ
สุทธิ์จะเห็นพระเจ้า ข้อความนี้หมายถึงอะไร ข้อนี้ไม่ได้หมายความ
ว่าคนเหล่านั้นจะเห็นพระลักษณะดั้งเดิมของพระเจ้า แต่หมายควา
มว่าเขาจะมีประสบการณ์กับพระเจ้าด้วยการได้รับทุกสิ่งที่ตนทูลขอ
จากพระเจ้า

แต่ไม่ได้หมายความว่ามนุษย์จะไม่มีวันมองเห็นพระฉายาของ
พระเจ้าได้เลย เพียงแต่หมายความว่ามนุษย์ไม่สามารถมองดูพระเ
จ้าได้โดยตรง (อพยพ 33:20) พระเจ้าทรงเป็นพระวิญญาณ ดังนั้น
เราจึงไม่สามารถรู้จักพระฉายาของพระเจ้าได้อย่างสมบูรณ์เพราะเ
ราไม่สามารถมองดูพระเจ้าได้โดยตรง แต่พระเจ้าตรัสว่าเราถูกสร้า
งขึ้นตามพระฉายาของพระองค์ ดังนั้นพอจะอนุมานได้ว่าพระเจ้าแ

ละเรามีลักษณะบางอย่างเหมือนกัน เราสามารถจินตนาการว่าพระเจ้ามีรูปร่างหน้าอย่างไรจากพระคัมภีร์ซึ่งเป็นการเปิดเผยของพระเจ้า

พระเจ้าทรงมีสัณฐานเพื่อการเตรียมมนุษย์

เราพบในหนังสืออพยพ 3:14 ว่าพระเจ้าทรงอธิบายถึงพระองค์ว่า "เราเป็นผู้ซึ่งเราเป็น" พระองค์ทรงเป็นพระเจ้าผู้สมบูรณ์แบบผู้ทรงดำรงอยู่ด้วยพระองค์เองก่อนนิรันดร์กาล มนุษย์มีความรู้จำกัด ดังนั้นเราจึงคิดว่าทุกสิ่งต้องมีจุดเริ่มต้น เพราะเหตุนี้พระเจ้าจึงทรงใช้คำว่า "ปฐมกาล" แต่ก็เพื่อความเข้าใจของเราเท่านั้น

ยอห์น 1:1 กล่าวว่า "ในปฐมกาลพระวาทะทรงดำรงอยู่และพระวาทะทรงสถิตอยู่กับพระเจ้าและพระวาทะทรงเป็นพระเจ้า" และปฐมกาล 1:1 กล่าวว่า "ในปฐมกาลพระเจ้าทรงเนรมิตสร้างฟ้าและแผ่นดิน"

พระเจ้าทรงสร้างมนุษย์เมื่อพระองค์ทรงสร้างฟ้าและแผ่นดินรวมทั้งสิ่งสารพัดซึ่งอยู่ในที่เหล่านั้น ดังนั้นคำว่า "ปฐมกาล" ในหนังสือปฐมกาลจึงเป็นการสร้างความสัมพันธ์กับมนุษย์ ในอีกด้านหนึ่งคำว่า "ปฐมกาล" ในยอห์นบทที่ 1 คือจุดหนึ่งในกาลเวลาซึ่งอยู่ก่อนช่วงเวลาแห่งการทรงสร้างอันยาวนาน นอกจากนี้ คำว่า "ปฐมกาล" คำนี้ไม่มีความสัมพันธ์กับมนุษย์

ในปฐมกาลพระเจ้าทรงดำรงอยู่ในพื้นที่อันเป็นพื้นที่ฝ่ายวิญญาณซึ่งไม่ปรากฏแก่ตาของเรา พระเจ้าทรงดำรงอยู่ในฐานะความสว่างเจิดจ้าอันงดงามและทรงครอบครองเหนือสิ่งสารพัดซึ่งปกคลุมเหนือพื้นที่ทั้งหมดของจักรวาล พระเจ้าทรงมีความเป็นมนุษย์และความเป็นพระเจ้า เพราะเหตุนี้พระองค์จึงทรงวางแผนเรื่องการเตรียมมนุษย์เพื่อพระองค์จะมีบุตรที่แท้จริงและพระองค์ทรงเริมดำรงอยู่ในฐานะองค์ตรีเอกานุภาพ ซึ่งได้แก่ พระบิดา พระบุตร และพระวิญญาณบริสุทธิ์

นั่นเป็นช่วงเวลาที่พระเจ้าทรงเริ่มมีพระฉายา ปฐมกาล 1:26 กล่าวว่า "และพระเจ้าตรัสว่า 'จงให้พวกเราสร้างมนุษย์ตามแบบฉา

ยาของพวกเรา ตามอย่างพวกเรา...'"

แน่นอน พระฉายาในที่นี้ไม่ใช่รูปลักษณ์ฝ่ายร่างกายเหมือนร่าง
กายของมนุษย์ แต่เป็นพระฉายาฝ่ายวิญญาณเพื่อทำให้พระเจ้าผู้ทร
งเป็นพระวิญญาณมีสัณฐาน ทูตสวรรค์ (ซึ่งเป็นกองทัพแห่งสวรรค์)
หรือพวกเครูบเป็นสิ่งมีชีวิตฝ่ายวิญญาณ แต่ทูตสวรรค์และพวกเครู
บก็มีสัณฐานของตน พระเจ้าในปฐมกาลไม่ทรงมีสัณฐานที่เฉพาะเจ
าะจง แต่ ณ จุดหนึ่งพระองค์ทรงมีสัณฐานที่เฉพาะเจาะจง

พระเจ้าตรีเอกานุภาพทรงมีสัณฐานบางอย่างเพื่อเห็นแก่เราผู้เป็
นมนุษย์และเมื่อพระองค์ทรงสร้างโลก (ซึ่งเป็นเวทีสำหรับการเตรี
ยมมนุษย์) พระองค์ได้เสด็จลงมายังโลกนี้ พระองค์ทรงเสาะดูว่าแผ่
นดินโลกต้องการสิ่งใดบ้างในอนาคตและพระองค์จะทรงสร้างสิ่งเห
ล่านั้นอย่างไร จากนั้นพระองค์ทรงเริ่มต้นสร้างสิ่งสารพัดอย่างแท้จ
ริง

มนุษย์ถูกสร้างขึ้นตามพระฉายาของพระเจ้า

พระเจ้าตรีเอกานุภาพทรงสร้างมนุษย์ขึ้นตามพระฉายาของพร
ะองค์ในวันที่หกของการทรงสร้าง สิ่งนี้ไม่ได้หมายความว่ามนุษย์เ
ป็นพระฉายาของพระเจ้าเฉพาะรูปร่างภายนอกเท่านั้น แต่หมายค
วามว่าจิตใจของเราก็ถูกสร้างขึ้นตามพระฉายาของพระเจ้าด้วยเช่น
กัน

แต่นับจากการไม่เชื่อฟังของอาดัมเป็นต้นมามนุษย์ได้สูญเสียพ
ระฉายาที่ตนได้รับเมื่อเขาถูกสร้างขึ้นนั้นไปและมนุษย์เริ่มเปรอะเ
ปื้อนด้วยความบาปเพิ่มมากขึ้น การที่อาดัมสูญเสียพระฉายาของพ
ระเจ้านั้นไม่ได้หมายความว่าพระฉายาภายนอกจางหายไป แต่หม
ายความว่าอาดัมสูญเสียธรรมชาติหรือสภาพของพระเจ้า (ซึ่งถือเป็
นกลิ่นหอมอันบริสุทธิ์) นั้นไป มนุษย์ประกอบด้วยวิญญาณ จิตใจ
และร่างกาย แต่ความบาปได้ส่งผลทำให้มนุษย์ทุกคน "ตาย" จากเว
ลานั้นเป็นต้นมามนุษย์จึงไม่ต่างไปจากสัตว์ซึ่งถูกสร้างให้มีเพียงจิต
ใจและร่างกายเท่านั้น

แต่เมื่อถึงเวลาพระเจ้าได้ทรงส่งพระเยซูเข้ามาในโลกนี้เพื่อเ

ปิดหนทางแห่งความรอดเพื่อว่าทุกคนจะรอด พระเจ้าทรงประท
านพระวิญญาณบริสุทธิ์เป็นของขวัญให้กับทุกคนที่ต้อนรับเอาพ
ระเยซูคริสต์ จากนั้นวิญญาณของเขาที่ตายไปแล้วก็ถูกชุบขึ้นมา
ใหม่และเขาก็สามารถเริ่มรื้อฟื้นพระฉายาของพระเจ้าที่สูญเสีย
ไปนั้นขึ้นมาใหม่ พระเจ้าผู้บริสุทธิ์ทรงต้องการให้บุตรของพระ
องค์มีความบริสุทธิ์อยู่ในเขาเช่นกัน เพราะเหตุนี้พระองค์จึงทรง
เรียกร้องให้เราเป็นคนบริสุทธิ์เหมือนที่ 1 เปโตร 1:16 กล่าวว่า
"ท่านทั้งหลายจงเป็นคนบริสุทธิ์ เพราะเราเป็นผู้บริสุทธิ์"

พระเจ้าไม่ได้ทรงทอดพระเนตรดูรูปร่างภายนอก แต่พระองค์ท
อดพระเนตรดูจิตใจของแต่ละคน เราสามารถเป็นบุตรที่แท้จริงของ
พระเจ้าถ้าเราต่อสู้กับความบาปจนถึงโลหิตไหลรวมทั้งกำจัดบาปแ
ละความชั่วร้ายทุกรูปแบบทิ้งไป ยิ่งเราเป็นเหมือนพระเจ้าผู้ทรงเป็น
ความสว่างมากขึ้นเท่าใด เราก็สามารถรื้อฟื้นพระฉายาของพระเจ้า
ที่สูญเสียไปขึ้นมาใหม่และส่องความสว่างที่เจิดจ้าออกไปจากรูปร่า
งฝ่ายวิญญาณของเรามากยิ่งขึ้นเท่านั้น

1 ยอห์น 5:18 กล่าวว่า "เราทั้งหลายรู้ว่า คนใดที่บังเกิดจากพร
ะเจ้าก็ไม่กระทำบาป แต่ว่าคนที่บังเกิดจากพระเจ้าก็ระวังรักษาตัว
และมารร้ายนั้นไม่แตะต้องเขาเลย" พระเจ้าทรงปกป้องผู้คนที่ดำเนิ
นชีวิตด้วยพระคำของพระเจ้าและ ไม่ทำบาป เนื่องจากความสว่างอั
นสดใสของคนเหล่านี้ผีมาซาตานจึงไม่สามารถเข้าใกล้เขาได้

พระประสงค์ของพระเจ้าในการสร้างโลกและมนุษย์เพื่อว่าพระ
องค์จะมีบุตรที่แท้จริงซึ่งมีพระฉายาของพระเจ้า แต่มนุษย์เกือบทุ
กคนนับจากการทรงสร้างเป็นต้นมาไม่ได้เพาะบ่ม (หรือยังไม่ได้)
พระฉายาของพระเจ้าเอาไว้ แม้มีมนุษย์เกิดมาจำนวนนับไม่ถ้วนนั
บจากอาดัม แต่ก็มีเพียง ไม่กี่คนเท่านั้นที่ได้เพาะบ่มจิตใจที่พระเจ้า
ทรงต้องการให้เขาเพาะบ่มเอาไว้อย่างแท้จริง คนเหล่านี้เดินไปกับ
พระเจ้าและทรงสำแดงพระสิริของพระองค์ในชีวิตของเขา คนเหล่
านี้ทำการอัศจรรย์ด้วยฤทธิ์อำนาจที่อยู่เหนือจินตนาการของมนุษย์
เอลียาห์นำไฟลงมาจากสวรรค์ อับราฮัมพร้อมที่จะถวายอิสอัคบุตร
ชายคนเดียวของตนเป็นเครื่องเผาบูชา อัครทูตเปาโลสัตย์ซื่อด้วยชีวิ
ตและความรักทั้งสิ้นของท่าน เมื่อพระเจ้าทรงทอดพระเนตรเห็นผู้ค

นเช่นนี้พระองค์ทรงปลื้มปีติยินดี

ในทางตรงกันข้าม แม้ในท่ามกลางผู้คนที่พระเจ้าทรงเคยใช้เพื่อแผ่นดินของพระองค์ก็ยังมีบางคนที่พระเจ้าไม่ทรงถือว่าเป็น "คนของพระเจ้าอย่างแท้จริง" ยกตัวอย่าง ในกรณีของเอลีชา ท่านได้เรียนรู้ทุกสิ่งจากเอลียาห์และได้รับฤทธิ์อำนาจของเอลียาห์เป็นสองเท่า แต่จิตใจของเอลียาห์ไม่ได้ดีพร้อมเหมือนจิตใจของเอลียาห์ (2 พงศ์กษัตริย์ 2:24) เมื่อเด็กเล็ก ๆ บางคนตามมาล้อเลียนท่านจนท่านทนไม่ได้ ในที่สุดท่านก็แช่งเด็กเหล่านั้น หมีสองตัวออกมาจากป่าและฉีกเด็กพวกนั้นเสียสี่สิบสองคน

โลทมองเห็นความดีในอับราฮัมเช่นกัน แต่กระนั้นเขาก็ไม่ได้เพาะบ่มจิตใจแห่งความดีของอับราฮัมเอาไว้ เขาได้รับพระพรด้านวัตถุมากมายเพราะอับราฮัมและอับราฮัมได้ช่วยกู้ชีวิตของเขาให้รอดพ้นจากสถานการณ์ที่อันตราย ถึงกระนั้นเขาก็ไม่ได้เพาะบ่มจิตใจที่ดีพร้อมเอาไว้

แน่นอน เอลีชาทำสิ่งที่อัศจรรย์มากมายและผู้คนพูดว่าท่านเป็นคนของพระเจ้า แต่ผู้คนพูดเช่นกันเพราะเขาเคารพนับถือท่านในฐานะผู้เผยพระวจนะคนหนึ่ง คนของพระเจ้าที่แท้จริง ไม่ใช่บุคคลที่พระเจ้าสามารถใช้เพื่อทำตามพระประสงค์ของพระเจ้าแค่ในช่วงเวลาหนึ่งเท่านั้น คนของพระเจ้าที่แท้จริงคือคนที่รื้อฟื้นพระฉายาของพระเจ้าที่สูญเสียไปขึ้นมาใหม่ด้วยการมีจิตใจที่สะอาดและบริสุทธิ์โดยไม่มีตำหนิหรือจุดด่างพร้อยใด ๆ

เราไม่สามารถมองดูพระพักตร์ของพระเจ้าโดยตรง

นับจากการล้มลงในความบาปของอาดัม ไม่มีมนุษย์คนใดในสวรรค์ชั้นที่หนึ่งสามารถมองดูพระพักตร์ของพระเจ้าผู้ทรงเป็นความสว่างได้โดยตรง พระเจ้าทรงเป็นพระวิญญาณและเราไม่สามารถมองเห็นพระองค์ด้วยสายตาฝ่ายร่างกาย ยิ่งกว่านั้น อพยพ 33:20 กล่าวว่า "เจ้าจะเห็นหน้าของเราไม่ได้ เพราะมนุษย์เห็นหน้าเราแล้วจะมีชีวิตอยู่ไม่ได้"

เอลียาห์ถูกรับขึ้นไปสู่สวรรค์โดยไม่ได้เห็นความตายและกระน

นท่านก็ไม่สามารถมองดูพระเจ้าได้โดยตรง 1 พงศ์กษัตริย์ 19:12-13 กล่าวว่า "ภายหลังแผ่นดินไหวก็เกิดไฟ แต่พระเยโฮวาห์หาทรงสถิตในไฟนั้นไม่ ภายหลังไฟก็มีเสียงเบา ๆ และเมื่อเอลียาห์ได้ยินท่านก็เอาผ้าคลุมหน้าไว้ออกไปยืนอยู่ที่ปากถ้ำและดูเถิด มีเสียงมาถึงท่านว่า 'เอลียาห์เอ๋ย เจ้าทำอะไรอยู่ที่นี่'" เอลียาห์ต้องเอาผ้าคลุมหน้าไว้เพียงแค่ท่านได้ยินพระสุรเสียงที่แผ่วเบาจากพระเจ้า

ผู้วินิจฉัย 13:22 กล่าวเช่นกันว่า "และมาโนอาห์พูดกับภรรยาของตนว่า 'เราจะตายเป็นแน่ เพราะเราได้เห็นพระเจ้า' มาโนอาห์เป็นบิดาของแซมสัน อิสยาห์กล่าวเช่นกันว่า 'และข้าพเจ้าว่า 'วิบัติแก่ข้าพเจ้า เพราะข้าพเจ้าพินาศแล้ว เพราะข้าพเจ้าเป็นคนริมฝีปากไม่สะอาด และข้าพเจ้าอาศัยอยู่ในหมู่ชนชาติที่ริมฝีปากไม่สะอาด เพราะนัยน์ตาของข้าพเจ้าได้เห็นกษัตริย์ คือพระเยโฮวาห์จอมโยธา'" (อิสยาห์ 6:5)

ผู้คนเสียชีวิตเมื่อเขาล่วงละเมิดสถานที่หรือสิ่งของที่ถูกแยกไว้ต่างหากสำหรับพระเจ้า นี่คือสิ่งที่เกิดขึ้นกับพวกผู้คนแห่งเบธเชเมชที่ถูกประหารเนื่องจากเขามองเข้าไปในข้างในหีบแห่งพระเยโฮวาห์ (1 ซามูเอล 6:19)

เนื่องจากมนุษย์จะเสียชีวิตถ้าเขามองดูพระพักตร์ของพระเจ้าโดยตรง พระเจ้าจึงทรงเปิดเผยพระองค์ทางอ้อม พระองค์ทรงสำแดงพระองค์เองในเปลวไฟบนพุ่มไม้หรือในไฟหรือในหมู่เมฆ พระองค์ทรงสำแดงพระองค์เองในการอัศจรรย์ต่าง ๆ เช่น การแยกทะเลแดงและการทำให้ดวงอาทิตย์และดวงจันทร์หยุดนิ่ง หรือในหมายสำคัญต่าง ๆ เช่น คนง่อยลุกขึ้นเดินได้ คนตาบอดมองเห็น คนหูหนวกได้ยิน คนใบ้พูดได้ หรือคนตายฟื้นคืนชีพ เป็นต้น

พระเจ้าทรงสำแดงพระฉายาของพระองค์ผ่านทางพระเยซูองค์พระผู้เป็นเจ้าเช่นกันเหมือนที่กล่าวไว้ในโคโลสี 1:15 ที่ว่า "พระองค์ทรงเป็นพระฉายาของพระเจ้า ผู้ซึ่งไม่ประจักษ์แก่ตา ทรงเป็นบุตรหัวปีเหนือสรรพสิ่งทั้งปวง"

166

ยอห์น 1:18 กล่าวว่า "ไม่มีใครเคยเห็นพระเจ้าในเวลาใดเลย พระบุตรองค์เดียวที่บังเกิดมา ผู้ทรงสถิตในพระทรวงของพระบิดา พระองค์ได้ทรงสำแดงพระเจ้าแล้ว" และยอห์น 14:9 พระเยซูตรัสว่า "ผู้ที่ได้เห็นเราก็ได้เห็นพระบิดา และท่านจะพูดได้อย่างไรว่า 'ขอสำแดงพระบิดาให้ข้าพระองค์ทั้งหลายเห็น'"

ปัจจุบันผู้คนจำนวนมากพูดว่าเขาเชื่อในพระเจ้าแต่เขากลับไม่รู้จริง ๆ ว่าพระองค์คือใครและเขาไม่เข้าใจพระทัยและน้ำพระทัยของพระองค์ คนเหล่านี้จินตนาการภายในกรอบความคิดส่วนตัวของเขาว่าพระเจ้ามีลักษณะอย่างไร คนเหล่านี้เป็นเหมือนกับกบที่อยู่ในบ่อน้ำซึ่งคิดว่าท้องฟ้าเล็ก ๆ กลม ๆ ที่มันมองเห็นนั้นแหละคือท้องฟ้าทั้งหมด เช่นเดียวกัน คนเหล่านี้ไม่สามารถแบ่งปันความรักที่แท้จริงกับพระเจ้าพระบิดาได้ และยิ่งกว่านั้น เมื่อเขาเห็นผู้คนที่พระเจ้าทรงรักเขาจะคิดว่าเป็นประหลาด

พระเยซูทรงสำแดงพระฉายาของพระเจ้า

เพราะเหตุใดพระเยซูจึงตรัสไว้ในยอห์น 14:9 ว่า "ผู้ที่ได้เห็นเราก็ได้เห็นพระบิดา" สาเหตุก็เพราะว่าพระเยซูทรงอยู่ในพระเจ้าพระบิดาและพระเจ้าทรงอยู่ในพระเยซู ดังนั้นพระเจ้ากับพระเยซูจึงเป็นอันหนึ่งอันเดียวกันอย่างสมบูรณ์ เพราะเหตุนี้ พระดำรัสที่พระเยซูตรัสจึงไม่ใช่ถ้อยของพระองค์เอง แต่เป็นพระดำรัสที่พระเจ้าพระบิดาประทานให้

ในยอห์น 12:49-50 พระองค์ตรัสว่า "เพราะเรามิได้กล่าวตามใจเราเอง แต่ซึ่งเรากล่าวและพูดนั้น พระบิดาผู้ทรงใช้เรามา พระองค์นั้นได้ทรงบัญชาให้แก่เรา เรารู้ว่าพระบัญชาของพระองค์นั้นเป็นชีวิตนิรันดร์ เหตุฉะนั้นสิ่งที่เราพูดนั้น เราก็พูดตามที่พระบิดาทรงบัญชาเรา" และในมัทธิว 15:30-31 ว่า "และประชาชนเป็นอันมากมาเฝ้าพระองค์ พาคนง่อย คนตาบอด คนใบ้ คนพิการ และคนเจ็บอื่นๆหลายคนมาวางแทบพระบาทของพระเยซู

แล้วพระองค์ทรงรักษาเขาให้หาย คนเหล่านั้นจึงอัศจรรย์ใจนั
กเมื่อเห็นคนใบ้พูดได้ คนพิการหายเป็นปกติ คนง่อยเดินได้
คนตาบอดกลับเห็น แล้วเขาก็สรรเสริญพระเจ้าของชนชาติอิสรา
อล"

เมื่อพระเยซูทรงเป็นพยานถึงพระบิดาด้วยพระคำ พระเจ้าท
รงสำแดงให้เห็นว่าพระองค์ทรงยิ่งใหญ่สูงสุดผ่านหมายสำคัญ
การอัศจรรย์ รวมทั้งสิ่งที่เหนือธรรมชาติและแปลกประหลาด ผู้คน
ที่เชื่อและติดตามพระเยซูสามารถเห็นฤทธิ์อำนาจของพระเจ้าและถ
วายพระสิริแด่พระเจ้า แต่ผู้คนที่ไม่เชื่อพระเยซูก็ทิ้งพระองค์ไปและ
แยกตัวไป คนเหล่านั้นเชื่อพระเยซูแม้เขาเห็นการทำงานอย่างอัศจ
รรย์ของพระเจ้าด้วยตาของตนเพียงเพราะสิ่งเหล่านั้นไม่ตรงกับหลั
กทฤษฎีและความรู้ของเขา

พระเยซูทรงแบกรับเอากางเขนอันน่าเวทนาโดยสมัครใจเพื่อทำ
ให้การจัดเตรียมล่วงหน้าในเรื่องรอดสำเร็จเพราะพระองค์ทรงเป็น
อันหนึ่งอันเดียวกันกับพระเจ้าพระบิดาอย่างสมบูรณ์ พระองค์ทรงมี
พระทัยเดียวกันกับพระเจ้าผู้ทรงต้องการที่จะช่วยมวลมนุษย์ผู้เป็นค
นบาปให้รอดแม้หนทางนั้นจะเป็นหนทางแห่งความทุกข์ทรมานก็ต
าม พระองค์ทรงมีน้ำพระทัยแบบเดียวกันกับพระเจ้าตรงที่ว่าพระอ
งค์ต้องเป็นเครื่องบูชาไถ่บาป เพราะเหตุนี้พระเยซูจึงรับเอาหนทาง
แห่งกางเขนโดยไม่ลังเลแม้หนทางนั้นจะคับแคบและยากลำบากด้ว
ยวิธีคิดของมนุษย์

ทำไมเราต้องไม่ทำรูปจำลองของพระเจ้า

ในหนังสืออพยพบทที่ 3 พระเจ้าทรงเรียกโมเสสจากเปลวไฟที่อ
ยู่บนพุ่มไม้ที่ภูเขาโฮเรบ พระองค์ทรงบอกให้โมเสสไปนำชนชาติอิ
สราเอลที่กำลังทนทุกข์อยู่ในอียิปต์เพื่อนำเขากลับไปยังอาคานาอัน
แผ่นดินแห่งพันธสัญญา เพราะเหตุใดพระเจ้าจึงทรงปรากฏอยู่ใน
ปลวไฟบนพุ่มไม้

เมื่อพุ่มไม้ติดไฟพุ่มไม้ต้องถูกไฟเผาผลาญอย่างแน่นอน การที่
พุ่มไม้ไม่ถูกไฟเผาผลาญนั้นถือเป็นสิ่งที่ไม่ธรรมดาหรือเปลวไฟก็ไ

ม่ได้ดับเช่นกัน พระเจ้าทรงตั้งพระทัยที่จะให้โมเสสเห็นโลกฝ่ายวิญ
ญาณที่ไม่มีวันเสื่อมหาย

นอกจากนั้น พุ่มไม้ยังถือเป็นสัญลักษณ์ของ "การแช่งสาป"
เช่นกัน ดังนั้นการที่ทูตของพระเจ้าปรากฏตัวเป็นเปลวเพลิงบนพุ่ม
ไม้จึงหมายความว่าพระเจ้าทรงเป็นผู้ที่ควบคุมแม้กระทั่งพุ่มไม้ที่ถู
กแช่งสาป ในทางกลับกันในแง่วิญญาณจิตสิ่งนี้แสดงให้เห็นว่าผีมา
รซาตานอยู่ภายใต้การควบคุมของพระเจ้า โมเสสเป็นบุคคลที่มีคุณ
สมบัติในสายพระเนตรของพระเจ้าผ่านช่วงเวลา 40 ปีแห่งการทด
ลองและความยากลำบากและในที่สุดพระเจ้าได้ทรงเรียกท่านเพื่อท
ำให้ท่านเป็นผู้นำของอิสราเอล

แต่ภายหลังเมื่อพระเจ้าทรงเปิดเผยพระองค์เองกับชนชาติอิสรา
เอลในเปลวเพลิงที่ภูเขาโฮเรบ คนเหล่านั้นได้ยินเพียงพระสุรเสียงข
องพระองค์โดยที่เขาไม่เห็นรูปลักษณ์ใดเลย พระเจ้าทรงเตือนคนอิ
สราเอลเกี่ยวกับความจริงข้ออีกครั้งหนึ่งในภายหลังและพระองค์ท
รงห้ามไม่ให้เขาสร้างรูปจำลองใด ๆ อย่างหนักแน่น "เหตุฉะนั้นท่า
นทั้งหลายจงระวังตัวให้ดี เพราะในวันนั้นพวกท่านไม่เห็นสัณฐาน
อันใด เมื่อพระเยโฮวาห์ตรัสกับท่านทั้งหลายที่โฮเรบจากท่ามกลาง
เพลิง เกรงว่าท่านทั้งหลายจะหลงทำรูปเคารพแกะสลักสำหรับตัวท่
านทั้งหลายเป็นสัณฐานสิ่งหนึ่งสิ่งใด เป็นรูปตัวผู้หรือตัวเมีย เหมือ
นสัตว์เดียรัจฉานอย่างใดในโลก เหมือนนกที่มีปีกบินไปในอากาศ
เหมือนสิ่งใด ๆ ที่คลานอยู่บนดิน เหมือนปลาอย่างใดที่อยู่ในน้ำใต้แ
ผ่นดินโลกเกรงว่าพวกท่านเงยหน้าขึ้นดูท้องฟ้าและเมื่อท่านเห็นดว
งอาทิตย์ ดวงจันทร์ และดวงดาว คือบริวารของท้องฟ้า พวกท่านจะ
ถูกเหนียวรั้งให้นมัสการและปรนนิบัติสิ่งเหล่านั้น เป็นสิ่งซึ่งพระเยโ
ฮวาห์พระเจ้าของพวกท่านทรงแบ่งแก่ชนชาติทั้งหลายทั่วใต้ฟ้าทั้ง
สิ้น" (เฉลยธรรมบัญญัติ 4:15-19)

อะไรคือเหตุผลที่พระเจ้าตรัสเช่นนี้ มนุษย์ถูกสร้างให้มีรูปลักษ
ณ์ที่แน่นอน ดังนั้นเขาจึงมีความโน้มเอียงที่จะสร้างรูปจำลองหรือสั
ณฐานของพระเจ้าเช่นกัน พระเจ้าทรงเป็นห่วงว่าถ้ามนุษย์ทำเช่นนี้
นเขาจะจำกัดธรรมชาติของพระเจ้าไว้ในกรอบของรูปจำลองถาวร

บางอย่าง ถ้าเขาสร้างรูปจำลองของพระเจ้า สิ่งนั้นจะไม่ช่วยให้เขา เข้าใจพระองค์ดีขึ้น แต่รูปนั้นจะไม่ช่วยให้เขาสามารถมองเห็นสัณฐานที่แท้จริงของพระเจ้าด้วยการถูกล่อลวงจากสัณฐาน "ปลอม" ผลลัพธ์ก็คือสิ่งนี้อาจนำเขาไปสู่การกราบไหว้รูปเคารพซึ่งเป็นสิ่งหนึ่งที่พระเจ้าทรงรังเกียจมากที่สุด

พระเจ้าทรงเป็นพระวิญญาณและเราจะสร้างรูปจำลองของพระองค์และอธิบายพระองค์ได้อย่างไร ดังนั้นเมื่อโมเสสทูลขอให้พระเจ้าทรงสำแดงพระองค์ให้ท่านเห็น พระเจ้าทรงสัญญากับโมเสสว่าพระองค์จะทรงสำแดงคุณความดีทั้งมวลให้ท่านประจักษ์ แทนที่จะสำแดงสัณฐานที่เป็นวัตถุให้ท่านเห็น

น้ำแข็งตัวเป็นน้ำแข็งฉันใด หรือน้ำเดือดกลายเป็นไอน้ำฉันใด พระเจ้าก็ทรงสามารถสำแดงพระองค์ในหลากหลายรูปทรงสัณฐานที่มีธรรมชาติเดียวกันด้วยฉันนั้น พระองค์ทรงช่วยให้มนุษย์เข้าใจพระองค์ด้วยวิธีนี้เพราะพระองค์ทรงเป็นพระวิญญาณและมนุษย์มีข้อจำกัดฝ่ายร่างกายของตน

ขนาดแห่งสัณฐานของพระเจ้า

พระคัมภีร์หลายตอนพูดถึงอวัยวะในพระกายของพระเจ้า เช่น "พระเนตร" (1 พงศ์กษัตริย์ 8:29) "พระกรรณ" (เนหะมีย์ 1:6) และ "พระหัตถ์" (อิสยาห์ 65:2) เป็นต้น คำพูดเหล่านี้มีความหมายเชิงสัญลักษณ์เพียงอย่างเดียวใช่หรือไม่ กรณีนี้ไม่ได้เป็นเช่นนั้น

พระเจ้าไม่ได้ดำรงอยู่ในฐานะความว่างเปล่าที่ไร้รูปลักษณ์ พระองค์ทรงมีรูปทรงสัณฐานบางอย่างซึ่งหมายความว่าพระองค์ทรงเป็นสสารอย่างชัดเจน แต่พระองค์ทรงแตกต่างจากมนุษย์ในแง่ที่ว่าพระองค์ทรงมีสัณฐานของวิญญาณโดยปราศจากร่างกายในขณะที่มนุษย์มีวิญญาณ จิตใจ และร่างกาย พระเจ้าทรงมีสัณฐานของความสว่างอันเจิดจ้าและเราไม่สามารถมองดูพระองค์ได้โดยตรง นอกจากนี้ พระองค์ทรงแตกต่างจากมนุษย์อย่างชัดเจนในแง่ที่ว่าครั้งแรกอาดัมมีรูปร่างและจากนั้นรูปร่างของเขาถูกเติมด้วยความจริงในขณะที่พระเจ้าทรงเป็นความจริงและจากนั้นพระองค์จึงทรงเริ่ม

มีรูปทรงสัณฐานบางอย่าง

บางคนอาจคิดว่าพระเจ้าคงมีรูปร่างใหญ่โตมากเพราะพระองค์ทรงเป็นพระผู้สร้างที่สร้างสิ่งสารพัดในจักรวาลและทรงครอบครองเหนือสิ่งเหล่านั้น แน่นอน พระองค์ทรงมีสัณฐานขนาดใหญ่ แต่พระองค์ทรงสามารถเปลี่ยนสัณฐานของพระองค์ได้อย่างอิสระ ด้วยเหตุนี้ เราจึงไม่สามารถเข้าใจว่าพระเจ้าทรงมีรูปทรงสัณฐานอย่างไรถ้าเราคิดด้วยความเข้าใจของมนุษย์

แม้หลังจากที่เราเข้าไปสู่สวรรค์ เราก็ยังมีความแตกต่างอย่างชัดเจนจากพระเจ้า มนุษย์จะมีร่างกายฝ่ายวิญญาณที่เคยเข้าสู่การเตรียมมนุษย์ด้วยร่างกายซึ่งเป็นเนื้อหนังบนโลกนี้ อย่างไรก็ตาม พระเจ้าทรงสามารถมีรูปทรงสัณฐานบางอย่างหรือทรงละรูปทรงสัณฐานที่มีอยู่นั้นได้เช่นกัน แต่มนุษย์จะอยู่ในร่างกายที่ตนมีอยู่ซึ่งจะไม่มีวันเปลี่ยนแปลงชั่วนิรันดร์ในสวรรค์ สิ่งนี้คล้ายคลึงกับการที่เราสร้างรูปทรงบางอย่างด้วยปูนปลาสเตอร์ แต่เมื่อเราสร้างรูปทรงนั้นเสร็จเราไม่สามารถเปลี่ยนให้รูปทรงนั้นกลับไปเป็นปูนปลาสเตอร์อีกได้

พระเจ้าทรงสามารถดำรงอยู่ในฐานะความสว่างโดยไม่มีรูปทรงสัณฐาน หรือพระองค์ทรงสามารถสวมรูปทรงสัณฐานบางอย่างก็ได้เช่นกัน ปกติในสวรรค์ชั้นที่สี่ พระเจ้าจะไม่ทรงสวมรูปทรงสัณฐานใด พระองค์ทรงดำรงอยู่ในฐานะความสว่างและพระสุรเสียง แต่พระองค์ทรงสวมรูปทรงสัณฐานเมื่อพระองค์ทรงอยู่กับพวกผู้เผยพระวจนะหรือเมื่อพระองค์เสด็จลงมายังสวรรค์ชั้นที่สาม พระองค์ทรงสวมรูปทรงสัณฐานเมื่อพระองค์ทรงอยู่ในสถานที่ที่พระองค์ควรสวมรูปทรงสัณฐานและพระองค์ไม่มีรูปทรงสัณฐานเมื่อพระองค์ไม่ต้องมีรูปทรงสัณฐาน พระองค์ทรงสามารถควบคุมขนาดของรูปทรงสัณฐานได้อย่างอิสระ

ยกตัวอย่าง ในสวรรค์ชั้นที่สี่สสารไม่ได้อยู่ในรูปทรงตายตัวของแข็ง ของเหลว หรือก๊าซ สสารแบบเดียวกันสามารถเปลี่ยนรูปทรงของมันได้อย่างอิสระตามที่พระเจ้าทรงคิดไว้ในพระทัยของพระองค์ ดังนั้น ดังเดิมพระเจ้าทรงดำรงอยู่ในฐานะความสว่างและพระสุรเสียงที่ไม่มีรูปทรงสัณฐาน แต่เมื่อพระองค์เสด็จลงมายังสวรรค์ชั้นที่ส

ามพระองค์ทรงสามารถสวมรูปทรงสัณฐานเฉพาะบางอย่าง

อาดัมมนุษย์คนแรกถูกสร้างขึ้นตามพระฉายาของพระเจ้า (ซึ่ง
เป็นพระฉายาของพระเจ้าในสวรรค์ชั้นที่สาม) ซึ่งเป็นพระฉายาที่
เราจะเห็นเมื่อเราไปสู่สวรรค์ ถึงแม้ว่าพระองค์ทรงมีรูปทรงสัณฐา
นแบบเดียวกัน แต่พระองค์ก็ทรงสามารถปรากฏพระองค์ในรูปทร
งสัณฐานที่แตกต่างกันไปเมื่อพระองค์ทรงอยู่ในสวรรค์ชั้นที่สี่และเ
มื่อพระองค์ทรงอยู่ในสวรรค์ชั้นที่สาม สาเหตุก็เพราะว่าความสว่าง
สง่าราศี ศักดิ์ศรี และสิ่งสารพัดจะมีลักษณะแตกต่างกันออกไปตาม
มิติที่ต่างกัน

ยกตัวอย่าง แม้จะเป็นลูกแก้วลูกเดียวกัน แต่ถ้าเรานำลูกแก้วลูก
นั้นไปไว้ในความสว่างและสถานที่ตั้งต่างกัน ลูกแก้วลูกนั้นก็จะมีลั
กษณะแตกต่างกันออกไป เช่นเดียวกัน สง่าราศีและรูปทรงสัณฐาน
ของพระเจ้าองค์ดั้งเดิมในสวรรค์ชั้นที่สี่จะมีลักษณะแตกต่างไปจาก
รูปทรงสัณฐานที่อยู่ในพื้นที่อื่นของมิติที่ต่ำกว่า แม้จะอยู่ในมิติฝ่ายวิ
ญญาณเดียวกัน รูปทรงอาจดูแตกต่างกันไปตามมิติที่แตกต่างกันแ
ละความแตกต่างเหล่านี้จะมีมากขึ้นถ้าพระเจ้าเสด็จลงมายังสวรรค์
ชั้นที่หนึ่งซึ่งเป็นพื้นที่ฝ่ายร่างกาย

ยิ่งกว่านั้น การมองเห็นพระเจ้าจากโลกกายภาพใบนี้ผ่านเส้นทา
งที่เปิดออกไปสู่มิติฝ่ายวิญญาณและการมองเห็นพระเจ้าผู้เสด็จลงม
าในโลกนี้ด้วยการสวมสภาพของพื้นที่ฝ่ายร่างกายที่จำกัดนั้นจะแต
กต่างกันอย่างสิ้นเชิง ผู้เผยพระวจนะหรือทูตสวรรค์ไม่สามารถสวม
สภาพของพื้นที่ฝ่ายร่างกาย ดังนั้นแม้ผู้เผยพระวจนะหรือทูตสวรรค์
จะปรากฏตัวในพื้นที่ฝ่ายร่างกาย แต่ผู้เผยพระวจนะหรือทูตสวรรค์
ก็ยังคงอยู่ในพื้นที่ของวิญญาณ แต่พระเจ้าทรงสามารถสวมสภาพข
องพื้นที่แบบใดก็ได้ตามที่พระองค์ทรงคิดไว้ในพระทัยของพระอง
ค์เพราะพระองค์ทรงเป็นพระผู้สร้างที่ได้ทรงสร้างพื้นที่ทุกชนิด พร
ะองค์สามารถปรากฏตัวในพื้นที่ฝ่ายร่างกายในขณะที่ทรงอยู่ในพื้น
ที่ฝ่ายวิญญาณและพระองค์สามารถปรากฏตัวในสภาพฝ่ายร่างกาย
ซึ่งเป็นที่ประจักษ์แก่ตาของมนุษย์ได้เช่นกัน

พระเจ้าทรงปรากฏพระองค์ผ่านเส้นทางฝ่ายวิญญาณ

เราสามารถค้นพบบันทึกหลายแห่งในพระคัมภีร์เกียวกับพระเจ้าผู้ทรงเสด็จลงมาในโลกนีในช่วงเวลาแห่งการเตรียมมนุษย์ พระเจ้าเสด็จเข้ามาในโลกนีได้อย่างไร

พระเจ้าเสด็จลงมาในโลกนีด้วยพระองค์เองเพือจะทอดพระเนตรดูสิงทีมนุษย์กำลังกระทำเหมือนทีปฐมกาล 11:5 กล่าวไว้ว่า "และพระเยโฮวาห์เสด็จลงมาทอดพระเนตรเมืองและหอนันซึงบุตรทังหลายของมนุษย์ได้ก่อสร้างขึน" พระองค์เสด็จลงมาพบกับโมเสสตามทีบันทึกไว้ในอพยพ 19:18 ว่า "ภูเขาซีนายมีควันกลุ้มหุ้มอยู่ทัวไปเพราะพระเยโฮวาห์เสด็จลงมาบนภูเขานันโดยอาศัยเพลิง ควันไฟพลุ่งขึนเหมือนควันจากเตาใหญ่ ภูเขาก็สะท้านหวันไหวไปหมด" และในกันดารวิถี 11:25 กล่าวว่า "แล้วพระเยโฮวาห์เสด็จลงมาในมฆและตรัสกับโมเสส และเอาวิญญาณทีมีอยู่บนโมเสสบ้างใส่บนพวกผู้ใหญ่เจ็ดสิบคนนัน และต่อมาเมือวิญญาณอยู่บนเขาทังหลายแล้ว เขาทังหลายก็พยากรณ์ แต่เขาทังหลายก็ไม่ทำอีก"

พระเจ้าไม่อาจถูกผูกมัดด้วยความเปลียนแปลงในการไหลของเวลา พืนทีฝ่ายร่างกายและฝ่ายวิญญาณทังหมดเป็นของพระองค์ ความจริงก็ยังเป็นความจริงทีว่าพระองค์ทรงใช้เส้นทางฝ่ายวิญญาณเพือเสด็จลงมายังโลกนี พระองค์ไม่จำเป็นต้องเสด็จผ่านเส้นทางฝ่ายวิญญาณก็ได้ แต่ทีพระองค์กระทำเช่นนันก็เพราะพระองค์จะไม่ละเมิดกฎแห่งความยุติธรรมด้วยพระองค์เอง

แม้พระเจ้าทรงสถิตอยู่ทีนันแต่มนุษย์ฝ่ายเนือหนังในเวลานันก็ไม่สามารถมองเห็นพระองค์ แต่ผู้คนทีสายตาฝ่ายวิญญาณถูกเปิดออกและผู้คนทีสือสารกับพระเจ้าสามารถมองเห็นพระเจ้าตามขนาดของการเข้าสู่ฝ่ายวิญญาณของเขา แน่นอน การเห็นนีไม่ใช่การมองเห็นพระเจ้าแบบหน้าต่อหน้า แต่เขาสามารถเห็นและสัมผัสพระองค์ได้ภายในข้อจำกัดทีพระเจ้าทรงอนุญาต

อพยพ 33:11 กล่าวว่า "ดังนีแหละพระเยโฮวาห์ตรัสกับโมเสสสองต่อสอง เหมือนมิตรสหายสนทนากัน" แต่สิงนีไม่ได้หมายความว่าโมเสสมองเห็นพระพักตร์ของพระเจ้าโดยตรง แต่หมายความว่าพระเจ้าทรงสำแดงพระองค์เองให้โมเสสเห็นด้วยวิธีการพิเศษเพือว่าโมเสสจะไม่เสียชีวิตหลังจากทีท่านมองเห็นพระสิริของพระเจ้า สาเห

ตุก็เพราะว่าโมเสสสุภาพอ่อนน้อมและถ่อมใจยิ่งกว่ามนุษย์คนใดใน
โลกใบนี้และท่านเป็นคนสัตย์ซื่อต่อสิ่งสารพัดในชุมชนของพระเจ้า

อพยพ 33:18-19 กล่าวว่า "โมเสสจึงกราบทูลว่า 'ขอ
ทรงโปรดสำแดงสง่าราศีของพระองค์แก่ข้าพระองค์เถิด'
พระองค์จึงตรัสตอบว่า 'เราจะให้คุณความดีของเราประจักษ์
แจ้งต่อหน้าเจ้า และเราจะประกาศนามของเราคือ เยโฮวาห์
ให้ประจักษ์ต่อหน้าเจ้า เราประสงค์จะโปรดปรานผู้ใด
เราก็จะโปรดปรานผู้นั้น และเราประสงค์จะเมตตาแก่ผู้ใด
เราก็จะเมตตาผู้นั้น'"

แต่ในอพยพ 33:23 เราเข้าใจว่าโมเสสไม่ได้มองเห็นพักตร์ขอ
งพระเจ้า แต่ท่านมองเห็นหลังของพระเจ้า ท่านเป็นคนที่สุภาพอ่อน
น้อมและถ่อมใจยิ่งกว่ามนุษย์คนใดในโลกใบนี้และท่านเป็นคนสัตย์
ซื่อต่อสิ่งสารพัดในชุมชนของพระเจ้า แต่กระนั้นท่านก็ไม่สามารถ
มองเห็นสัณฐานของพระเจ้าได้โดยตรงเพราะท่านถูกผูกมัดอยู่กับข้
อจำกัดของร่างกายฝ่ายเนื้อหนัง

พระเจ้าทรงปรากฏต่ออับราฮัม

ในปฐมกาลบทที่ 18 เราอ่านพบว่าอับราฮัมปรนนิบัติชายสามค
นอย่างสุดกำลังของท่าน นี่เป็นช่วงเวลาที่พระเจ้าพระวิญญาณบริสุ
ทธิ์และเทพบดีอีกสององค์ปรากฏตัวในรูปร่างของมนุษย์ พระเจ้าพ
ระวิญญาณบริสุทธิ์ทรงเป็นอันหนึ่งอันเดียวกันกับพระเจ้าพระบิดา
และพระองค์สามารถปรากฏตัวในรูปของมนุษย์ด้วยการสวมสภาพ
ฝ่ายร่างกายตามที่พระองค์ทรงคิดไว้ในพระทัยของพระองค์

ถ้าเช่นนั้นเทพบดีสององค์สามารถปรากฏตัวในรูปร่างของมนุษ
ย์ได้อย่างไร ทูตเหล่านี้ไม่สามารถสวมสภาพฝ่ายร่างกายได้ด้วยควา
มสามารถของตนเอง แต่สิ่งนั้นเกิดขึ้นเพราะทูตทั้งสององค์อยู่กับ
พระเจ้าพระวิญญาณบริสุทธิ์ในพื้นที่ของพระเจ้าพระวิญญาณบริสุท
ธิ์ แต่การที่พระเจ้าพระวิญญาณบริสุทธิ์และเทพบดีทั้งสององค์ปราก
ฏอยู่ในรูปร่างของมนุษย์ไม่ได้หมายความว่าทูตทั้งสององค์เป็นเหมี
อนมนุษย์ แต่เป็นเพราะว่าพระเจ้าพระวิญญาณบริสุทธิ์และเทพบดี

ทั้งสององค์สวมรูปร่างของมนุษย์เหนือรูปร่างฝ่ายวิญญาณของตนเพื่อว่ารูปร่างฝ่ายวิญญาณเหล่านั้นจะเป็นที่ประจักษ์ในพื้นที่ฝ่ายร่างกาย

ชายสามคน (ได้แก่ พระเจ้าพระวิญญาณบริสุทธิ์และเทพบดีสององค์) รับประทานอาหารที่อับราฮัมจัดเตรียมไว้ให้ (ปฐมกาล 18:8) แต่การรับประทานของท่านเหล่านั้นแตกต่างจากการรับประทานของมนุษย์ทั่วไป ท่านเหล่านั้นไม่ได้เคี้ยวอาหารและย่อยอาหารเหมือนที่มนุษย์ต้องเคี้ยวและย่อยอาหาร แต่ทันทีที่ท่านเหล่านั้นรับประทานอาหารเข้าไป อาหารนั้นก็จะจางหายไปในอากาศ สิ่งนี้เป็นเหมือนกับกรณีที่องค์พระผู้เป็นเจ้าผู้คืนพระชนม์ทรงเสวยอาหารและอาหารนั้นก็สลายตัวและถูกขับออกไปผ่านทางลมหายใจ แน่นอน การสวมสภาพฝ่ายร่างกายไว้ชั่วคราวไม่ได้เป็นเหมือนกับการอยู่ในร่างกายที่เป็นขึ้นมา ร่างกายที่เป็นขึ้นมาคือร่างกายที่อยู่ในโลกนี้ซึ่งถูกเปลี่ยนไปเป็นร่างกายฝ่ายวิญญาณ แต่สำหรับชายสามคนในเวลานั้นคนเหล่านี้อยู่ในร่างกายที่เหมาะสมซึ่งจำเป็นกับพื้นที่ฝ่ายร่างกายในชั่วขณะหนึ่ง

สาเหตุที่พระเจ้าพระวิญญาณบริสุทธิ์เสด็จลงมายังโลกนี้พร้อมกับเทพบดีทั้งสององค์ด้วยการสวมสภาพฝ่ายร่างกายก็เพราะว่าพระองค์ต้องดูเมืองโสโดมและเมืองโกโมราห์โดยตรง แน่นอน พระองค์สามารถเสด็จลงมาทำเช่นนั้นในสภาพของวิญญาณก็ได้ แต่พระองค์ต้องการที่จะเข้าไปในแผ่นดินนั้นและทอดพระเนตรดูเมืองเหล่านั้นด้วยพระองค์เอง

เทพบดีสององค์ปรากฏตัวในรูปร่างของมนุษย์และเพราะเหตุนี้ทั้งสองท่านจึงสามารถตรวจสอบได้อย่างชัดเจนว่าประชาชนในเมืองเหล่านั้นเสื่อมลงเพียงใด ผู้คนในเมืองนั้นเห็นความงามของเทพบดีทั้งสองและพยายามที่จะทำสิ่งชั่วร้ายกับทั้งสองท่าน พระเจ้าพระวิญญาณบริสุทธิ์และเทพบดีทั้งสององค์สามารถมีประสบการณ์และสัมผัสถึงความชั่วร้ายของประชาชนชาวเมืองโสโดมและเมืองโกโมราห์เพราะท่านเหล่านั้นปรากฏตัวในรูปร่างของมนุษย์ต่อหน้าผู้คน

ปฐมกาล 18:13 กล่าวว่า "พระเยโฮวาห์ตรัสกับอับราฮัมว่า..." จากข้อความนี้เราสามารถสันนิษฐานว่าผู้ที่ปรากฏตัวต่อหน้าอับรา

ฮัมคือพระเจ้าพระเยโฮวาห์ แต่พระคัมภีร์กล่าวว่าอับราฮัมเห็นชาย
สามคนเพื่อเราจะสามารถเข้าใจถึงวิธีการทีพระเจ้าทรงปรากฏต่อห
น้าอับราฮัม

พระเจ้าทรงปรากฏพระองค์ต่อหน้าอับราฮัมในหลายแนวทาง
พระองค์สามารถสำแดงพระองค์เองต่ออับราฮัมในความฝันหรือใน
นิมิตก็ได้ หรือพระองค์สามารถตรัสกับอับราฮัมด้วยพระสุรเสียงขอ
งพระองค์ก็ได้ สิงเหล่านีคือวิธีการของการเปิดพืนทีฝ่ายวิญญาณต่อ
อับราฮัมผู้ทีอยู่ในพืนทีฝ่ายร่างกายเพือท่านจะสามารถมองเห็นและ
สัมผัสพระเจ้าผู้ทรงอยู่ในพืนทีฝ่ายวิญญาณ ในกรณีเหล่านี บุคคลจ
ะสามารถมองเห็นพระเจ้าและได้ยินพระสุรเสียงของพระองค์ได้ก็ต่
อเมือตาและหูฝ่ายวิญญาณของเขาถูกเปิดออก ถ้าสายตาฝ่ายวิญญา
ณของเขาไม่เปิดออก เขาก็จะไม่มีวันมองเห็นสิงทีเกิดขึนในฝ่ายวิญ
ญาณแม้พระเจ้าจะสถิตอยู่กับเขาก็ตาม

แต่การทีพระเจ้าทรงปรากฏตัวพร้อมกับเทพบดีทังสองงองค์
นันถือเป็นกรณีทีแตกต่างกันอย่างสืนเชิง ในเวลานันไม่ใช่เป็น
เพียงการเปิดพืนทีฝ่ายวิญญาณในพืนทีฝ่ายร่างกายเพือทำให้พ
ระองค์เองเป็นทีประจักษ์แก่ตาในพืนทีฝ่ายร่างกายเท่านัน หาก
แต่เป็นกรณีทีพระองค์เสด็จมายังพืนทีฝ่ายร่างกายอย่างแท้จริง
แม้จะอยู่ในระดับทีจำกัด แต่พระองค์ก็ทรงสวมสภาพฝ่ายร่างกายแ
ละเสด็จมายังพืนทีฝ่ายร่างกาย

ถ้าการเปิดพืนทีฝ่ายวิญญาณในพืนทีฝ่ายร่างกายเป็นเหมือนการ
มองเห็นรูปทรงสัณฐานของพระเจ้าในจอทีวี การทีพระเจ้าเสด็จมาใ
นพืนทีฝ่ายร่างกายก็เป็นเหมือนพระเจ้าเสด็จออกมาจากจอทีวี ถ้าพ
ระเจ้าเสด็จมายังพืนทีฝ่ายร่างการด้วยการสวมสภาพฝ่ายร่างกายทีจ
ำกัด ผู้คนก็สามารถมองเห็นพระองค์แม้ตาฝ่ายวิญญาณของเขาไม่เ
ปิดออกและในกรณีเช่นนีเราสามารถมองเห็นพระเจ้าในรูปของมนุ
ษย์

องค์พระผู้เป็นเจ้าในรูปทรงสัณฐานของความสว่างเจิดจ้า

ตอนนีพระเจ้าพระบุตรทรงมีรูปร่างหน้าตาอย่างไร บางครังเรา

ได้ยินผู้คนพูดว่าเขาเห็นองค์พระผู้เป็นเจ้าในความฝันหรือในนิมิตของเขา คนเหล่านี้ส่วนใหญ่จะพูดว่าพระองค์ทรงเต็มไปด้วยความเมตตาและความรัก สาเหตุก็เพราะว่าพระองค์ทรงนำเอาความสว่างของพระองค์ออกไปเพื่อสำแดงพระองค์เองในรูปลักษณ์ที่เต็มไปด้วยความรัก ถ้าพระองค์สำแดงสิทธิอำนาจและศักดิ์ศรีความเป็นพระเจ้าของพระองค์ซึ่งอยู่ในระดับเดียวกันกับพระเจ้าพระผู้สร้าง ไม่มีมนุษย์คนใดกล้ามองดูพระองค์โดยตรง

นี่คือสาเหตุที่เราจะไม่สามารถมองดูองค์พระผู้เป็นเจ้าในสวรรค์เว้นแต่เราจะอยู่อย่างสงบกับทุกคนและได้รับการชำระให้บริสุทธิ์ (ฮีบรู 12:14) ความสว่างของพระเจ้าเจิดจ้ามาก ผู้คนที่เข้าสู่ฝ่ายวิญญาณและฝ่ายวิญญาณอย่างสมบูรณ์แล้วเท่านั้นที่จะสามารถเห็นองค์พระผู้เป็นเจ้าเพราะความสว่างแห่งร่างกายฝ่ายวิญญาณของเขาจะเจิดจ้ามากด้วยเช่นกัน

อัครทูตยอห์นมองเห็นรูปลักษณ์ขององค์พระผู้เป็นเจ้าในนิมิตของท่าน ท่านบรรยายถึงพระเนตร พระบาท และพระเกศาขององค์พระผู้เป็นเจ้าโดยละเอียด เราสามารถจินตนาการถึงรูปลักษณ์ของพระเจ้าพระบิดาจากคำบรรยายถึงรูปลักษณ์ขององค์พระผู้เป็นเจ้าได้เช่นกัน

วิวรณ์ 1:14-15 กล่าวว่า "พระเศียรและพระเกศาของพระองค์ขาวดุจขนแกะสีขาว และขาวดุจหิมะ และพระเนตรของพระองค์ดุจเปลวเพลิง พระบาทของพระองค์ดุจทองเหลืองเงางามราวกับว่าได้ถูกหลอมในเตาไฟ พระสุรเสียงของพระองค์ดุจเสียงน้ำมากหลาย"

ข้อนี้กล่าวว่าเส้นพระเกศาขององค์พระผู้เป็นเจ้าขาวดุจขนแกะสีขาวและสิ่งนี้หมายความว่าพระองค์ทรงปลอดจากจากความชั่วร้ายและพระองค์ทรงยืนอยู่ในท่ามกลางความดีพร้อม ข้อนี้กล่าวว่าพระเนตรของพระองค์เป็นเหมือนเปลวเพลิง แต่ไม่ได้ความว่าพระองค์ทรงมีพระเนตรที่น่ากลัว สิ่งนี้หมายความว่าพระเนตรของพระองค์ทำให้สิ่งที่อยู่รอบข้างพระองค์สุกใสและทำให้คนอื่นรู้สึกอบอุ่น พระเนตรดุจเปลวเพลิงยังหมายความว่าพระองค์ทรงเผาผลาญความบาปและความชั่วทั้งสิ้นเช่นกัน ไม่มีใครสามารถซ่อนตัวให้พ้นจากพร

ะเนตรขององค์พระผู้เป็นเจ้าและทุกสิ่งจะถูกเปิดเผยออกอย่างชัดเจ
นต่อพระพักตร์พระองค์ พระบาทของพระองค์ดุจทองเหลือเงางาม
ราวกับว่าได้ถูกหลอมในเตาไฟ ยิ่งท่านหลอมทองเหลืองมากเท่าใด
ทองเหลืองนั้นก็จะบริสุทธิ์สดใสมากขึ้นเท่านั้น หลายครั้งในวรรณก
รรมผู้คนจะเปรียบเทียบดวงตาของหญิงงามกับดวงดาวที่ส่องแสงร
ะยิบระยับหรือเปรียบเทียบริมฝีปากของเธอกับลูกเชอรี เช่นเดียวกับ
การที่ยอห์นเปรียบเทียบพระบาทขององค์พระผู้เป็นเจ้ากับทองเหลือ
งเงางาม เท้าเป็นอวัยวะของร่างกายที่ผู้คนถือว่าสกปรกที่สุด ยอห์น
บันทึกว่าแม้แต่เท้าขององค์พระผู้เป็นเจ้าก็บริสุทธิ์และสูงส่งที่สุด

    วิวรณ์ 1:16-17 กล่าวเช่นกันว่า "...และสีพระพักตร์ของพ
ระองค์ดุจดังดวงอาทิตย์ที่ฉายแสงด้วยฤทธานุภาพของพระองค์
เมื่อข้าพเจ้าได้เห็นพระองค์ ข้าพเจ้าก็ล้มลงแทบพระบาทของพระอ
งค์เหมือนกับคนที่ตายแล้ว แต่พระองค์ทรงแตะตัวข้าพเจ้าด้วยพระ
หัตถ์เบื้องขวา แล้วตรัสแก่ข้าพเจ้าว่า'อย่ากลัวเลย เราเป็นเบื้องต้นแ
ละเป็นเบื้องปลาย'"

    อัครทูตยอห์นเป็นบุคคลที่ได้รับการชำระให้บริสุทธิ์และถูกต้อง
ที่จะได้รับการสำแดงจากพระเจ้า แต่ท่านเป็นเหมือนกับคนที่ตายแ
ล้วเมื่อท่านอยู่ต่อหน้าพระพักตร์ขององค์พระผู้เป็นเจ้า องค์พระผู้เป็
นเจ้าทรงแตะท่านด้วยพระหัตถ์ขวาของพระองค์และตรัสกับท่านว่า
อย่ากลัวเลย สิ่งนี้หมายความว่าองค์พระผู้เป็นเจ้าทรงมอบหมายหน้
าที่ให้ท่านเขียนหนังสือวิวรณ์ซึ่งจะปลุกผู้คนจำนวนมากให้ตื่นขึ้นใ
นวาระสุดท้ายโดยทรงประทับตราท่านไว้ด้วยการวางพระหัตถ์ขวา
ของพระองค์บนท่าน นอกจากนั้น องค์พระผู้เป็นเจ้าทรงเล้าโลมยอ
ห์นด้วยเช่นกันเพื่อท่านจะสามารถทำหน้าที่ของตนให้สำเร็จในควา
มสงบสุข

พระฉายาของพระเจ้าในมุมมองของอัครทูตยอห์น

    อัครทูตยอห์นมองเห็นพระที่นั่งของพระเจ้าและสิ่งที่อยู่รอ
บข้างพระที่นั่งนั้นและท่านเขียนถึงสิ่งเหล่านั้นวิวรณ์บทที่ 4 ท่
านมองเห็นเหตุการณ์ที่จะเกิดขึ้นอีกยาวนานหลังจากท่านบัน

ทึกเหตุการณ์นี้ ด้วยการอนุญาตของพระเจ้าเราสามารถอยู่ใน
สถานที่แห่งใดและจุดใดในอดีตหรืออนาคตเหมือนก็ได้เหมือ
นดังเช่นในกรณีของยอห์นโดยไม่ถูกจำกัดด้วยเวลาและสถาน
ที่ เราสามารถมองเห็นสวรรค์และนรก ช่วงเวลาก่อนการทรงสร้าง
และแม้กระทั่งการพิพากษาใหญ่บนพระที่นั่งสีขาวซึ่งจะเกิดขึ้นในอ
นาคต

ในกรณีของอัครทูตยอห์น วิญญาณของท่านถูกแยกออกไปเพื่อ
ท่านจะมองเห็นมิติฝ่ายวิญญาณ การแยกวิญญาณในที่นี้หมายถึงกา
รที่วิญญาณของคนออกจากร่างกายของเขา บุคคลสามารถมองเห็น
มิติฝ่ายวิญญาณผ่านนิมิตด้วยเช่นกัน แต่ในนิมิตเขาจะมองเห็นเพี
ยงบางส่วนเท่านั้น เพราะเหตุนี้เมื่อพระเจ้าทรงต้องการที่จะสำแดงใ
ห้เราเห็นภาพที่กว้างกว่าพระองค์จึงทรงกระทำการผ่านการแยกวิญ
ญาณ ถ้าเช่นนั้น อัครทูตยอห์นสามารถมองเห็นพระเจ้าและพระที่นั่
งของพระองค์ได้อย่างไร

ท่านต้องเผชิญกับความยากลำบากและการข่มเหงมากมายในพ
ระนามขององค์พระผู้เป็นเจ้าจนกระทั่งท่านมีอายุ 90 ปี ท่านถูกโย
นลงไปในกระทะน้ำมันเดือด แต่ท่านไม่เสียชีวิตด้วยความช่วยเหลื
อของพระเจ้า ในที่สุดท่านก็ถูกเนรเทศไปอยู่ที่เกาะปัทมอส ท่านได้
รับการเปิดเผยจากพระเจ้าในขณะที่ท่านกำลังอธิษฐานอย่างลึกซึ้งที่
เกาะแห่งนั้น ในเวลานั้นท่านได้รับการชำระให้บริสุทธิ์อย่างสมบูร
ณ์ผ่านการอธิษฐานอย่างลึกซึ้งและความยากลำบากมากมายที่ท่านไ
ด้เผชิญ ท่านได้รับการสำแดงในสภาวะแห่งความบริสุทธิ์ เพราะเห
ตุนี้วิญญาณของท่านจึงสามารถขึ้นสูงไปจนถึงพระที่นั่งของพระเจ้า

ในวิวรณ์ 4:3 ท่านบรรยายถึงพระที่นั่งของพระเจ้าไว้ดังนี้...
และพระองค์ผู้ประทับบนพระที่นั่งนั้นปรากฏประดุจพลอยหยก
และพลอยทับทิม

แล้วมีรุ้งล้อมรอบพระที่นั่งนั้น ดูประหนึ่งพลอยมรกต

ในการจัดเตรียมพิเศษของพระเจ้ายอห์นมองเห็นพระเจ้าและพ
ระที่นั่งของพระองค์ แต่ท่านไม่สามารถมองเห็นรายละเอียดของพร

ะพักตร์ของพระเจ้าเพราะความสว่างที่สาดส่องออกมาจากพระพักต ร์ของพระองค์นั้นเจิดจ้าเกินไป เราไม่สามารถมองดูแสงสว่างอันเจิ ดจ้าของดวงอาทิตย์ได้ฉันใด เราก็ไม่สามารถมองดูสัณฐานของพร ะเจ้าผู้ทรงเป็นความสว่างได้ฉันนั้นตราบใดที่เรายังมีความมืดฝ่ายวิ ญญาณอยู่เรา เพื่อให้เราสามารถมองดูสัณฐานของพระเจ้าเราต้องก ำจัดความชั่วทิ้งไปและมีพระทัยของพระเจ้าเพื่อเราจะเป็นความสว่า งที่สมบูรณ์ ผู้คนที่เข้าไปสู่สวรรค์ชั้นที่สามหรือสูงกว่าเท่านั้นจึงจะส ามารถมองเห็นสัณฐานของพระเจ้า

วิญญาณของยอห์นขึ้นไปยังพระที่นั่งของพระเจ้าแต่ท่านไม่สาม ารถมองเห็นสัณฐานที่แท้จริงแห่งพระพักตร์ของพระเจ้า ดังนั้นท่าน จึงกล่าวว่าพระเจ้าทรงเป็นเหมือนพลอยหยกและพลอยทับทิม

คำว่า "เป็นเหมือนพลอยหยก" หมายความว่ามีความสว่างหลาก หลายชนิดสาดส่องออกมาจากพระเจ้า ถ้าท่านส่องไฟใส่พลอยหยก พลอยนั้นก็จะสะท้อนแสงอันงดงามชนิดต่าง ๆ ออกมา เช่นเดียวกัน มีความสว่างหลากหลายชนิดส่องสะท้อนออกมาจากพระเจ้า พลอยหยกยังหมายถึง "ความบริสุทธิ์ผุดผ่อง การปราศจากตำหนิ ความซื่อตรง และความชอบธรรม" ด้วยเช่นกัน อัครทูตยอห์นอธิบา ยถึงพระเจ้าด้วยการเปรียบเทียบพระองค์กับเพชรนิลจินดาที่มีค่าซึ่ง ผู้คนถือว่าเป็นสิ่งล้ำค่าในโลกนี้

"พลอยทับทิม" เป็นสัญลักษณ์ว่าพระเจ้าทรงสว่างสุกใสแล ะเจิดจ้าและพระองค์ทรงงดงามเหมือนเปลวเพลิง พลอยทับทิม (ซึ่งมีสีแดง) บรรจุความสว่างของพระวิญญาณบริสุทธิ์ผู้ทรงเป็นพร ะเจ้าเอาไว้ พระเจ้าพระบิดาและพระเจ้าพระวิญญาณบริสุทธิ์ทรงเป็ นหนึ่งเดียวกันและความสว่างที่พระวิญญาณบริสุทธิ์ปิดบังเอาไว้คือ ความสว่างที่พบอยู่ในพระเจ้าพระบิดาเช่นกัน ด้วยเหตุนี้ สีของพลอ ยหยกและพลอยทับทิมจึงปรากฏให้เห็นทั่วไปในตรีเอกานุภาพทั้งห มด

"รุ้ง" เป็นเครื่องหมายของพระสัญญา (ปฐมกาล 9:12-13) พระ เจ้าทรงสำแดงให้รุ้งปรากฏขึ้นเพื่อเป็นเครื่องหมายแห่งพันธสัญญา ของพระองค์ว่าพระองค์จะ ไม่ลงโทษมนุษย์ด้วยน้ำอีกหลังจากเหตุก

ารณ์น้ำท่วมในสมัยของโนอาห์ ยอห์นเปรียบเทียบรูปทรงของรุ้งที่ล้อมรอบพระที่นั่งของพระเจ้าและแสงสว่างที่ส่องออกมากับพลอยมรกต ท่านเปรียบเทียบสีและแสงของรุ้งกับพลอยมรกตภายในข้อจำกัดของความรู้ของท่าน

พลอยมรกตเป็นสัญลักษณ์ของความมั่นคง ความกล้าหาญและกำลังของพระเจ้า ในการแสดงแสงเลเซอร์เราจะมองเห็นแสงต่าง ๆ สาดส่องออกมาในแต่ละวินาที แสงสีต่าง ๆ ปรากฏให้เห็นเป็นลำดับอย่างต่อเนื่อง หรือไม่เช่นนั้นแสงสีเหล่านี้นก็ผสมผสานกันซึ่งทำให้เกิดภาพที่สดสวยงดงามมากยิ่งขึ้นเมื่อผู้คนเห็นการแสดงเหล่านี้ แต่ละคนจะพูดถึงสีเหล่านั้นแตกต่างกันไป บางคนอาจจดจ่ออยู่กับสีสองสามสีเป็นพิเศษในขณะที่คนอื่นอาจพยายามอธิบายสีที่ผสมกันด้วยการยกตัวอย่าง

อัครทูตยอห์นมองเห็นแสงสว่างสาดส่องออกมาจากพระเจ้าและพระที่นั่งของพระเจ้าเช่นกัน ท่านมองเห็นแสงสว่างหลากสีสะท้อนออกมาจากรุ้งที่ล้อมรอบพระที่นั่งของพระเจ้านน จากนั้นท่านอธิบายถึงสิ่งที่ท่านเห็นด้วยการยกตัวอย่างของเพชรนิลจินดาที่ล้ำค่า เป็นการยากที่จะอธิบายถึงความงดงามของสวรรค์ด้วยตัวอย่างของวัตถุสิ่งของฝ่ายโลก ด้วยเหตุนี้ เราจึงไม่ควรคิดถึงแสงสว่างที่ส่องออกมาจากพระเจ้าและพระที่นั่งของพระองค์ว่าเป็นเหมือนเพชรพลอยเพียงไม่กี่ชิ้น แต่เราควรพยายามสัมผัสถึงความงดงามของแสงสว่างที่เต็มไปด้วยสีสันเหล่านั้นด้วยการดลใจของพระวิญญาณบริสุทธิ์

การเข้าส่วนในสภาพของพระเจ้า

ในสวรรค์ชั้นที่สีพระเจ้าทรงดำรงอยู่ในฐานะความสว่างที่มีเสียงก้องกังวานดังอยู่ในความสว่างนน นี่เป็นสถานที่ซึ่งมีความสว่างเจิดจ้าที่สุดและมีสีสันงดงามที่สุดจนไม่มีสิ่งใดเทียบได้ ความลี้ลับและความชัดเจนของความสว่างของพระเจ้าองค์ดั้งเดิมเติมเต็มพื้นที่ทั้งหมด ความสว่างนี้ไม่มีสิ่งใดผืนแผ่นดินโลกจะเทียบทานได้ด้วยภาษา

ของมนุษย์ ถ้าเราเข้าไปในพื้นที่แห่งนี้เราก็สามารถมองเห็นความส
ว่างอันลี้ลับของพระเจ้าและรู้สึกถึงความกว้างขวางแห่งพระทัยของ
พระองค์ ผู้คนเพียงไม่กี่คนที่ได้เพาะบ่มพื้นที่และมิติของจิตใจแบบ
เดียวกันกับพระทัยของพระเจ้านั้นที่จะสามารถเข้าไปในพื้นที่แห่งนี้
ด้วยการทรงอนุญาตของพระเจ้า ถ้าบุคคลที่ไม่มีคุณสมบัติที่จะเข้าไ
ปในพื้นที่แห่งนี้เดินเข้าไป วิญญาณของเขาก็จะกระจัดกระจายและ
จางหายไป

เราจะมีจิตใจเดียวกันกับพระทัยของพระเจ้าถ้าเราเข้าไปสู่มิติขอ
งความสว่างที่สมบูรณ์แบบในฐานะบุตรของความสว่าง จากนั้นสิ่งส
ารพัดก็จะเกิดขึ้นตามที่เราคิดไว้ในจิตใจของเราและเราสามารถสำ
แดงถึงฤทธิ์อำนาจของพระเจ้าที่ไม่มีใครสามารถจินตนาการได้ เพื่
อให้สามารถทำเช่นนี้เราต้องรื้อฟื้นพระฉายาของพระเจ้าที่สูญเสียไ
ปขึ้นมาใหม่และเราต้องมีพระทัยของพระเจ้า เราสามารถสื่อสารกับ
พระเจ้าได้ตามขนาดที่เรากำจัดความชั่วทุกรูปแบบทิ้งไปและเข้าสู่
ฝ่ายวิญญาณอย่างสมบูรณ์เพื่อจะเป็นความสว่างที่สมบูรณ์แบบ เมื่อ
เราบรรลุถึงจุดนี้เราก็จะได้รับทุกสิ่งที่เราทูลขอในการอธิษฐานและเ
ราจะมีตำแหน่งสูงในแผ่นดินสวรรค์ด้วยเช่นกัน

ยิ่งเรามีความบริสุทธิ์และมีจิตใจเหมือนพระทัยของพระเจ้ามาก
ขึ้นเท่าใดเราก็สามารถใช้ประโยชน์จากพื้นที่ของพระเจ้าอย่างเกินข้
อจำกัดของมนุษย์ได้มากขึ้นเท่านั้นและเราก็สามารถมองเห็นสัณฐา
นของพระเจ้าเช่นกัน โมเสสมองเห็นสัณฐานของพระเจ้าเพราะท่าน
เป็นคนที่สุภาพอ่อนน้อมที่สุดในท่ามกลางมนุษย์ทุกคนบนโลกนี้แล
ะท่านเป็นคนสัตย์ซื่อต่อสิ่งสารพัดในชุมชนของพระเจ้า อับราฮัมเห็
นพระเจ้าผู้เสด็จมาในโลกนี้ในร่างกายของมนุษย์เพราะท่านเข้าใกล้
กับความสว่างที่สมบูรณ์แบบ

พระเจ้าทรงวางแผนสำหรับการเตรียมมนุษย์เพื่อจะมีบุตรที่แท้
จริงและพระองค์ทรงเติมเราด้วยทุกสิ่งที่เกี่ยวข้องกับชีวิตและความ
ยำเกรงพระเจ้าด้วยฤทธิ์อำนาจอันลี้ลับของพระองค์ ด้วยเหตุนี้ เรา
ต้องพยายามที่จะไม่เป็นคนที่ไร้ประโยชน์และคนที่ไม่เกิดผลในคว

ามรู้ที่แท้จริงของพระเยซูคริสต์องค์พระผู้เป็นเจ้าของเรา เราสามาร
ถยืนหยัดอย่างมั่นคงบนการทรงเรียกและการเลือกสรรของพระเจ้า
เมื่อเรารับเอาความเป็นเลิศทางศีลธรรมในความเชื่อของเรา ในคว
ามเป็นเลิศทางศีลธรรมของให้เรามีความรู้ ในความรู้ของเราขอให้เ
รามีการควบคุมตนเอง ในการควบคุมตนเองของเราขอให้เรามีควา
มอดทนทาน ในความอดทนนานของเราขอให้เรามีความยำเกรงพ
ระเจ้า ในความยำเกรงพระเจ้าขอให้เรามีความกรุณาปรานีกับพี่น้
อง และในความกรุณาปรานีกับพี่น้องของเราขอให้เรามีความรัก

2 เปโตร 1:3-4 กล่าวว่า "...ด้วยเห็นแล้วว่าฤทธิ์เดชอันศักดิ์สิท
ธิ์ของพระองค์ ได้ให้สิ่งสารพัดแก่เราที่จะให้มีชีวิตและทางที่เป็นอย่
างพระเจ้า โดยรู้จักพระองค์ผู้ได้ทรงเรียกเราให้ถึงสง่าราศีและคุณธ
รรม ด้วยเหตุเหล่านี้พระองค์จึงได้ทรงประทานพระสัญญาอันประเ
สริฐและใหญ่ยิ่งแก่เรา เพื่อว่าด้วยพระสัญญาเหล่านี้ ท่านทั้งหลายจ
ะพ้นจากความเสื่อมโทรมที่มีอยู่ในโลกนี้เพราะตัณหา และจะได้รับ
ส่วนในสภาพของพระองค์"

การที่เราจะเข้าส่วนในสภาพของพระเจ้านั้นเราต้องบรรลุถึงคว
ามสว่างที่สมบูรณ์แบบที่ดีพอที่จะถูกซึมซับไว้ด้วยความสว่างของพ
ระเจ้า วิธีนี้จะทำให้เราสามารถมีคุณสมบัติที่จะเข้าไปสู่พื้นที่ของพ
ระเจ้า ถ้าเรามีความสว่างที่คล้ายกับความสว่างที่สมบูรณ์แบบของพ
ระเจ้าและมุ่งหน้าต่อไปสู่พื้นที่ซึ่งเป็นที่สถิตของพระเจ้าองค์ดั้งเดิม
เราก็เข้าส่วนในสภาพของพระเจ้า ตอนนี้เราต้องทำสิ่งใดเพื่อจะเข้า
ส่วนในสภาพของพระเจ้า

ปัญหาการแรก เราต้องเพาะบ่มจิตใจฝ่ายวิญญาณที่สมบูรณ์แบบ

เราต้องเป็นอันหนึ่งอันเดียวกันกับพระเจ้าผู้ทรงเป็น
พระวิญญาณ ดังนั้นเราต้องเพาะบ่มจิตใจฝ่ายวิญญาณที่
สมบูรณ์แบบ ถ้าเรามีความชั่วร้าย ความคิดฝ่ายเนื้อหนัง
หรือกรอบความคิดของเราเอง เราก็ไม่สามารถเข้าส่วนในส

ภาพของพระเจ้า เราต้องกำจัดความชั่วร้ายทุกชนิดทิ้งไป (1 เธสะโลนิกา 5:22) และความคิดฝ่ายเนื้อหนังทั้งสิ้น (โรม 8:6) เพื่อจะมีจิตใจฝ่ายวิญญาณ

การมีจิตใจฝ่ายวิญญาณคือการมีจิตใจที่แท้จริงฝ่ายวิญญาณอย่างสมบูรณ์ซึ่งพระเจ้าทรงปรารถนาให้เรามี เราจะเข้าใจอย่างแท้จริงว่าพระเจ้า องค์พระผู้เป็นเจ้า และพระวิญญาณบริสุทธิ์ทรงต้องการสิ่งใดได้ก็ต่อเมื่อเรามีจิตใจที่แท้จริงฝ่ายวิญญาณอย่างสมบูรณ์แล้วเท่านั้น พระเยซูเสด็จมาในโลกนี้และทรงมีประสบการณ์กับความหิว ความโศกเศร้า ความเหน็ดเหนื่อย และความเจ็บปวด พระองค์ประพฤติตามพระคำของพระเจ้าและทำให้พระบัญญัติสมบูรณ์ด้วยความรัก

แม้พระองค์ทรงพบกับความเจ็บปวดมากมายจากการที่พระองค์ทรงมีสภาพร่างกายของมนุษย์ แต่พระองค์ยังคงทำตามน้ำพระทัยของพระเจ้า พระองค์ไม่ทะเลาะวิวาทหรือส่งเสียงดัง แต่พระองค์ทรงทำให้น้ำพระทัยของพระเจ้าสำเร็จอย่างสมบูรณ์ด้วยการเสียสละพระองค์เอง ด้วยเหตุนี้ เราต้องไม่หาข้อแก้ตัวด้วยการพูดว่ามนุษย์เป็นคนอ่อนแอ เราต้องเข้าส่วนในสภาพของพระเจ้าด้วยการกำจัดความบาปและความชั่วทุกรูปแบบทิ้งไปและการมีจิตใจและความประพฤติที่ยำเกรงพระเจ้า

ท่านมีจิตใจประเภทใด ผมได้อธิบายถึงคุณสมบัติที่เราต้องมีเพื่อจะเข้าสู่พื้นที่แห่งความสว่างและด้วยคุณสมบัติเหล่านั้นเราสามารถตรวจสอบตนเอง เราสามารถตรวจสอบดูว่าเราได้กำจัดการงานของเนื้อหนัง ความต้องการฝ่ายเนื้อหนัง และความชั่วทิ้งไปมากเพียงใดและเราได้เพาะบ่มความดีที่พระเจ้าทรงปรารถนาเอาไว้มากแค่ไหน เรารักพระเจ้าจากจิตใจของเราและส่งกลิ่นหอมออกไปมากเพียงใด และเราเกิดผลของพระวิญญาณบริสุทธิ์ทั้งเก้าชนิดและผลของลักษณะของผู้เป็นสุขขนาดใด

ยกตัวอย่าง ในเรื่องการอยู่อย่างสงบสุข ถ้าเราสามารถอยู่อย่างสงบสุขกับทุกคนสิ่งนี้ก็หมายความว่าเรามีจิตใจฝ่ายวิญญาณ เราอยู่

ใกล้กับความสว่างขององค์พระผู้เป็นเจ้า และเรากำลังเข้าส่วนในส
ภาพของพระเจ้าตามขนาดเดียวกัน เราจะสามารถพูดว่าเรามีจิตใจ
ฝ่ายวิญญาณที่สมบูรณ์แบบได้ก็ต่อเมื่อเราเกิดผลของพระวิญญาณ
บริสุทธิ์ ผลของความรักฝ่ายวิญญาณที่ปรากฏอยู่ใน 1 โครินธ์ 13
ผลของลักษณะของผู้เป็นสุข และผลของความสว่างและไม่ใช่การเกิ
ดผลเพียง 50% หรี 60% แต่ต้องเกิดผล 100%

**ปัฐการที่สอง เราต้องอธิษฐานด้วยการดลใจของพระวิญญาณ
บริสุทธิ์**

พระเจ้าไม่ต้องการกลิ่นหอมแห่งคำอธิษฐานที่เกิดจากความรู้สึ
กว่าเป็นหน้าที่ พระองค์ต้องการให้เราอธิษฐานอย่างร้อนรนเพื่อจะเ
พาะบ่มพระทัยของพระเจ้าเอาไว้ ผู้คนอาจอธิษฐานในระยะเวลาเดี
ยวกัน แต่กลิ่นหอมของจิตใจของแต่ละคนจะแตกต่างกัน บางคนพ
อใจเพียงแค่ว่าเขาได้อธิษฐานตามจำนวนของการอธิษฐานประจำวั
นของตนเสร็จสิ้นแล้วในขณะที่คนอื่นอาจไม่ตระหนักถึงระยะเวลา
ที่ผ่านไปเมื่อเขาอธิษฐานเพราะเขารู้สึกมีความสุขอย่างที่ได้อธิษฐา
นอยู่ต่อพระพักตร์พระเจ้าเพื่อเปลี่ยนแปลงตนเองด้วยความรักที่มีต่
อพระองค์

เราควรสำแดงการงานของโลกฝ่ายวิญญาณในโลกกายภาพใบนี้
เพื่อให้ทำเช่นนั้นเราต้องได้รับกำลังและฤทธิ์อำนาจจากพระเจ้าผู้ส
ถิตอยู่ในพื้นที่ฝ่ายวิญญาณ ด้วยเหตุนี้ คำอธิษฐานของเราต้องไม่ใช่
คำอธิษฐานเพราะความรู้สึกว่าเป็นหน้าที่ พระเจ้าทรงต้องการให้เร
าอธิษฐานด้วยสิ้นสุดจิตใจของเราเพราะเรารักพระองค์

เพื่อให้ได้รับฤทธิ์อำนาจจากพระเจ้าเราต้องถวายคำอธิษฐานฝ
ายวิญญาณที่สามารถทะลุทะลวงผ่านพื้นที่ฝ่ายร่างกายและเปิดพื้น
ที่แห่งวิญญาณ เพื่อให้เป็นเช่นนี้เราต้องไม่อธิษฐานตามที่เราเห็น
สมควรหรือในขณะที่กำลังมีความล่องลอย คำอธิษฐานเช่นนี้ไม่ส
ามารถทะลุทะลวงพื้นที่ฝ่ายร่างกายได้ คำอธิษฐานเช่นนี้เป็นเพียง

การเสียเวลาโดยเปล่าประโยชน์ พระเจ้าไม่ทรงเคลื่อนไหวด้วยคำ
อธิษฐานแบบนี้ ถ้าลูกของท่านขอสิ่งของที่เขาอยากได้จากท่านอย่
างดือรันเพราะความโลภของเขา ถ้าจะรู้สึกอย่างไรในฐานะพ่อแม่
บางทีท่านอาจรู้สึกผิดหวัง

1 โครินธ์ 2:10 กล่าวว่า "พระเจ้าได้ทรงสำแดงสิ่งเหล่านั้นแก่เร
าทางพระวิญญาณของพระองค์ เพราะว่าพระวิญญาณทรงหยั่งรู้ทุก
สิ่ง แม้เป็นความล้ำลึกของพระเจ้า" เราต้องอธิษฐานด้วยการดลใจข
องพระวิญญาณบริสุทธิ์ผู้ทรงอยู่ในจิตใจของเรา จากเราจะสามารถ
อธิษฐานเผื่อสิ่งที่ถูกต้องตามน้ำพระทัยของพระเจ้าและเราจะเข้าใจ
ว่าเราควรทำสิ่งใดเช่นกัน เราจะสามารถเปิดประตูของพื้นที่ฝ่ายวิญ
ญาณและสื่อสารกับพระเจ้าผู้ทรงอยู่ในมิติฝ่ายวิญญาณเพราะเราจะ
เป็นอันหนึ่งอันเดียวกันกับพระวิญญาณบริสุทธิ์ที่อยู่ในเรา

ประการที่สาม เราต้องรักและยอมรับทุกคนด้วยความเอื้อเฟื้อเผื่
อแผ่

จิตใจฝ่ายวิญญาณที่มีลักษณะเหมือนพระทัยของพระเจ้าบรรจุค
วามรักและความเอื้อเฟื้อเผื่อแผ่เอาไว้แล้ว แต่ผมกำลังเน้นหนักถึง
ความรักและความเอื้อเฟื้อเผื่อแผ่อีกครั้งหนึ่ง สาเหตุก็เพราะว่าเรา
ต้องสามารถรักทุกคนที่อยู่รอบข้างเราเพราะเรารักพระเจ้าและเราต้
องมีจิตใจกว้างขวางและมีความเอื้อเฟื้อเผื่อแผ่เพื่อจะสามารถยอมรั
บทุกคนได้ เราต้องเต็มไปด้วยความรักและความเอื้อเฟื้อเผื่อแผ่แล
ะดูแลทุกคนที่อยู่รอบข้างเราซึ่งกำลังพบกับความยากลำบากหรือกำ
ลังอ่อนแรง พระทัยของพระเจ้านั้นกว้างขวางเหนือที่จะวัดได้ แต่พ
ระองค์ทรงละเอียดอ่อนและห่วงใยเด็กกำพร้าและหญิงม่ายและสถา
นการณ์ของคนที่ถูกละเลย
เมื่อเราห่วงใยแม้กระทั่งสิ่งเล็กน้อยด้วยความรักและเสริมสร้างผู้
อื่นด้วยความเอื้อเฟื้อเผื่อแผ่ของเรา สิ่งนี้คือการเข้าส่วนในสภาพขอ
งพระเจ้า เราควรรู้จักตนเองและเปลี่ยนแปลงผ่านพระคำของพระเ
จ้าเพื่อจะเข้าส่วนในสภาพของพระเจ้า

เมื่อเรามีจิตใจแห่งความสว่างอย่างสมบูรณ์และเข้าส่วนในสภา
พของพระเจ้าตามที่ผมได้อธิบายไว้ก่อนหน้านี้แล้ว เราก็สามารถเ
ข้าไปสู่พื้นที่แห่งความสว่างและพื้นที่ของพระเจ้า ถ้าเราเข้าไปในพื้
นที่ของพระเจ้าเราก็สามารถมองเห็นความสว่างพิเศษของพื้นที่นั้น
เราจะรู้สึกถึงพระทัยของพระเจ้าที่กว้างขวางและใหญ่โตเช่นกัน
นอกจากนี้ แม้ว่าร่างกายของเราจะอยู่ในพื้นที่ฝ่ายร่างกาย เราก็จะใ
ช้พื้นที่ของพระเจ้าที่เราครอบครองอยู่ในจิตใจของเราเพื่อสำแดงสิ่ง
ที่อัศจรรย์ซึ่งอยู่เหนือความเข้าใจของมนุษย์

1 ยอห์น 1:5 กล่าวว่า "แล้วนี่เป็นข้อความที่เราได้ยินจากพระอ
งค์ และประกาศแก่ท่านทั้งหลาย คือว่าพระเจ้าทรงเป็นความสว่าง
และไม่มีความมืดอยู่ในพระองค์เลย" ถ้าเราอยู่ในความสว่างที่สมบูร
ณ์ของพระเจ้า สิ่งนี้ก็หมายความว่าเรามีจิตใจเป็นอันหนึ่งอันเดียวกั
นกับพระเจ้าและทุกสิ่งที่เราคิดไว้ในใจของเราก็จะกลายเป็นจริงแล
ะเราจะทำการด้วยฤทธิ์อำนาจอันยิ่งใหญ่ที่มนุษย์ไม่สามารถจิตนาก
ารได้

ผมอธิษฐานในพระนามขององค์พระผู้เป็นเจ้าเพื่อท่านทุกคนจะ
มีคุณสมบัติเหล่านี้เพื่อท่านจะชื่นชมกับพระพรมากมายที่อับราฮัมเ
คยชื่นชมในโลกนี้และเข้าไปสู่ตำแหน่งที่รุ่งเรืองในสวรรค์ซึ่งเป็นพื้
นที่แห่งความสว่างนิรันดร์

เกียวกับผู้เขียน – **ดร. แจร็อก ลี**

ดร. แจร็อก ลีเกิดที่เมืองมวน จังหวัดโจนนัม สาธารณรัฐเกาหลี ในปี 1943 เมื่อท่านมีอายุ 20 ปี ดร. ลี ทนทุกข์ทรมานกับโรคภัยไข้เจ็บที่รักษาไม่ได้หลายชนิดเป็นเวลาถึงเจ็ดปีและนอนรอความตายโดยไม่มีความหวังของการหายจากโรค แต่อยู่มาวันหนึ่งในช่วงฤดูใบไม้ผลิของปี 1974 พี่สาวของท่านพาท่านมาที่คริสตจักรและเมื่อท่านคุกเข่าลงอธิษฐานพระเจ้าผู้ทรงพระชนม์อยู่ทรงรักษาท่านให้หายจากโรคภัยไข้เจ็บทั้งสิ้นของท่านในทันที

นับตั้งแต่ดร.ลีพบกับพระเจ้าผู้ทรงพระชนม์อยู่ผ่านทางประสบการณ์ที่อัศจรรย์นั้นเป็นต้นมาท่านรักพระเจ้าอย่างจริงใจและด้วยสุดหัวใจของท่าน ในปี 1978 ท่านได้รับการทรงเรียกให้เป็นผู้รับใช้พระเจ้า ท่านอธิษฐานอย่างร้อนรนเพื่อจะเข้าใจน้ำพระทัยของพระเจ้าอย่างชัดเจนและทำให้น้ำพระทัยนั้นสำเร็จอย่างสมบูรณ์พร้อมทั้งเชื่อฟังพระวจนะทั้งสิ้นของพระเจ้า ในปี 1982 ท่านได้ก่อตั้งคริสตจักรมันมินขึ้นในกรุงโซล ประเทศเกาหลีใต้ พระราชกิจอันมากมายของพระเจ้าซึ่งรวมถึงการรักษาโรคอย่างอัศจรรย์และหมายสำคัญต่าง ๆ เกิดขึ้นในคริสตจักรของท่านอย่างต่อเนื่อง

ในปี 1986 ดร.ลีได้รับการสถาปนาให้เป็นศิษยาภิบาล ณ ที่ประชุมสมัชชาประจำปีของคริสตจักรของพระเยซู "ซุงกุล" แห่งประเทศเกาหลีใต้และในปี 1990 (4 ปีต่อมา) คำเทศนาของท่านถูกนำไปเผยแพร่ในประเทศออสเตรเลีย สหรัฐอเมริกา รัสเซีย ฟิลิปปินส์ และอีกหลายประเทศผ่านพันธกิจของผู้ประกาศข่าวประเสริฐ (เอฟ.อี.บี.ซี.) สถานีวิทยุกระจายเสียงแห่งเอเชีย (เอ.บี.เอส.) และสถานีวิทยุคริสเตียนแห่งกรุงวอชิงตัน (ดับเบิ้ลยู.ซี.อาร์.เอส.)

สามปีต่อมา (ในปี 1993) คริสตจักรมันมินเซ็นทรัลเชิร์ชได้รับเลือกให้เป็นหนึ่งใน "50 คริสตจักรชั้นนำระดับโลก" โดยนิตยสาร "โลกคริสตชน" ของสหรัฐอเมริกาและท่านได้รับมอบปริญญาดุษฎีบัณฑิตกิตติมศักดิ์สาขาพันธกิจศาสตร์จากสถาบันพระคริสตธรรมที่มีชื่อเสียงสองแห่งในสหรัฐอเมริกา นั่นคือ วิทยาลัยคริสเตียนเฟธแห่งรัฐฟลอริดาและสถาบันพระคริสตธรรมคิงส์เว่ย์แห่งรัฐไอโอวา

นับตั้งแต่ปี 1993 เป็นต้นมา ดร.ลีเป็นผู้นำในการทำพันธกิจทั่วโลกโดยผ่านการรณรงค์เพื่อการประกาศที่จัดขึ้นในประเทศต่าง ๆ เช่น ประเทศแทนซาเนีย อาร์เจนติน่า อูกานดา ญี่ปุ่น ปากีสถาน

เคนย่า ฟิลิปปินส์ ฮอนดูรัส อินเดีย รัสเซีย เยอรมันนี เปรู สาธารณะรัฐประชาธิปไตยคองโก และนครนิวยอร์ก สหรัฐอเมริกา ในปี 2002 หนังสือพิมพ์คริสเตียนฉบับหนึ่งในประเทศเกาหลีใต้ขนานนามท่านว่าเป็น "ศิษยาภิบาลของคนทั่วโลก" จากการทำพันธกิจด้านการประกาศพระกิตติคุณในต่างประเทศของท่าน

ในกันยายน 2013 คริสตจักรมันมินจูน-อังมีสมาชิกมากกว่า 120,000 คนและมีคริสตจักรสาขาทั้งในและต่างประเทศอีก 10,000 แห่งทั่วโลก ปัจจุบันคริสตจักรนี้ส่งมิชชันนารีมากกว่า 129 คนไปยัง 23 ประเทศทั่วโลกซึ่งรวมถึงสหรัฐอเมริกา รัสเซีย เยอรมันนี แคนนาดา ญี่ปุ่น จีน ฝรั่งเศส อินเดีย เคนย่า และอีกหลายประเทศ

ในปัจจุบัน ดร.ลีได้เขียนหนังสือ 88 เล่มซึ่งรวมถึงหนังสือทีมียอดขายสูงสุดเรื่อง *"ลิ้มรสชีวิตนิรันดร์ก่อนความตาย" "ชีวิตและศรัทธาของข้าพเจ้า" "สาส์นจากกางเขน" "ขนาดแห่งความเชื่อ" "สวรรค์ภาค 1 และ 2" "นรก"* และ *"ฤทธานุภาพของพระเจ้า"* และอีกหลายเล่ม หนังสือและงานเขียนของท่านถูกแปลเป็นภาษาต่าง ๆ มากกว่า 76 ภาษา

บทความของท่านยังถูกนำไปตีพิมพ์ในหนังสือพิมพ์และนิตยสารหลายฉบับเช่น *"เดอะ ฮานกุก อิลโบ" "เดอะ จูง-อัง อิลโบ" "เดอะ มุนวา อิลโบ" "เดอะ โซล ชินมุล" "เดอะ ฮานเกียไร ชินมุน" "เดอะ ฮานกุก เกียงเจ ชินมุน" "เดอะ โกเรีย เฮราลด์" "เดอะ ชิซา นิวส์" "หนังสือพิมพ์คริสเตียน"* และ *"หนังสือเพื่อการประกาศประชาชาติ"*

ปัจจุบัน ดร.ลีเป็นผู้ก่อตั้ง ผู้นำ ผู้อำนวยการ และประธานของสมาคมและองค์กรมิชชันนารีจำนวนมากซึ่งรวมถึงการดำรงตำแหน่งประธานของสหคริสตจักรแห่งความบริสุทธิ์เกาหลี (UHCK); ผู้อำนวยการองค์การพันธกิจมิชชันมันมิน (MWM); ผู้ก่อตั้งและประธานเครือข่ายสื่อมวลชนคริสเตียนทั่วโลก (GCN); ผู้ก่อตั้งและประธานเครือข่ายหมอคริสเตียนทั่วโลก (WCDN); และผู้ก่อตั้งและประธานสถาบันศาสนศาสตร์นานาชาติมันมิน (MIS)